பாரதியார் கவிநயம்

பாரதியார் கவிநயம்

ரா.அ. பத்மநாபன் (1917–2014)

1921இல் பாரதி காலமான அடுத்த இருபத்தைந்து முப்பது ஆண்டுகளில் அவருடைய கவிதையை மதிப்பிட்டுப் பல்வேறு அறிஞர்கள் எழுதிய கிடைத்தற்கரிய கட்டுரைகளின் தொகுப்பு இந்நூல். பாரதி அறிஞர் ரா.அ. பத்மநாபன் அவர்களின் முயற்சியில் உருவான அரிய தொகுப்பின் புதிய பதிப்பு இது.

பாரதி புதையல் திரட்டுகள், *சித்திரபாரதி* ஆகிய நூல்களை வழங்கியவர் பாரதி அறிஞர் ரா.அ. பத்மநாபன். தமது பதினாறாம் வயதிலேயே தமிழ்ப் பத்திரிகை உலகில் நுழைந்துவிட்ட ரா.அ. பத்மநாபன், *ஆனந்த விகடன், ஜெயபாரதி, ஹநுமான், ஹிந்துஸ்தான், தினமணி கதிர்,* அகில இந்திய வானொலி, அமெரிக்கத் தூதரகச் செய்திப் பிரிவு ஆகியவற்றில் பணியாற்றியவர்.

வ.உ.சி., சுப்பிரமணிய சிவா, வ.வே.சு. ஐயர், நீலகண்ட பிரம்மச்சாரி முதலான தேசிய இயக்கப் பெருமக்களின் வாழ்க்கை வரலாற்றையும் இவர் எழுதியுள்ளார்.

தமிழக அரசு 2003ஆம் ஆண்டுக்கான பாரதி விருதை இவருக்கு வழங்கியது.

ரா.அ. பத்மநாபன்
தொகுப்பாசிரியர்

பாரதியார் கவிநயம்

காலச்சுவடு பதிப்பகம்

பாரதியார் கவிநயம் ❖ கட்டுரைகள் ❖ தொகுப்பாசிரியர்: ரா.அ. பத்மநாபன் ❖ © திருமதி மைதிலி பத்மநாபன் ❖ முதல் பதிப்பு: மார்ச் 1982 ❖ காலச்சுவடு முதல் (குறும்) பதிப்பு: மார்ச் 2016, நான்காம் (குறும்) பதிப்பு: செப்டம்பர் 2021 ❖ வெளியீடு: காலச்சுவடு பப்ளிகேஷன்ஸ் (பி) லிட்., 669, கே.பி. சாலை, நாகர்கோவில் 629001

baaratiyaar kavinayam ❖ Essays on Subramania Bharati's Poetry ❖ Edited by R.A. Padmanabhan ❖ © Mrs. Mythili Padmanabhan ❖ Language: Tamil ❖ First Edition: March 1982 ❖ Kalachuvadu First (Short) Edition: March 2016, Fourth (Short) Edition: September 2021 ❖ Size: Demy 1 x 8 ❖ Paper: 18.6 kg maplitho ❖ Pages: 216

Published by Kalachuvadu Publications Pvt. Ltd., 669 K.P. Road, Nagercoil 629001, India ❖ Phone: 91-4652-278525 ❖ e-mail: publications@kalachuvadu.com ❖ Printed at Clicto Print, Jaleel Towers, 42 KB Dasan Road, Teynampet Chennai 600018

ISBN: 978-93-5244-023-8

09/2021/S.No. 699, kcp 3212, 18.6 (4) uss

பொருளடக்கம்

முகவுரை	11
பாரதியார் கவிநயம்	17
சுவாமி விபுலானந்தா	
சு. விசுவநாதன்	
பாரதியார் தமிழ்ப் புலமை	23
பாரதியாரின் பாநலம்	29
ச. சோமசுந்தர பாரதியார்	
பாரதி திருநாள்	33
பரலி சு. நெல்லையப்பர்	
எண்ணியது நண்ணும்	38
வ.ரா.	
பாரதியும் வேதாந்தப் பேழையும்	43
வேதாந்தச் சிமிழிலே அடைக்க வேண்டாம்	44
வ.ரா.	
தமிழ்நாட்டின் குரு	45
சக்கரவர்த்தி ராஜகோபாலாச்சாரியார்	
பாரதியாரின் வாழ்க்கைத் தத்துவம்	47
பி.ஸ்ரீ.	
பாரதியார் பாடல் நவீன கீதை	55
எஸ். வையாபுரிப் பிள்ளை	
காட்சி	58
கு.ப. ராஜகோபாலன்	

குயில்: ஒரு நெட்டைக் கனவு	63
புதுமைப்பித்தன்	
பாரதி போற்றிய குழந்தை	67
மு. வரதராசன்	
சுப்பிரமணிய பாரதியார் கவிதை	72
மா. அனந்தநாராயணன்	
கவிதை ரஸாயனம்	82
திருலோக சீதாராம்	
பாரதியும் விஞ்ஞானமும்	91
பெ.நா. அப்புஸ்வாமி	
பாரதி கண்ட சமாதானம்	100
ப. ஜீவானந்தம்	
கருத்தும் கவியும்	105
டி.கே. சிதம்பரநாத முதலியார்	
பாரதி நடந்த பாதை	111
அ. சீனிவாச ராகவன்	
பாரதியும் ஸம்ஸ்கிருதமும்	122
கி. சந்திரசேகரன்	
மகாகவி பாரதியார்	131
குகப்ரியை	
நான் வியந்த பாட்டு	135
ரா.ஸ்ரீ. தேசிகன்	
அசாதாரணமானவர்	140
அமுதன்	
உயிர் கொடுத்த கவிதை	144
தி.சே.செள. ராஜன்	
இலக்கியத் தலைவன் பாரதி	146
சங்கு சுப்ரஹ்மண்யன்	
பாரதியின் மந்திரக் கவிகள்	148
ரா. நாராயணன்	
பாலைவனத்தைச் சோலையாக்கிய பாரதி	153
தொ.மு. பாஸ்கரத் தொண்டைமான்	

பாரதியார் *டர்பன் எஸ். முனுசாமிப் பிள்ளை*	160
பாரதி – வீரன், கவிஞன் *ந. சிதம்பர சுப்பிரமணியன்*	164
உணர்ச்சியளிக்கும் உயரிய கவிதைகள் *வை.மு. கோதைநாயகி அம்மாள்*	169
பாரதியின் 'பாஞ்சாலி சபதம்' *ந. சுப்பு ரெட்டியார்*	172
பாரதியின் 'குயில்' பாட்டு *அ.ந. மகரபூஷணம்*	191
பாரதியாரின் 'குயில்' *கே. ஸ்வாமிநாதன்*	197
பாரதியாரின் 'குயில்' *மாரார்*	201
பாரதியாரின் 'குயில்' *மணிக்கொடி கு. ஸ்ரீநிவாஸன்*	210

முகவுரை

சுப்பிரமணிய பாரதியின் கவிநயத்தை புலவோரும் மற்றோரும் ஆராயத் தொடங்கி அறுபது எழுபது ஆண்டுகள் ஆகின்றன. இந்த நெடுங்காலத்தில் முந்தைய ஆண்டுகளில் வாழ்ந்த பலர் பாரதியை நேரில் அறிந்தவர்கள். அவர்களில் பலர், பழமையில் ஊறிய புலவோர். ஆயினும் அவர்கள் பாரதியின் புதுமையையும் வாழ்த்தி வரவேற்றுள்ளனர்.

இலக்கியப் புலமை பெறாத பிறரோ, தங்கள் சொந்த அநுபவத்திலும் தாங்கள் கண்ட காலத்திலும் பாரதி பாடல்கள் எப்படி எதிர்பாராத அதிசயங்களையெல்லாம் விளைவித்தன என்று நினைவு கூர்கிறார்கள்.

இம்மாதிரிக் கட்டுரைகள் காலகதியில் மறைந்து போகலாகாது என்பது எனது பேரவா. இவற்றில் பெரும்பாலானவை அவ்வப்போது பத்திரிகைகளிலோ அல்லது சில சிறப்பு மலர்களிலோ வெளியானவை. இவை நூல் வடிவு பெறாததால் இவற்றின் வாழ்வு காலம் குறைவு.

பிற பாரதி அன்பர்களைப் போல நானும் சென்ற ஐம்பதாண்டுகளாக எனக்குக் கிடைத்த குறிப்பிடத் தக்க பாரதி கட்டுரைகளையெல்லாம் சேர்த்து வந்துள்ளேன். இவ்வாறு சேர்ந்த கட்டுரைகளையெல்லாம் பாரதி நூற்றாண்டை முன்னிட்டு மீண்டும் படிக்க நேர்ந்தபோது இவையெல்லாம் காலகதியில் மறைந்துபோவது தமிழுக்குப் பெரிய துரதிர்ஷ்டமாகும் என்று தோன்றியது. இவற்றைத்

தொகுத்து நூல் வடிவு தருவது சிறந்த பணியாகும் என்றும் தோன்றியது. இதே கருத்தைப் பல பாரதி அன்பர்கள் பலமுறை என்னிடம் வற்புறுத்திக் கூறியுள்ளார்கள். பாரதி எழுத்துக்களைப் 'பாரதி புதையல்' வரிசையாற் காத்தது போல் பாரதி விமர்சனங் களையும் காக்கலாம் என்பது இவர்கள் கருத்து.

தமிழ்நாட்டுப் பத்திரிகைகளில் தனித்தன்மையுடன் விளங்கும் *குமரி மலர்* மாத ஏடு, தமிழ்ப் பத்திரிகை உலகில் ஆதிகாலம் முதலாகப் பழைய ஏடுகளில் வெளிவந்துள்ள அரிய விஷயங் களைத் தேடியெடுத்து மீண்டும் வெளியிட்டு அவைகட்குப் புத்துயிர் கொடுக்கும் பணியில் மிகச் சிறந்த சேவை செய்து வருவதை தமிழறிஞர் உலகம் அறியும். இப்பணியில் *குமரி மலர்* ஆசிரியர் திரு. ஏ.கே. செட்டியார் அவர்களின் தளராத ஈடுபாடு வியக்கத்தக்கது. திரு. செட்டியார் அவர்களுடன் இப்பணியில் ஒத்துழைக்கும் வாய்ப்புக் கிடைக்கப் பெற்ற நான், என்னிடமுள்ள பழைய பொக்கிஷங்கள் பலவற்றைக் *குமரி மலர்* மூலம் மீண்டும் வெளியிடும் வாய்ப்பு பெற்றுள்ளேன்.

இவ்வாறு ஒத்துழைத்துவந்த காலை, திரு. ஏ.கே. செட்டியார் அவர்கள் பாரதி பற்றிய பழைய விமர்சனங்களையும் 'பாரதி புதையல்' போல ஒரு நூலாக வெளியிடலாம் என்ற கருத்தை வலியுறுத்தினார்கள். இலக்கியத் தரமான நூல்கள் வெளியிடுவதில் அக்கறையும் ஆர்வமும் உள்ள வானதி பதிப்பக அதிபர் திரு.ஏ. திருநாவுக்கரசு அவர்களும் இக்கட்டுரைகளைத் தொகுத்து வெளியிடுவது சிறப்பான பாரதித் தொண்டாகுமெனக் கருதி, இத்தகையதொரு நூலை வெளியிட முன்வந்தார்கள்.

பழைய பத்திரிகைகளில் பல்வேறு ஆண்டுகளில் பல்வேறு ஆசிரியர்களால் வரையப்பட்ட பாரதி விமர்சனக் கட்டுரைகளில் பிரசுரத்துக்கென சிலவற்றைத் தேர்ந்தெடுப்பது எளிதான காரியமாக இருக்கவில்லை. முதலாவதாக, பழங்காலத்தில் வந்த சிறந்த கட்டுரைகளெல்லாம் ஒன்று விடாமல் என்னிடம் இல்லாத குறை. எத்தனையோ சிறந்த கட்டுரைகள் நினைவில் உள்ளன. அவை வெளிவந்த பத்திரிகைகள் இருக்குமிடம் தெரிவதில்லை; தெரிந்த சந்தர்ப்பங்களிலும் அந்தப் பழைய பத்திரிகைத் தொகுதிகள் உள்ள இடங்களுக்குச் சென்று பிரதியெடுத்து வரும் உடல் வலுவும் வாய்ப்பும் இல்லாத குறை. மூன்றாவது, இந்தக் கட்டுரைகள் வெளிவந்த காலச் சூழ்நிலை வேறு; இன்றைய காலச் சூழ்நிலை வேறு. இக்கட்டுரைகளின் முக்கியத்துவம் இக்கால வாசகர்களுக்கு விளங்க வேண்டும்; விளங்கும்படி செய்ய வேண்டும். தமிழ்நாட்டின் வரலாற்றில்

ஒரு குறிப்பிட்ட காலகட்டத்தில் சில அறிஞர்கள் பாரதி பற்றி என்ன கருத்து தெரிவித்தார்கள் என்ற வரலாற்று முக்கியத்துவம் இக்கட்டுரைகளுக்கு உண்டு என்பதை விளக்க வேண்டும்.

பழைய கட்டுரைகளைத் தேர்ந்தெடுப்பதில் தற்சமயம் ஜீவியர்களாக இராதவர்களது கட்டுரைகளைத் தேர்ந்து பாதுகாத்தல் எனது முதல் நோக்கமாக இருந்தது.

ஜீவியதசையில் இல்லாதவர்களது கட்டுரைகளையே முக்கியமாகத் தேர்ந்தெடுத்தபோதிலும் ஜீவியர்களான இரண்டொருவரது கட்டுரைகளும் அக்கட்டுரைகளின் சிறப்பான தகுதியை முன்னிட்டு, வேறு யாரும் சுட்டிக் காட்டியிராத விஷயம் கொண்ட தன்மையை முன்னிட்டுச் சேர்க்கப்பட்டுள்ளன.

கட்டுரை ஆசிரியர்களுக்குத் தமிழ்நாடு நன்றி செலுத்தக் கடமைப்பட்டுள்ளது. பாரதிப் பணியில் அவர்கள் நமக்கு முன்னோடிகள். அந்த வகையில் அவர்களுக்கு நாம் பக்தி பூர்வமான அஞ்சலி செலுத்தக் கடமைப்பட்டுள்ளோம். பாரதி என்ற மகா மேதையை, இணையற்ற வைரத்தை, வெவ்வேறு காலத்திலிருந்து, வெவ்வேறு கோணத்திலிருந்து, வெவ்வேறு அனுபவத்திலிருந்து தமிழறிஞரும் பிறரும் பாராட்டுவதைத் தமிழ் வாசகர்கள் முன் இன்விருந்தாகப் படைக்கும் வாய்ப்பை எனக்கருளிய ஈசனுக்கு நன்றி செலுத்துகிறேன்.

'பாரதி நிலையம்'
40 – ஏ, சந்தான பஜனை கோவில் தெரு
விழுப்புரம் 605 602

ரா.அ. பத்மநாபன்
ஏப்ரல் 2, 1982

~ ~

இரண்டாம் பதிப்புக்கான குறிப்பு

பாரதி அறிஞர் ரா.அ. பத்மநாபன் அவர்களின் *தமிழ் இதழ்கள்* என்ற நூலின் முதல் பதிப்பை 2003இல் காலச்சுவடு பதிப்பகம் வெளியிட்டது. *பாரதியின் கடிதங்கள் (2005)*, *சித்திரபாரதி (2006)* ஆகியனவும் சிறப்பான முறையில் அடுத்தடுத்து மறுபதிப்பாக வெளி வந்தன. இதனால் அளவற்ற மகிழ்ச்சி அடைந்த ரா.அ. பத்மநாபன், *பாரதியைப் பற்றி நண்பர்கள்*, *பாரதியார் கவிநயம்* ஆகிய நூல்களும் காலச்சுவடு வாயிலாக மறுபதிப்பாக வெளிவர வேண்டும் என்று பெரிதும் விரும்பினார்.

நிறைவாழ்வு வாழ்ந்த அப்பெருமகன் 2014இல் காலமானார். இருப்பினும், புதிய பதிப்பு எவ்வாறு அமைய வேண்டும் என்று தெளிவான அறிவுறுத்தல்களை 'என் இளம் நண்பர் டாக்டர் ஆ.இரா. வேங்கடாசலபதி'க்கு அவர் வழங்கிச் சென்றார். அதன்படி இந்நூலில் சிற்சில மாறுதல்கள் – அச்சுப் பிழை களைதல், வரிசை அமைப்பு, தெளிவான பாடல் வடிவம், காலக் குறிப்புகள் குறைவுபட்ட கட்டுரைகள் இரண்டொன்றைப் பூர்த்தியாக்குதல் – செய்யப்பட்டுள்ளன.

இந்த வகையில் இந்நூல் பதிப்பை மேற்பார்த்து உதவிய ஆ.இரா. வேங்கடாசலபதிக்கு எங்கள் நன்றி.

இந்த ஆண்டு ரா.அ. பத்மநாபன் அவர்கள் பிறந்த நூற்றாண்டாகும். இவ்வேளையில் இந்நூல்களை வெளியிட அனுமதியளித்த அவருடைய குடும்பத்தினர்க்குக் காலச்சுவடு பதிப்பகம் நன்றியைத் தெரிவித்துக்கொள்கிறது.

30 ஜனவரி 2016 பதிப்பாளர்

பாரதியார் கவிநயம்

பாரதியார் கவிநயம்

சுவாமி விபுலாநந்தா
சு. விஸ்வநாதன்

இலங்கை தந்த தமிழ்மணி சுவாமி விபுலாநந்தா (1892–1947) புலமை மிக்க தமிழறிஞர். லண்டனில் பி.எஸ்சி. பட்டம் பெற்றவரான சுவாமிகள், 1931இல் அண்ணாமலைப் பல்கலைக்கழகத்தில் தமிழ்த் துறைத் தலைவராக இருந்தார். யாழ் என்ற பண்டைத் தமிழ் இசைக்கருவி பற்றி இவர் ஆராய்ந்து எழுதிய நூல் பிரசித்தமானது.

பண்டைத் தமிழில் ஊறியவராயினும் சுவாமி விபுலாநந்தா புதுமைக் கவி பாரதியின் பெருமையையும் நன்றாகவே எடை போட்டுள்ளார். பாரதியாரின் கவிநயம் பற்றி சுவாமி விபுலாநந்தரும், அண்ணாமலைப் பல்கலைக்கழக ஆங்கில விரிவுரையாளர் சு.விசுவநாதனும் சேர்ந்து எழுதிய இக் கட்டுரை *இந்தியா* என்ற நாளிதழின் சித்திர வாரப் பதிப்பில் 1931இல் வெளிவந்தது. இந்த இந்தியா பாரதியாரின் 'இந்தியா' அல்ல; அதே பெயரில், பின்னர் வந்தது; ஜே.எஸ்.கண்ணப்பர் என்பவரை ஆசிரியராகக் கொண்டது.

பாரதியாரின் கவிதைகள் எவ்வாறு அக்காலப் பெரும் புலவோரையும் ஈர்த்தன என்பதை இங்குள்ள கட்டுரை விளக்கும். பாரதியாரின் உண்மையான பெருமை என்ன? "நலன் நிறைந்த நீர்மையது" அவரது கவிதை; பயனற்ற கவிதை பாடியறியார் அவர். இன்னொரு முக்கியப் பெருமை விழுமிய பொருளுடன் ஒழுகிய ஓசையின்பம் கொண்டிருப்பதாகும். மூன்றாவது பெருமை – இவரது செய்யுட்களை ஆராய்ந்து கற்ற ஆன்றோர் இவரை உலகத்திலே சிறந்து விளங்கும் கவிவாணருள் ஒருவராய்ப் போற்றுதலாகும்.

கவிச்சுவை மானுடர்க்கு இன்பம் விளைக்கும் கால எல்லைவரை பாரதியார் பாடல்கள் போற்றப்படுவது நிச்சயம் என்று அறுதியிட்டுக் கூறுகிறார் தமிழறிஞர் விபுலாநந்த அடிகள். துன்பத்திலே படிந்து துயருற்ற மக்களுக்குப் பாரதி பாடல்களைக் காட்டிலும் அருமருந்து வேறு இல்லை என்பது எவ்வளவு சிறந்த மதிப்பீடு.

கலைமகளுடைய அருளினைப் பெற்ற உண்மைக் கவிவாணர் பாடிய பாடல்கள் அனைத்தும் நலனிறைந்த நீர்மையனவேயாம். தமிழ்நாடு செய்த பெருந்தவப் பயனாக உதித்த சுப்பிரமணிய பாரதியார் இளவயதிலே கலைத் தெய்வமாகிய வாணியின் அநுக்கிரகத்தைப் பெற்றவராய் விழுமிய பொருளும் ஒழுகிய ஓசையுங்கொண்ட இன்றமிழ் பாடல்கள் பலவற்றை உலகுக்கு அளித்தார். இவருடைய செய்யுட்களை ஆராய்ந்து கற்ற ஆன்றோர் பலர் இவரை உலகத்திலே சிறந்து விளங்குங் கவிவாணருள் ஒருவராக மதிக்கின்றனர். கவிச் சுவை மானிடர்க்கு இன்பத்தை விளைக்குங் காலவெல்லை வரையும் இனிமையும் எழிலும் ததும்பி விளங்கும் பாரதியார் பாடல்கள் போற்றப்படுவது நிச்சயம். துன்பத்திலே படிந்து வாழ்க்கையில் வெறுப்புற்றோருக்குப் பாரதியாருடைய சுவை நிறைந்த இன்றமிழ்ச் செய்யுட்களைக் காட்டிலும் சிறந்த மருந்து வேறில்லையென்னலாம்.

தம்முடைய தேசத்தாருக்குத் தேசிய உணர்ச்சியை உண்டுபண்ணும் நோக்கமாக வீரமுரசம் போன்ற தேசியப் பாடல்களை மாத்திரமே பாரதியார் பாடினாரென அனேகர் கருதுகின்றார்கள். உண்மையை ஆராய்ந்து பார்க்குமிடத்து பாரதியார் எழுதிய தேசீயப் பாடல்கள் மொத்தச் செய்யுட் டொகையில் ஏழிலொன்றுகூட இருக்காது. பாரதியாரின் உண்மைப் பெருமையைக் காண விரும்புவோர் அவருடைய தேசீயப் பாடல்களை மாத்திரம் வாசித்து மகிழ்ச்சியடைவதோடு நில்லாது அவரெழுதிய கண்ணன் பாட்டு, குயிற் பாட்டு, காட்சி, வேதாந்தப் பாடல்கள், பாஞ்சாலி சபதம் என்னும் இவற்றையும் கருதிப் படிக்க வேண்டும். தமிழ் மொழியறியாத மாந்தர் பொருட்டாகப் பாரதியாருடைய இன்னிசைப் பாடல்களைப் பிறமொழியிற் பெயர்த்தெழுதி உலகெங்கனும் பரப்புதல் வேண்டும்.

பாரதியாரின் கவிநயத்தை ஒரு சிறு வியாசத்தினுள்ளே விளக்கிக் காட்டுதல் இயலாது. இயற்கையிலுள்ள அழகையும் பசுமையையும் இனிமையையும் ஒருங்கு திரட்டிப் பாடலாக்கி நமக்கு அளித்திருக்கிறார். முத்துச் சுடர் போன்ற வெண்ணிலாவும், பத்துப்பன்னிரண்டு தென்னை மரமும், கீற்றும், இளநீரும், காதில் விழுங்குயிலோசையும், பாட்டுக்கலந்திட ஒரு பத்தினிப் பெண்ணும், பராசக்தியின் காவலும் இருந்தால் இவ்வையகத்தையே தன்னுடைய பாட்டுத் திறமையாற் பாலித்திடக்கூடும் என்னும் பொருளை அமைத்துக் 'காணி நிலம் வேண்டும்' என்றற்றொடக்கத்து ஒரு பாடல் எழுதியுள்ளார். 'மன நிறைவு'

(contentment) என்னும் பொருள் பற்றிப் பிறமொழியாளரெழுதிய பாடலெதுவும் இதனுக்கிணையாகா.

இயற்கையின் அழகு அவருக்கு எப்பொழுதும் ஆனந்தத்தை விளைத்தது. வேங்கைகளும் சிங்கங்களும் நிறைந்த காடுகளை வருணிப்பதிலும், நறுமணம் வீசும் புஷ்பங்கள் நிறைந்து பேசக் கவிதை சொல்லும் பறவைகளுடன் கூடிய பூஞ்சோலைகளை வருணிப்பதிலும் அவருக்கு நிகராக யாரைச் சொல்லலாம்? கண்ணனைக் காதலனாகக் கருதும் ஒரு பாட்டில் நாம் இந் நயத்தைக் காணலாம்.

மிக்க நலமுடைய மரங்கள் – பல
விந்தைச் சுவையுடைய கனிகள் – எந்தப்
பக்கத்தையும் மறைக்கும் வரைகள் – அங்கு
பாடி நகர்ந்து வரும் நதிகள்

ஆசை பெற விழிக்கும் மான்கள் – உள்ளம்
அஞ்சக்குரல் பழகும் புலிகள் – நல்ல
நேசக்கவிதை சொல்லும் பறவை – அங்கு
நீண்டே படுத்திருக்கும் பாம்பு

என்னும் இச்செய்யுட் பாகத்தினுள்ளே மரமும் கனியும் வரையும் நதியும் மானும் புலியும் பறவையும் பாம்பும் நம் கண் முன்னே தோற்றுமாறு வருணித்திருக்கிற வனப்பினை நோக்கிக் களி கூறுவோம்.

வள்ளி முருகனுக்குக் கிளியைத் தூதாக விடுவதைப் பொருளாகக் கொண்ட ஒரு பாட்டில் வள்ளியும் முருகனும் கலந்து மகிழ்ந்திருந்த காட்சியை நாம் கண் முன் உண்மையாகக் காண்பது போல் காண்பிக்கின்றார்.

அல்லிக் குளத்தருகே – ஒரு நாள்
அந்திப் பொழுதினிலே – அங்கோர்
முல்லைச் செடி யதன்பாற் – செய்தவினை
முற்று மறந்திடக் கற்றதென்னே யென்று
சொல்ல வல்லாயோ – கிளியே
சொல்ல நீ வல்லாயோ ?

காதலருடைய மனோபாவங்களை அறிவதில் இவர் தலைசிறந்து விளங்குகிறார். காதலன், காதலியின் பிரிவாற்றாமையினால் வருந்துவதும், காதலி, காதலன் வாராததினாற் காதற் நோயாற் பீடிக்கப்படுவதும், காதலனும் காதலியும் இன்னல்களெல்லாம் தீர்ந்து கூடும் போது அவர்களடையும் மகிழ்ச்சியும் இவரால் இவருடைய கண்ணன் பாடல்களில் நன்கு விவரிக்கப்பட்டிருக்கின்றன. கண்ணனைக் காதலியாகக் கருதும் ஒரு பாட்டில் காதலி வராததாற் காதலனடையும் வருத்தத்தை எவ்வளவோ அழகாக வருணித்திருக்கிறார்.

மேனி கொதிக்குதடி – தலைசுற்றியே
வேதனை செய்குதடீ
வானி லிடத்தையெல்லாம் – இந்தவெண்ணிலா
வந்து தழுவுதுபார்.
மோனத்திருக்குதடீ – இந்தவையகம்
மூழ்கித் துயிலினிலே
நானொருவன் மட்டிலும் – பிரிவென்பதோர்
நரகத் துழலுவதோ ?

உலகத்தினுட் காதற் கதைகளிற்கெல்லாம் அவர் குயிற் பாட்டில் எழுதியுள்ள,

கூடல், கூடல், கூடல்,
கூடிப் பின்னே குமரன் வாடல், வாடல்.

என்ற வரிகளே சாரம் என்று சொல்லிவிடலாம்.

கண்ணனைக் காதலனாகக் கருதும் மற்றொரு பாட்டிற் காதலனது காதல் குன்றிவிட்டதற்காகக் காதலி அடையும் சஞ்சலமும் சோகமும் எவ்வளவோ அழகாக விளக்கப்பட்டிருக்கிறது.

பெண்ணென்று பூமிதனிற் பிறந்து விட்டால் – மிகப்
பீழையிருக்குதடீ தங்கமே தங்கம்
பண்ணொன்று வெய்ங்குழலில் ஊதி வந்துவிட்டான்
அதைப்பற்றி மறக்குதில்லைப் பஞ்சையுள்ளமே

சிறு குழந்தைகள் பெற்றோருக்கு விளைக்கும் மகிழ்ச்சியை இவரைவிட எந்தக் கவியும் இவ்வளவு நன்றாக விளக்கிக் காட்டியதில்லை.

கன்னத்தில் முத்தமிட்டால் – உள்ளந்தான்
கள்வெறி கொள்ளுதடி
உன்னைத் தழுவிடிலோ – கண்ணம்மா
உன்மத்தமாகுதடி

அதே பாட்டில் குழந்தையின் இனிய மழலைச்சொல்லும் முல்லைச் சிரிப்பும் பெற்றோருக்கு மகிழ்ச்சியை விளைத்து மூர்க்கத்தைத் தவிர்த்துவிடும் என்று சொல்லியிருக்கிறார்.

சொல்லு மழலையிலே – கண்ணம்மா
துன்பங்கள் தீர்த்திடுவாய்
முல்லைச் சிரிப்பாலே – எனது
மூர்க்கந் தவிர்த்திடுவாய்.

பாரதியார் போற்றி வந்த தெய்வங்களுட் பராசக்தி தேவியே முக்கியம். பராசக்தியின் மேன்மையைப் போற்றாத பாடல்கள் மிகச் சில. பராசக்தி எங்கும் நிறைந்திருக்கும் உண்மையை அவர் கண்டார்.

காட்டு வழிகளிலே – மலைக்
காட்சியிலே புனல் வீழ்ச்சியிலே பல
நாட்டுப் புறங்களிலே – நகர்
நண்ணுச் சில சுடர் மாடத்திலே, சில
வேட்டுவர் சார்பினிலே – சில
வீரரிடத்திலும் வேந்தரிடத்திலும்
மீட்டுமவள் வருவாள்

இவை மட்டிலுமன்று, உலகத்திலுள்ள அழகிதும் இனிதுமான எல்லா வஸ்துக்களிலும் பராசக்தி நிரம்பியிருக்கிறாள். கன்னியர் நகைப்பிலும் பொன்னிலும் மணிகளிலும் பூவிலும் பொழிவிலும் இருக்கிறாள். பராசக்தியின் சூரத்தனங்களை எடுத்துரைப்பது சாத்தியமில்லை என அவர் கருதினார்.

சொல்லுக்கடங்காவே – பராசக்தி
சூரத்தனங்களெல்லாம்
வல்லமை தந்திடுவாள் – பராசக்தி
வாழியென்றே துதிப்போம்

இவருடைய 'காட்சி' பாடல்களைப் பற்றி இச்சிறு வியாசத்தில் எழுதுவது இயலாத காரியம். அவர் தம்முடைய கவித்திறம் நன்றாகத் தேர்ந்து முதிர்ச்சியடைந்தபொழுது இந்தப் பாடல்களை எழுதியிருக்க வேண்டும். பாரதியார் வேதங்களை நன்குணர்ந்து வேத ரிஷிகளின் கவிதையில் ஈடுபட்டுக் கிடந்தாரென்பது 'காட்சி'ப் பாடல்களை வாசிப்போர்களுக்கு நன்கு விளங்கும். வேதங்களிலுள்ள தெளிவும் ஞானமும் உயர்தரக் கவிச்சுவையும் இந்தக் காட்சிப் பாடல்களில் நிறைந்திருக்கின்றன. வசனநடை போன்ற ஒரு நடையில் இவை எழுதப்பட்டிருப்பினும் உண்மை கவிச் சுவையே இவற்றில் நிறைந்திருக்கின்றது. சில உதாரணங்கள் வருமாறு:

ஞாயிறே, இருளை என்ன செய்து விட்டாய்?
ஓட்டினாயா? கொன்றாயா! விழுங்கி விட்டாயா?
கட்டி முத்தமிட்டுநின் கதிர்களாகிய கைகளால் மறைத்து விட்டாயா?

மழை பாடுகின்றது
அது பலகோடி தந்திகளுடைய தோர் இசைக் கருவி

இருள்வந்தது, ஆந்தைகள் மகிழ்ந்தன
காட்டிலே காதலனை நாடிச்சென்ற
ஒரு பெண், தனியே கலங்கிப் புலம்பினாள்
ஒளி வந்தது; காதலன்
வந்தான், பெண் மகிழ்ந்தாள்.

பாரதியார் அழகிய சொற்களை கோத்து இன்னிசை உண்டாக்குவதில் சமர்த்தார். அவருடைய பாடல்கள் நெஞ்சை யள்ளும் தன்மையுள்ளன. அழகிய பதங்களைச் சேர்த்து இன்னிசை உண்டாக்குவதற்கு உதாரணமாக ஒழுகிய ஓசையுடைய இவ்வடிகளைத் தருகின்றோம்.

கன்னலும் தேனும் கனியுமின்பாலும்
கதலியும் செந்நெல்லும் நல்கு மெக்காலும்

கண்ணன் குழலிசையை அநேக கவிகள் வருணித்திருக்கிறார்கள். ஆனால் பாரதியாரைப் போல் ஒருவரும் இவ்வளவு அழகாக,

மாம்பழ வாயினிலே குழலிசை
வண்ணம் புகழ்ந்திடுவோம்

என்று பாடினதில்லை. ஒரே வார்த்தையை மடக்காக எழுதி அவர் உண்டாக்கும் ஆச்சரியமான கவி இன்பத்தை நாம் அநேக இடங்களில், முக்கியமாகப் 'பாஞ்சாலி சபத'த்தில் காணலாகும்.

பொய்யர் தந்ததுயரினைப்போல் – நல்ல
புண்ணிய வாளர் தம் புகழினைப்போல்
தையலற் கருணையைப்போல் – கடல்
சலசலத் தெறிந்திடும் அலைகளைப்போல்

கண்ண பிரானருளால் – தம்பி
கழற்றிடக் கழற்றிடத்துணி புதிதாய்
வண்ணப் பொற சேலைகளாம் – அவை
வளர்ந்தன, வளர்ந்தன, வளர்ந்தனவே!

ஓராயிர வருடம் ஓய்ந்து கிடந்த பின்னர்
வாராது போல வந்த மாமணியைத் தோற்போமோ ?

என்று பாரதியார் சுதந்திரத்தைப் பற்றிப் பாடுகிறார். அவர் நமக்கு அளித்த சுதந்திரம் ஒன்று உண்டு. அது நமது மொழியை நாமனைவரும் வழங்குவதற்குப் பெற்ற சுதந்திரம். பண்டிதருக்கு மாத்திரமே புலப்படுகின்ற உயர்ந்த பாஷை நடையில் செய்யுள் செய்தார் பண்டைப் புலவர். ஆயிர வருடத்துக்கு ஒருமுறை தமிழென்னும் கற்பக விருக்ஷத்தில் அரும்பி மலருகின்ற புஷ்பத்தைப் போன்ற இக்கவிவாணர், சிறுகுழந்தைகள் முதற் பெரிய பண்டிதர்களீறாக அனைவரும் படித்து இன்புறுதற்குரிய அழகிய தமிழ்ப் பாடல்களைத் தந்தமையாற் கல்வியில்லாதோரும் தாய்மொழிப் பாடல்களைப் படித்தின்புறுஞ் சுதந்திரத்தை அவர்களுக்குக் கொடுத்துள்ளார். இளங்கோவடிகள், கம்பர் என்னும் மலர்களைத் தந்த தெய்வத் தரு 'ஓராயிரவருடம் ஓய்ந்து கிடந்த பின்னர்' வாராதுபோல வந்த செல்வத்தைப் போலப் பாரதியாரென்னும் மலரையளித்திருக்கின்றது. இம்மலரை நாம் பிறர் சொற்கேட்டுத் தோற்று விடுவோமோ?

***இந்தியா* நாளேடு வெளியிட்ட வாரப்பதிப்பு, 4–10–1931**

பாரதியார் தமிழ்ப் புலமை

ச. சோமசுந்தர பாரதியார்

எட்டயபுரத்தில் பிறந்தவரான சோமசுந்தர பாரதி (1879–1959), கவி பாரதியாருக்கு இளமைத் தோழர். இருவரும் தங்கள் வீட்டாரின் கண்டிப்புக்குப் பயந்து, கோயிலின் வாகன மண்டபத்தில் வாகனங்களுக்கு மறைவில் உட்கார்ந்து தமிழ் படித்தவர்கள்.

பாரதியார், வ.உ.சிதம்பரம் பிள்ளை முதலியோரின் நெருங்கிய நண்பரான சோமசுந்தர பாரதி முதலில் வழக்கறிஞராகத் தொழில் நடத்தி, பிறகு தமிழ் மொழிப் பற்றினால் தமிழாசிரியராகப் பணியாற்றத் தொடங்கி, அண்ணாமலைப் பல்கலைக்கழகத்தில் தமிழ்த் துறைத் தலைவராக விளங்கினார்.

நாவன்மை படைத்த பேச்சாளரான அவருக்கு யாழ்ப்பாணம் தமிழ்ச் சங்கம் 1944இல் 'நாவலர்' என்ற பட்டத்தை ஈந்தது.

பல ஆராய்ச்சி நூல்களும் கட்டுரைகளும் வெளியிட்ட சோமசுந்தர பாரதியார் தமது 81ஆவது வயதில் மதுரையில் 14 – 12 – 1959 அன்று காலமானார்.

சமீபத்தில் காலஞ்சென்ற சி. சுப்பிரமணிய பாரதியார் தன்னிகரில்லாத தமிழ்ப் புலவர். நமக்கு நெருங்கிய காலத்தவராகவே, அவர் கவி நலத்தின் உயர்வை உள்ளபடி அளந்தறிவது அருமையாகும். வெறுப்பவரும் நயப்பவரும் நடு நிலையின்றி இவர் இயல்புகளைக் கடையிறந்து காண்பாராவர். நம் கால நிகழ்ச்சிகளில் ஈடுபட்டு, நவீன ஆதர்சத்தால் ஆகர்ஷிக்கப்பட்டு, நம்மிடையே பாடும் நம் காலப் புலவர் ஒருவரின் கவிகளை, மிதமிஞ்சிப் புகழ்வாரும் வெறுத்து மிகப் பழிப்பவரும் பலராவர்; ஆனால் இத்தகைய புலவரின் கவிகளை கவிநலம் அறிவதன்றி வேறு நோக்கம் கொள்ளாது, தம் உணர்வைக் கவர

விடாது, படிப்பதும், படித்து அவற்றின் இயல்பை அளந்தறிவதும் மிகச் சிலர்க்கே யாவதாகும். நடுமை நல்லறிவாளர் பாரதியார் கவித்திறம் அறிந்து கூறும் நய உரைகள் காணும்வரை, மற்றவர் இப்புலவர் கவிதை நலம் காண முயல்வது, தவறென்பது தகாதன்றோ? ஆனவரை இத் தமிழ்ப் புலவர் கவி நலத்தை ஆராய்வோம்.

முதலில் தற்காலத் தமிழ்ப் புலவர் சங்கேதங்களுக்குப் பாரதியார் பெரும்பாலும் இணங்காதவர். நாக பந்தங்களும், ஏகத்தாள் இதழ் அகல் யமக அந்தாதிகளும் புலமைத் தலைக்கோலாக் கருதும் பாவலரிடையில் சித்திரகவி சத்துருவான பாரதியார் பாக்கள் மதிக்கப்படுவது அருமையேயாகும். மனோபாவ அருமையோடு பொருளும் வறண்ட தற்காலத்திலே புலமை வனம் அழகொடு மணம் செயு மலர்க ளேனும், கொழுவிய தண் சுவைக் கனிக ளேனும் தரமாட்டாது; அடர்ந்திருண்டு காழ்த்து மலிந்த இலைச் செடிகளாலும் புதர்களாலுமே நிறைந்து தோன்றுவது இயல்பாகும். தற்காலம் தழைகளே தழைவதாகவே, மணமற்ற தழை மாலைகளே பெரும்பாலும் தொடுக்கப்படுகின்றன. அழகு மணம் முதலிய இயற்கை நலம் இல்லாதாகவே, தழைகளை வினைத்திற மலியப் பலவாறு தொடுத்து, அடுக்காலும் தொடையாலும் பல்வேறு பட்ட இலைமாலைகளையே பலரு முடைகின்றனர். இவ்வனத்திடையே தளரா ஊக்கம் உடையான் ஒரு புலவன், வெறுஞ் செடி களைந்து, நிலம் திருத்தி, உணர்வு நீர் வார்த்து, உரன் கதிர் ஊட்டி வளர்த்த நல்ல தமிழ்ப் பூந்தோட்டத்தில் நறுமலரும் சுவைக் கனியும் காணப் பெற்றால், அஃது அந்த வனத்தின் இயல்புக்குப் பொருத்தமற்ற அபூத விளைவாகவே தோன்றும். பாரதியார் பாக்கள் இப்படிப்பட்ட இலைவனத்திடை எழுந்த கனிமலர்த் தோப்பாம்.

இவர் பாக்கள், கருத்துக்களை வருத்தமின்றி விளக்கும் பண்டைப் பாவலர் பளிங்கு நடை பயின்று, இளகி ஒளிரும் வெண்பொன் ஒழுக்கும், இனிய ஓசையும், திட்பமும், சுவையும் உடையன. இப்புலவரது நூல்களைப் படிப்பவருக்கு நிகண்டு அகராதிகள் வேண்டா; கள்ளமற்ற உள்ளமும், ஊன்றிய கவனமும், தமிழில் ஆர்வமும் உடையாருக்கு இப்புலவர் இதயம் வெள்ளிடை மலையாம். எளிய இனிய இவர் கவிநடை நீரொழுக்கு உடையதேனும், வயிரத்தின் திண்மையு மொழியும் பெற்று நிற்கும்.

1. . . . . கண்ணிரண்டும்
ஆளை விழுங்கும் அதிசயத்தை கூறுவனோ ?
மீள விழியில் மிதந்த கவிதை யெலாம்
சொல்லில் அகப்படுமோ ? . . . .

2. நீலத் திரைக்கடல் ஓரத்திலே – நின்று
நித்தம் தவஞ்செய் குமரியெல்லை – வட
மாலவன் குன்றம், இவற்றிடையே – புகழ்
மண்டிக் கிடக்கும் தமிழ் நாடு.

3. (எங்கள் தாய்) செப்பு மொழி பதி னெட்டுடையாள் –
எனிற், சிந்தனை ஒன்றுடையாள்.

4. பூதல முற்றிடும் வரையும் – அற்ப
போர் விறல் யாவும் மறப்புறும் வரையும்
மாதர்கள் கற்புள்ள வரையும் – பாரில்
மறைவருங் கீர்த்திகொள் ரஜபுத்ரவீரர்.

5. நாமிருக்கும் நாடு நம தென்பதறிந்தோம், – இது
நமக்கே உரியதாம் என்பதறிந்தோம் – இந்தப்
பூமியில் எவர்க்குமினி அடிமை செய்யோம் – பரி
பூரணனுக்கே அடிமை செய்து வாழ்வோம்.

6. . . . . – தெற்கு
மாகடலுக்கே நடுவினிலே அங்கோர்
கண்ணற்ற தீவினிலே – தனிக்
காட்டினிற் பெண்கள் புழுங்குகின்றார் அந்தக் (கரும்புத்
தோட்டத்திலே)

7. மதியுண்டு செல்வங்கள் சேர்க்கும் – தெய்வ
வலியுண்டு தீமையைப் போக்கும்.
விதியுண்டு தொழிலுக்கு விளைவுண்டு, குறைவில்லை,
விசனப்பொய்க் கடலுக்குக் குமரன் கைக்கணையுண்டு
(ஜய முண்டு பயமில்லை மனமே)

8. மாலைப் பொழிதி லொரு மேடை மிசையே
வானையும் கடலையும் நோக்கிஇருந்தேன்.
மூலைக் கடலினை அவ்வானவளையம்
முத்தமிட்டே தழுவி முகிழ்த்தல் கண்டேன்.
நீல நெருக்கிடையில் நெஞ்சுசெலுத்தி
நேரங் கழிவதிலும் நினைப்பின்றியே
சாலப் பலபலநற் பகற்கனவில்
தன்னை மறந்தலயந் தன்னிலிருந்தேன்.

இனைய உருகு பொன் ஒழுக்குடைய ஒப்பற்ற இனிய அடிகளைப் படிக்குந்தொறும் நாவும், கேட்குந்தொறும் செவியும் இனிக்கும்.

அலங்காரங்களுக் கெல்லாம் தாயான உவமையைக் கையாளுவதில் இப்புலவர் பண்டைப் பாவலர் பலர்க்கும் இளையாதவர். இக்காலத்தில் இணையற்றவர். வருந்தித் தேடிப் பொருந்தச் செய்யும் புலவர் பெருமுயற்சியை நன்றி மறவாது சுமந்து காட்டும் பல புலவர் அணிகளைப் போலன்றி, பாரதியாரின் உவமைகள், இயற்கையினின்று இவர் வாக்கைத் தேடி வந்தடையும். கருத்துக்குப் பொருத்தம் உடைமையோடு, கேட்போர் மனத்தில் பதிந்து மறையாது உறையும் செவ்வி உடையவாம்

இவர் உவமை அனைத்தும். இயற்கையினின்று எளிதிலெடுத்து, தன் கவிதை அமுதருத்தி இவராளும் உவமைகள், இப்புலவர் கற்பனைத் திறனையும், ஒப்புணர் தேர்ச்சியையும், கவிவனை கைவினை முதிர்ச்சியையும், அநாயாச ஆட்சியையும் இனிது காட்டும். பழம் பாட்டுக்களைத் துருவி, பண்டை உவமைகளை உருவி, தம் புலமை நிறுவக் கருவியாக்கும் இழிசெயலை அறவே வெறுத்தவர் இப்புலவர்.

விண்ணகத்தே இரவிதனை வைத்தாலும்
அதன் கதிர்கள் விரைந்து வந்து
கண்ணகத்தே ஒளிதருதல் காண்கிலமோ?
நின்னைஅவர் கனன்று, இந்நாட்டு
மண்ணகத்தே வாழாது புறஞ்செய்தும்,
யாங்களெலா மறக்கொணாது, எம்
எண்ணகத்தே, லாஜபதி, இடையின்றி
நீவளர்தற் கென் செய்வாரே?

எனவும்,

தேனை மறந்திருக்கும் வண்டும், – ஒளிச்
சிறப்பை மறந்து விட்ட பூவும்,
வானை மறந்திருக்கும் பயிரும் – இந்த
வையம் முழுது மில்லை தோழி

கண்ணன் முக மறந்து போனால் – இந்தக்
கண்கள் இருந்துபயன் உண்டோ?

என்றும்,

பாயும் ஒளி நீ எனக்கு – பார்க்கும் விழி நான் உனக்கு
தோயு மது நீ எனக்கு – தும்பியடி நான் உனக்கு

பானமடி நீ எனக்கு – பாண்டமடி நான் உனக்கு

பண்ணு சுதி நீ எனக்கு – பாட்டினிமை நான் உனக்கு

வீசு கமழ் நீ எனக்கு – விரியு மலர்நான் உனக்கு
பேசு பொருள் நீ எனக்கு – பேணு மொழி நான் உனக்கு

என்றும்,

மண்ணில் இன்பங்களை விரும்பி சுதந்தரத்தின்
மாண்பினை இழப்பாரோ?

கண்ணிரண்டும் விற்றுச் சித்திரம் வாங்கினால்
கை கொட்டிச் சிரியாரோ?

எனவும், வருவன பல உவமைகளையுங் காண்க. உவமான உவமேய இயைபுகளும், அவைகளின் அழகும், கவிகளில் இவற்றின் அமைப்பும் விசதமாக எடுத்து விரிப்பதானால் இவற்றிற்கே பல வியாசங்கள் வேண்டும். கேவலம் பண்புகளையும் மனோபவ எண்ணங்களையுமே உருவகப்படுத்தி, அவற்றின் உதவி கொண்டு

தம் கோள் நிறுவுதலில் இவர் கைவந்த சமர்த்தர். கண்ணனைக் காதலி பாவமாக்கித் தன் காதல் பாடும் பக்தன் வாயில்,

வீரமடி நீ எனக்கு – வெற்றியடி நான் உனக்கு

என்று இவர் கற்பித்த கவிதையின் நயம் கருதி வியவாதிருக்க முடியாது.

தமிழ் இலக்கண நுணுக்கங்களை ஆராய்ந்து தெளிவோர், தமிழ் கேவலம் ஒட்டு மொழி அன்று; ஆரியம் போல் அசையேற்று மாற்றங்காட்டு நிலையுடைமையோடு, ஆங்கிலம் போல் சொற்கூட்டறுத்துப் பிரிவு நிலையையும் அடைந்துளது என்பதை அறிவார். இஃதெப்படி யாயினும் தமிழ்ப் பெரும் புலவர் இவ்வாறு இடர்ப்படுவதில்லை. "துயர்" "மழை" என்னும் பெயர் சொற்களினின்று "துயரினன்" "மழைத்தனள்" என்று அனாயாசமாய் வினைகளாக்கித் தமிழாக்கங் கண்ட கம்பர் அன்ன பழம் பெரும் புலவர் தமிழ்த் திறம், இறவாது நின்று நிலவுகிறது; உரனோடு ஊக்கமுடைய தமிழ்வாணரால் இன்றும் கையாளப்படுகின்றது. பாரதியார் இத்திறம் கைவந்த கவி என்பதை அவர் பாக்களிற் பரக்கக் காணலாம். இதற்கு ஈண்டு ஒரே சான்று காட்டிப் போவேன்.

"உற வென்றும் நட்பென்றுங் கதைக்கிறான்" என்று சுயோதனன், பாஞ்சாலி சபத நூலில், தன் தந்தையை வெறுத்துக் கூறுமிடத்து இப்பிரயோகம் போலவே பாரதியார் பனுவல்களில் பல வேறிடத்திலும் இப்புலமை நலம் ஒளிரக் காண்போம்.

பாரதியார் பாட்டுக்களில், "நொள்ளைக் கதைகள்," "கண்ணாலஞ் செய்யுங் கருத்துடையேன்," "பிச்சைச் சிறுக்கி செய்த பேதகத்தைப் பார்த்தாயோ?", "நட்ட நடு நிசியில்," "பட்டப் பகலிலே பாவிமகள் செய்தியைப் பார்," "கள்ளத்தைக் கொண்டொரு வார்த்தை சொன்னால் அங்கு காறி யுமிழ்ந்திடுவான்," "தாலிகட்டும் பெண்டாட்டி சந்ததிக ளேதுமில்லை," "நீசக்குயிலே, நிலையறியாய்ப் பொய்மையே," – என்றிவ்வாறு பல விடத்தும் பாட்டுக்கும் பாத்திரங்களுக்கும் பொருத்தமாக நடப்புச் சொற்களை நயம்பட எடுத்தாளும் புலமைத் திறனுங் கவிநலமும் கனிந்து கவினும்.

இவரைக் குற்றமற்ற மதுரகவி என்னலாம். இவர் சித்திர கவிக்கு மித்திரரில்லை. பண்டை முறைப்படி விஸ்தாரப்படுத்தி யாதொரு நூலுஞ் செய்ய இவர் விரும்பினதாய்த் தெரியவில்லை. வெளிவந்த 'பாஞ்சாலி சபதம்' ஒத்த சில சிறு காவியங்களையும், அச்சேறாத "சேற்றூர் உலா" அன்ன சில ஒரு துறைக் காதற் பனுவல்களும் இவர் செய்ததுண்டு. இவர் இயற்றிய ஒரு பொருள் நுதலிய பல துறைக் கோவைகளில், 'கண்ணன் பாட்டும்,' 'சுதேச

கீதங்க'ளுமே தலை நின்ற சிறப்புடையனவாம். கவிதொறுங் கனியும் தேனும், அடிதொறுங் கமழுங் கண்டும் திகட்டாத சுவை தருவதாம்.

பண்டு தொட்டுப் பாவலர் நால்வகைப் பாவிலும் இயற்றியுள்ள பனுவல்கள் ஆயிரக் கணக்கானவை. திருத்தக்க தேவரும் கம்பரும் விருத்தப்பாவை வீறு பெறச் செய்தது முதல் பிந்திய புலவரெல்லாம் பாக்களின் பண்பையும் பயனையும் அறவே மறந்து, விருத்தப்பா இனத்திற்கே அரசுரிமை தந்துவைத்தார். விருத்தமல்லாப் பலதுறைப் பாவினங் கொண்டெழுந்து, விழுமிய தனிப் பனுவலாகப் புலவர் போற்றுவது தற்கால உலகில் கலிங்கத்துப்பரணி ஒன்றே. இந்நிலையில் தமிழகத்தெழுந்த நம் புலவர், தம் தனிப் பாசுரங்களால் தலைநின்ற தன் கவித் திறத்தை எவ்வகைப் பாவினுங் காட்ட வல்லாராயினும், தாம் தொகுத்த பனுவல்கள் பலவும் இசையொடு பாடத் தகும் பாவினப் பாட்டுக்களைக் கொண்டே செய்து அமைத்து வைத்தார். நமது கவியின் புதுக் கருத்துக்களுக்கும், நாடு மொழி மதங்களொடு குறுகாமல் மக்கள் நலத்தொடு விரிந்த விசால நோக்கத்துக்கும், உலக முழுதும் பரந்து வந்து நமது நாட்டையும் இயக்கும் புதுக் கிளர்ச்சிக்கும் மிக்க பொருத்தம் உடையதாகவும், தன் கவி உள்ளம் கனிந்துருகி அலைத்தெழும் உணர்வு வெள்ளத்தை வழிப்படுத்தி, தமிழ்ப் பெருமக்களை ஊக்கி, அவர்க்கு ஆக்கம் தருவதற்கு இசை இனிக்கப் பாடுவதே கடன் என்றறிந்த புலவர், அக்கருத்து மேற்கொண்டும், இவர் இப் புதுவழிப் புகுந்து, தமிழருக்குப் புதிய உணர்ச்சியும் தமிழுக்குப் புதுப் புத்தணிகளும் தேடித் தந்துளார். யதுகை மோனைகளைத் தேடிப் பொருளிழந்து திண்டாடும் பாக்களால் புண்பட்ட தமிழ் மகள், தொட்டதெல்லாம் பொன்னாக்கும் இவர் பாவன்மை வேது பெற்று, ஆறுதலு மகிழ்வும் அடைவாள். பாப்பாப் பாட்டு, முரசுக் கவிகளால் மிழன்று, பள்ளும் கிளிப் பாட்டும் பயின்று, விடுதலை, தாய் நாடு பாடி, பாஞ்சாலி சபதம் கூறி, கண்ணன் பாட்டு ஜீவன் முக்திகளில் வீறிய இவர் கவிதை நலம் பண்ணேறி விண்ணுயர்ந்து உலவுவதாகும். சமையம், ஆசாரம், சமுதாய ஒழுக்கம் ஆதியவற்றுள் சமதிருஷ்டியும், சர்வாபி அனுதாப நிறைவும் இவர் பாத்தொறும் பரவி விரவும். எனைத்தானும் தற்கால தமிழுலகில் இவரொத்தாரைக் காண்பதரிது; மிக்கார் இலராவர்.

_பஞ்சாமிர்தம்_, 1(1), சித்திரை 1924

~ ~ ~

பாரதியாரின் பா நலம்

புதுப் புலமைக் கவித் தலைவர் பாரதியார் பாவியல் பின் இயற் பெருமை அண்மையினால் உள்ளபடி நாம் மதித்தல் அருமையாகும். சிறு மனையைத் தனி மரத்தைக் குறுகாமல் இயல் அறிதல் கூடாதாகும். பெரு மலையில் அருகுள்ளார் காண்பததன் கல்லுருவம், புல்லுருவி புதை மரமும் விடர்களொடு அடர்புதரும் படர்கொடியும், இடையிடையே படுகுழியும் நெடுஞ் சரிவும் தொடர்பற்ற தோற்றமுமேயாகும். துலை நிலையில் குறை பலவும் மறைந்து, மலை மாட்சி காண்போர்க்குக் கண் களிக்கும் காட்சி தரும். அதுவே போல் சிறியோரின் சில நலத்தை அடுத்தன்பு தொடுத்து உவப்பார் கூறக் கேட்போம். எண்ணறிய பண்புயர்வும் செயற்கரிய செய்திறவாப் புகழ்ப் பயிரை விதைக்கு மருந்திறலுடையார் பெருமை, அழுக்காறும் புல்லறிவும் அழித்து சான்றோர் விருப்பமுடை நடுநிலையால் நாளடைவில் வளர்பிறை போல் ஒளிர்வதாகும். பாரதியார் காலத்தால் நமக்கு மிக நெருங்கியவர். வடுவன்றி நடுவறியார் குறை தூற்றிப் பிறர் புகழைக் கொன்று மகிழ் குழுவினர்கள் ஒழியாத அண்மையில் நாம் வாழ்கின்றோம். அதுவுமன்றி சாலவுயர் புலமை வளர் காலமெலாம் பாரதியார் நம்மவர்கள் பலர் பழகி நலமறிய வொண்ணாமல் பிறராளும் புதுவையிலே வறிய பரதேசியென வாழ்ந்து வந்தார். இறக்கும் வரை தமிழர்களால் துறக்கப்பட்டு நல்குரவின் தொல்லைகளில் ஆழ்ந்து தாழ்ந்தார். சுடச் சுடரும் பொன்போல் இடர் தொடரால் அவர் புலமை உயிர்த்தெழு நம் தமிழ் வானில் புது வாழ்வின் விடிவெள்ளி போல் உயர்ந்து விளங்குவதை விழிப்பவர்கள் கண்டுவந்து பாராட்ட விரையக் காண்போம்.

பாரதியார் வர கவி; பிறவிப் புலவர். கல்லாமற் கவி பாட வல்லாராய்ப் பிறந்த தவப்புதல்வர். கதை தமிழகத்தில் பல பயிலக் கேட்கின்றோம். பொய் புனைந்த வெறுங்கதைகள் என்றவற்றை இகழ்கின்றோம். தலைபிழையாத் தண்ணியலும் உருகிய பொனொழுக்கும் பொருளுயர்வும் பொலிகின்ற வெண்பாக்கள் எண்ணில. எட்டாண்டு முதல் விரைந்தியற்றிப் புலவர்களை வியப்பித்த குழவிச் செம்மல் நம் பாரதியார். காண்டளவில் இவர் ஷெல்லி, பைரன், செகப்பிரியர் சொல்லிய நல் கவிதையினைத் தமிழில் பொருள் பெயராச் செழும் பாவால் மொழிபெயர்த்துப் பொழுது கழித்து விளையாடும் இளம் புலவராயிருந்தார்.

இளமையிலும் இகழ்வாரை அகமாழ்க வாயடைக்கும் வளமை மிகு மறுமொழிகள் விரைந்துரைக்கும் நாவலர் நம் பாரதியார், நெல்லை இந்துக் கல்லூரி நான்காம் பார மாணவராயிருந்தபோது செருக்குருவமான சிவராம பிள்ளை எனும் பண்டிதர் வகுப்பில் ஒரு நாள் இவரை அரிய வினா விடுத்துக் 'காளமேகம் விடைபொழிக!' என நகைத்தார். 'தானாகப் பருவத்தில் குளிர்த்து மழை கொட்டுமன்றி காளை முகில் கட்டளைக்கு மழை பெய்யாதென்பதை நான் பண்டிதருக்குச் சொல்லுவது மிகையன்றோ?' என்றிவர் ஆங்குரைக்க, பண்டிதர் வெட்கி வெகுண்டெழுந்து வெளியேற நேர்ந்தது. பிறிதொரு கால், பத்தாண்டு மூத்தவற்றில் பல்லாண்டு சோதனைகள் தேறாமல் தமிழ் வாணராய்த் தருக்கி வாழ்ந்த காந்திமதி நாத பிள்ளை என்பார், இளம் புலவர் பாரதியார் மனம் வளைய வைக்க எண்ணி அவர் பெயரனைத்தும் பாரதி சின்னப் பயல் என்பதைக் கடையடியாக வைத்து ஒரு வெண்பா இயற்றச் சொன்னார். உடனே பாரதியார், அத்தொடரைப் பிரித்துத் திரித்து, 'காரது போல் நெஞ்சிருண்ட காந்திமதி நாதனைப் பார் அதிசின்னப்பயல்' என முடித்து இருந்தவர்கள் புகழ விடை விரைந்திறுத்துக் காந்திமதிநாதன் முகம் கருகச் செய்தார். இவை போன்ற வரலாறு பலவுண்டு. இவற்றால் நம் புலவர் பாவன்மையோடு நல்ல மதிவளமும் நகையுணர்வும் தட்டி முட்டித் தாழாமல் விரைந்தினிது தொடரும் சொற் செல்வமும் நிரம்பிச் சிறு வயதில் முதுபுலமை எய்தி நல்லார் எல்லாரும் வாழ்த்த வாழ்ந்தார்.

பாரதியார் இசைத் தமிழின் வளம் காட்டி அதை இகழ்ந்து வசைகூறும் இயற்றமிழ்ப் பாவாணரெலாம் வாய் வாளாது அடங்கி அகம் புழுங்கத் தூய தீந்தேனின் சுவை ததும்பும் பா மழைக்கப் பிறந்தது கொண்டலெனப் பிறங்கி நின்றார். பண்ணத்தி வகை பெரும் வரி பாட்டு செந்துறைகள் இசை மணமும் இணரெழிலும் இணைந்த மலரினங்களெனு முண்மையினைத் தமிழ்ப் புலவர் பத்து நூறாண்டுகளால் மறக்கலானார். இசைவலரை இயற் புலவர் எழுத்தறியா மதிகேட ரென்றிழிக்க, பண்ணறிந்து பாடுபவர் புலவர்களைப் பழிக்க இரு குழுவும் பகைவராகி இகழ்ந்திகழ்வாரானார். தமிழ் மணமே யறியாமல் பிழை மலிந்த பொருள் வறண்ட கீதங்கள் பிறமொழியில் தமிழகத்தில் பாடுபவர் புலவரிடை மதிப்பிழத்தல் ஓரளவில் இயல்பாகும். எனில் வண்ணமொடு பண்ணத்தி வகைச் செய்யுள் இசை வள மார்த்தியற்றமிழன் பாற் படுதல் மறந்தொழுகும் புலவர் பிழை சிறிதன்று. 'பண் என்னும் பாடற்கியை பின்றேல்' எனும் வள்ளுவர் வாயுரை பண்ணோடு பாட்டு தண் மலரும்

நன் மணமும் போல் பிரியாமல் உடனியங்கும் பெற்றி பேசும் பாரதியார், பன்னிரு நூற்றாண்டுகளாய்ப் பிரிந்து பிறழ்ந்துயிர் வாடி வந்த இந்த இரு கலையின் இயலொருமை உணர்ந்து மீண்டு மவையிணைத்துப் பழைய தமிழ்ப்பா மரபைப் புதுப்பித்த கவிதைச் சிற்பி. தேசியப் பாட்டு மட்டுமன்று கண்ணன் பாட்டு, பாப்பா பாட்டு, முரசுப் பாட்டு, குயிற் பாட்டு முதலியவனைத்தும் பண்ணோடு பயிலும் பாமணிகள்.

பாரதியார் பெருமையு முரணும் பெருகுமுளம் படைத்தவர். பெருந் தலைவர் அனைவோரும் பிறராட்சிக்குடன்பட்டு, ஆண்டவருவப்ப அடிமை நிலை மக்களிடை வளர்த்த நாளில் அஞ்சா நெஞ்சுடனே அரசாளும் அந்நியரை நம்மவருள் அவர்க்குதவும் கருவிகளாய் வாழ்வாரோடெதிர்த்து இகழ்ந்து உரிமை மோகம் விடுதலையின் தாகம் அறிவை வெறிகொள்ள வைக்கும் கவிதைகள் கலந்தூட்டித் தமிழ்நாட்டு நரிகளையும் அரிகளாக்கி தமதாட்சி யியக்கத்தைத் தழைக்க வைத்த பெருமையவர் தனி உரிமை. கடவுளொடு காதல் வீரமிவை மலிந்த தமிழ்ப் பழம் பாட்டுக் கைவந்த பண்டிதரும் பாராட்டப் பாடினதோடமையாமல், புதுக்கவிதை வகை முறைகள் பல வகுத்து, நாட்டன்பை வீட்டின்ப விதை முதலாய்ப் பெருக வைத்து, எல்லாரு முணர்வோங்கி அவியுணவின் ஆன்றாரோடொத்துயரப் படைத்துவரும் புலவர்களின் தலைவரிவர். சமத்துவம், சகோதரத்துவம், முற்றுரிமை உணர்வுகளை வற்றாமல் வளர்த்த தமிழ் முதற் கவிஞர் பாரதியார்.

அடிமை நிலை அருவருப்ப, அஞ்சாத நெஞ்சுரன், வாய்மை யிலே எஞ்சாத நம்பிக்கை, சமவுரிமை, பொது நன்மைக் கொள்கைகளில் குறையாத பேரார்வம், நாட்டன்பு போல்வனவே பாரதியார் கவிகளிலே ஒளிர்மணிகள். தற்காலத் தமிழகத்தில் ஆசு கவியரசென வாழ்ந்த கந்தசாமிக் கவிராயர் பாரதியார்க்கெதிர் பாடக் கூசினதை யானறிவேன். புலவர் நிதம் தனைச் சூழ்ந்து போற்ற வாழ்ந்த வேளாளர் குல திலகர் நெல்லையப்பன் கவிராசா பாரதியை இளவயதில் மாணவராய்ப் பள்ளி பயில் பருவத்தே பாராட்டித் தம் நாளவையில் அருகிருத்திப் பாவலர்கள் மாழ்கப் பல்பாட்டுப் போர் கூட்டி இவர் வெற்றிபெறக் கண்டுவந்து கொண்டாடப் பெற்றதனால் அப்போதே இவர் புலமை அரங்கேறி அறிஞர்களின் நன்மதிப்பை திறை கொண்டதென்பதும் யானறிந்த உண்மை.

பண்டிதர்கள் பாரதியைப் பாராட்ட மறுப்பது அவர் உரனற்ற அடிமை மனப்பான்மைக்கு ஓரளவுகோலாம். ஆனால், தற்போது பாரதியைப் புகழ்வோரும் அவர் பாட்டின் செவ்வி

நுகர்ந்தின்புற்று அறிந்தளர்ந்து பேசுவதாய்க் கொள்வதற்கில்லை. தங்கொள்கை கக்ஷிவாத நோக்கத்திற்குப் புலவர் பாராட்டும் பயன்படுதல் கண்டு அவரைக் கொண்டாடத் தொடங்கியுள்ளார் பலராவர். இறக்கும்வரை அவர்க்குதவ முன்வந்த செல்வரையோ தலைவரையோ யாமறியோம். இறந்த பின்னர் இன்றளவும், இளைஞருள்ளே சிற்சிலரையன்றி மற்றோர் பாரதியார் பாக்களைத் தாம் ஊன்றிக் கற்றுச் சுவையறிந்து திளைப்பவரைக் காணலரிது. தமிழ் மொழிக்கே தாழ்வகற்ற விரும்பாத தலைவரிடைத் தமிழ்ப் பாட்டுச் சுவையுணர்வை எதிர்பார்த்தல் குதிரைக் கொம்பு கொணர்வதாகும். நாளடைவில் தமிழ்மொழி தன்னிலைமை பெற்று அரசுரிமை யெய்துமெனில் தமிழ்ப் பாட்டைப் பயில்வோர்கள் தலையெடுப்பின் அக்காலம் பாரதியார் பா நலத்தை மதித்தறிதல் இயல்பாகும். தற்காலம் வெவ்வேறு காரணத்தால் படியாமற் புகழ்பவரும் இகழ்பவருமிருப்பதனால் மெய்யரிசை அளந்தறிதல் அருமையாகும்.

தினமணி பாரதிமலர், 8-9-1945

பாரதி திருநாள்

பரலி சு. நெல்லையப்பர்

கப்பலோட்டிய தமிழன் வ.உ.சியின் சுதேசிக்கப்பல் கம்பெனியிலும், புதுவையில் பாரதியாரை ஆசிரியராகக் கொண்ட *இந்தியா* பத்திரிகையிலும் நேரிடைத் தொடர்பு கொண்டு வளர்ந்தவர் பரலி சு.நெல்லையப்பர் (1889 – 1971). புரட்சிவீரர் நீலகண்ட பிரம்மச்சாரியிடம் அவரை ஆசிரியராகக் கொண்ட *சூரியோதயம்* என்ற புதுவைப் பத்திரிகையில் முதன்முதலாகப் பத்திரிகைக் கலை கற்ற நெல்லையப்பர், பாரதியாரிடம் நெருங்கிப் பழகியவர்; பாரதி காலத்திலேயே அவரது தேசியப் பாடல்களையும் *பாப்பாப் பாட்டு, முரசு,* கண்ணன் பாட்டு நூல்களையும் சென்னையில் வெளியிட்ட பெருமைக்குரியவர்.

தேசபக்தன் முதலிய பல பத்திரிகைகளில் இருந்த பின்னர் *லோகோபகாரி* என்ற பழைய வாரப்பதிப்பை வாங்கி, அதன் ஆசிரியராகப் பேரும் புகழும் பெறப் பல்லாண்டுகள் நடத்தினார் நெல்லையப்பர். இவர் சிறந்த கவிஞர்; எளிய நடையில் உயர்நெறி கொண்ட கவிதைகள் நிறையப் புனைந்தவர். அதே போல மிக எளிய நடையில் அரசியல் குறிப்புகளும் பிறவும் வரைவதில் சமர்த்தர்.

பாரதி திருநாளைக் கொண்டாடுவது பற்றி 1938 *ஹிந்துஸ்தான்* பாரதி மலரிலும், 1940 *லோகோபகாரி* பாரதி மலரிலும் வந்த இரு கட்டுரைகளை ஒன்றாக இணைத்துக் கீழே தருகிறேன். இக்கட்டுரையில் பாரதி பக்தர்கள், தாஸர்கள் என்று நெல்லையப்பர் குறிப்பிடுவது பொதுவாகத்தான்; தனிப்பட்ட எவரையுமல்ல. பாவேந்தர் பாரதிதாசனிடம் நெல்லையப்பருக்கு மிக்க மதிப்பு உண்டு.

பாரதியார் புதுவையில் அஞ்ஞாதவாசம் செய்யும் பொழுது சுமார் இருபதாண்டுகளுக்குமுன் (1917இல்) நான் பாரதியார் பாடல்களை முதன்முதலாக அச்சிட்டு வெளியிட்டபொழுது, பாரதியார், 'தெய்வம் கண்ட கவி' யென்றும், 'ஜீவன் முக்தர்'

என்றும் எழுதியிருந்தேன். மேலும் அவர் பாடல்களை "அவர் காலத்திற்குப் பின் – எத்தனையோ நூற்றாண்டுகளுக்குப்பின் – தமிழ்நாட்டு ஆண்களும் பெண்களும் பாடி மகிழும் காட்சியை நான் இப்பொழுதே காண்கிறேன்" என்றும் அன்று எழுதியிருந்தேன். அப்பொழுது நான் சொன்ன வார்த்தைகள் இப்பொழுது மெய்யாகி வருகின்றன.

கவிகள், தீர்க்கதரிசிகள், ஆத்மஞானிகள் சொல்லும் வாக்குகள் தெய்வ வாக்குகள் என்று பொருள்படும் அரியதோர் ஆங்கில வாக்கியம் உண்டு. அந்த வாக்கை உண்மையாக்குகிறார் பாரதியார்.

உடலம் வாழ்ந்திருப்பினும் உள்ளம் வானத்திலே உலவு மாறு வாழ்கின்றவனே உண்மையான புலவன்.

ஆடுவதும் பாடுவதும் ஆனந்தமாக நின்னைத்
தேடுவதும் நின்அடியார் செய்கை பராபரமே

என்ற தாயுமானவர் பாடலுக்குப் பொருத்தமான உதாரணமாக விளங்கினார் பாரதியார்.

பாட்டுப் படித்து நான் வாழ்வேன் – வேறு
பாட்டொன்றும் பட்டிட மாட்டேன்
ஆட்டங்கள் ஆடிநான் வாழ்வேன் – வேறு
அலுவல்கள் பார்த்திட மாட்டேன்

என்று என்னையும் பாடச் செய்தது பாரதியார் கூட்டுறவு.

பாரதியார் பாடல் நமக்கு அரசியல் விடுதலை மட்டுமல்ல. ஆத்ம விடுதலையும் அளிக்க வல்லது.

~ ~

நாட்டின் சில பாகங்களில் பாரதி தினத்தை விமரிசையாகக் கொண்டாடி விட்டால் போதுமா? வீடுகளிலும் வீதிகளிலும் பள்ளிக்கூடங்களிலும் பாரதியார் கீதங்களும் கருத்துகளும் மூச்சுக் காற்றைப்போல் புகுந்து புகுந்து இரத்தத்தோடு இரத்தமாய், உயிரோடு உயிராய்க் கலந்துகொள்ள வேண்டும். நமது பிள்ளைகளும் பேரப் பிள்ளைகளும் தேவாரம், திருவாசகம், பிரபந்தம் முதலியவற்றோடு பாரதியாரின் பிரபந்தங்களையும் ஓதிஓதி உணர்ந்து பாட வேண்டும். பாடிப்பாடிப் பயன்பெற வேண்டும்; தாங்கள் அடைந்திருக்கும் ஆனந்த சுதந்திரத்தின் வித்து என்று பாரதியைத் தெரிந்து போற்ற வேண்டும்.

இந்நாளில் எத்தனையோ போலிப் பாடல்கள் தோன்றி வருகின்றன! எத்தனையோ போலிப் பாரதிகள் தாஸர்களென்றும் பக்தர்களென்றும் தோழர்களென்றும் சொல்லிக்கொண்டு

ரஸிகர் நெஞ்சையும் செவிகளையும் புண்ணாக்கி விடுகிறார்கள்! இப்பாடல்களில் இலக்கணம் இல்லை; கவிதையின் இலட்சணமே இல்லை. பாரதி பாடல்களில் பல, உயிருள்ள பாடல்கள்; 'பாரதி பக்தர்'களின் பாடல்களோ வெறும் பிரேத அலங்காரங்கள்!

புதிய தோரணையில் புதிய கருத்துக்களை எளிய நடையில் அமைத்துப் பாடித் தமிழுக்குப் புத்துயிர் தந்தவர் பாரதியார். தற்காலப் போலிப் பாடல்களோ ஒரே தமிழ்க் கொலையாகக் காண்கின்றன! தமிழ்ப் பண்டிதர்கள் யாப்பிலக்கணம் கற்றுக் கவிதை வதம் நடத்துகிறார்களென்றால் புதுமைத் தமிழ்க் கவிராயர்கள் தமிழ் வதத்துக்கு இலக்கணமும் தேவையோ என்கிறார்கள். தாஸர் என்றும் பக்தர் என்றும் அடக்கமாய்ச் சொல்லிக்கொண்டபோதிலும் பாரதியாரின் அவதாரம் என்றே எண்ணம்!

ரஸிகர்களுக்கோ காதிலும் புண், நெஞ்சிலும் புண்! கவிதா தேவிக்கோ மேனியெல்லாம் புண் – ஒரே சித்திரவதை. தமிழோ வெகு சிறப்பாக வதம் செய்யப்படுகிறது! இந்த நிலையில் ஏதாவது சாகா மருந்து இருக்கிறதா, இந்த விபரீதங்களையெல்லாம் தடுத்துத் தமிழையும் நம்மையும் காப்பாற்றிக்கொள்வதற்கு?

கொஞ்சம் 'காது வைத்தியம்' செய்துகொண்டாலே போதுமென்று தோன்றுகிறது. நாம் குறிப்பிடும் காது வைத்தியத்திற்கு வைத்திய நிபுணரிடம் போக வேண்டியதில்லை. தேசியகவி திலகமாகிய பாரதியாரின் வைத்தியமே போதும். இவருடைய சிறந்த பாடல்களையும் செய்யுட் பகுதிகளையும் ஓசையின்பம் தோன்ற மீண்டும் மீண்டும் பாடிக்கொண்டேயிருந்தால் காது சரியாகிவிடும். நெஞ்சுப் புண்ணும் ஆறிப்போகும். "மாண்டவன் மீண்டான்!" என்று அதிசயிக்கும்படி தமிழும் பிழைத்துக்கொள்ளும்.

இப்படி ஒரு சிறு கூட்டம் தேவை. இத்தகைய ரஸிகர்களும் செவிச்செல்வர்களுமே கவிதா தேவியின் மெய்க்காப்பாளர்கள்.

~ ~

இத்தகைய ரஸிகர் கூட்டம் பாரதியாரின் சிறந்த பாடல்களைப் பாடி மகிழ்வதோடு, கிராமங்களிலும் நகரங்களிலும் பரவச் செய்யவும் முன்வர வேண்டும். பாரதியை இன்னும் தமிழர்கள் நன்றாக அறிந்துகொள்ளவில்லை. இவர் கவிகளும் நூல்களும் இன்னும் பிழையற்ற பதிப்புகளாக வெளியிடப்படவில்லை. பாரதியைக் குறித்த சரியான ஆராய்ச்சிகளும் வெளிவரவில்லை.

பக்தர்கள் வானளாவப் புகழ்கிறார்கள்; "ஆயிரம் நாவுடைய ஆதிசேஷனாயிருந்தோமில்லையே!" என்று எண்ணுகிறார்கள்.

பண்டிதர்களோ திருதராஷ்டிர மகாராஜாக்களாயிருக்கிறார்கள்; "அப்படியொன்றும் பிரமாதமாய்த் தெரியவில்லையே" என்கிறார்கள். திருவள்ளுவர், இளங்கோவடிகள், ஜயங்கொண்டார் முதலானவர்களைப் பற்றிக்கூட இப்படியே சொல்லியிருப்பார்கள், எண்ணியிருப்பார்கள்!

பாரதியார் என்ற வீரமுரசு காதில் விழவில்லையென்றால் அந்தக் காதை என்னவென்று சொல்வது? செவியில்லாத சேஷர்கள் என்றுதானே சொல்ல வேண்டும் அப்படிப்பட்ட தமிழ்ப் பண்டிதர்களை!

மறைந்து கிடந்த தமிழ்ச் செல்வங்களை வெளிக்கொணர்ந்து நமக்கு உதவித் தமிழின் புது யுகத்தை உருவாக்க முயன்ற பெரியார் மஹாமஹோபாத்யாய ஸ்ரீ சாமிநாத ஐயர் அவர்களென்றால், "புதிய தமிழ்ச்செல்வம் இதோ பாருங்கள்!" என்று காட்டித் தம் பாடல்களால் தமிழில் புதிய யுகத்தை உண்டாக்கியவர் ஸ்ரீ சுப்பிரமணிய பாரதியாரேயாவார். இதைப் பண்டிதர்கள் அறிந்துகொள்வது அவசியம்.

புறநானூறு முதலிய சங்கநூல்களைக் கண்டு, "தொட்டுப் பார்க்கவும் பயமாயிருக்கிறதே!" யென்று புதுமை எழுத்தாளர்களும் பயப்பட வேண்டாம்; பாரதி பாடல்களைக் கண்டு "நெருங்கிப் பார்த்தாலும் தீட்டு ஒட்டிக்கொள்ளுமோ?" என்று பண்டிதர்களும் பயப்பட வேண்டாம்.

"பண்டிதர்களே! நீங்கள் பண்டைத் தமிழ்க் கடலில் இறங்கித் திளைப்பதோடு புதுமைத் துறைகளையும் புறக்கணிக்க வேண்டாம்" என்று பிரார்த்திப்பதோடு, "புதுமை எழுத்தாளர்களே! நீங்களும் பழஞ்செல்வங்களைப் புறக்கணிக்க வேண்டாம்" என்றும் பிரார்த்திக்கிறது *லோகோபகாரி.*

~ ~

அரசர் முதலிய செல்வர்களின் பிறந்த தினத்தையும் பெரியவர்களின் பிறந்த தினத்தையும் கொண்டாடுவது பழைய தமிழ் வழக்கம். பிறந்த தினத்தைக் காட்டிலும் இறந்த தினமே புனிதமானது. பிறக்கும்போது பெரியோரும் சாமானியக் குழந்தைகள்தானே!

பாரதியார் நம்மை விட்டுப் பிரிந்த நாளைப் புனிதமான ஒரு திருநாளாகக் கொண்டாட வேண்டியது அவசியம். பெருமாளுக்குப் பள்ளியெழுச்சி பாடினார் தொண்டரடிப் பொடியாழ்வார்; சிவபெருமானுக்குப் பள்ளியெழுச்சி பாடினார் மணிவாசகப் பெருமான்; தேசீயகவியான பாரதி, கும்பகர்ண

உபாஸனை செய்து கொண்டிருந்த பாரத மாதாவுக்குப் பள்ளியெழுச்சி பாடினார். இப்படிப்பட்ட கவிஞரை மறக்கலாமா? மறக்க முடியுமா?

பக்தர்கள் பக்தியுணர்ச்சியை ஊட்டிப் பாடல்கள் பாடியிருக்கிறார்கள். தேசபக்த திலகமான பாரதி சுதந்திர உணர்ச்சியை ஊட்டினார்; ஊட்டி ஒரு புதிய விழிப்பை உண்டுபண்ணியிருக்கிறார்.

தமிழ்நாட்டிலே அரசியல் கிளர்ச்சிக்கு அங்குரார்ப்பணம் செய்த காலத்திலேயே பாரதி தேசபக்தராயிருந்து பாடல்கள் பாடினார்.

சமூகச் சீர்திருத்தம் முன்னணிக்கு வராத காலத்திலேயே பாரதி ஒரு சீர்திருத்தவாதியாக இருந்து பாடியிருக்கிறார்.

மதத்தின் அவசியத்தைத் தெளிவாக உணர்ந்து கொண்டதோடு தேசீயத்தையும் மதமாக்கிப் பாடினார். நித்தியானந்த ஊற்றாகிய வேதாந்தத்தைத் தமது அரசியல்—வேதாந்தத்திற்கும் கவிதைக்கும் உறுதியான அடிப்படையாக்கிக் கொண்டார்.

நாட்டையும் தமிழையும் மறந்த தமிழனுக்கு "நாம் இருக்கும் நாடு நமது!" என்று சித்தாந்தம் செய்து, "தமிழே உன் தாய்!" என்று காட்டினார். அந்தத் தமிழ் ஒரு கிழவியல்ல; குமரிதான்; என்றும் குமரி, இன்றும் குமரிதான் என்றும் காட்டினார்.

இத்தகைய பாரதியின் திருநாளை 'இறந்த நாள்' என்றுதான் எப்படிச் சொல்வது? இவருக்கு இறப்பும் உண்டோ? தாம் சாகாவரம் பெற்றதாக நம்பியிருந்தாரே! "ஆம்; பாரதியாரே! உம்முடைய நம்பிக்கை மூடநம்பிக்கையன்று; சத்தியமான நம்பிக்கை. நீ இறக்கவில்லை!"

தமிழ்க் கவிகளின் பரம்பரையில் தோன்றியவர் பாரதியார். திருவள்ளுவரையும் கம்பரையும் புலமைத் தெய்வங்களாகவே மதித்து வாழ்ந்தவர் பாரதியார். பழைய தமிழ்க் கவிகளின் வாக்கிலே தோய்ந்து வருகிறது பாரதி வாக்கு.

***ஹிந்துஸ்தான்* வாரப்பதிப்பு, சென்னை, 11–9–1938**
***லோகோபகாரி* வாரப்பதிப்பு, சென்னை, 7–9–1940**

எண்ணியது நண்ணும்

வ.ரா.

திருப்பழனம் வ.ராமஸ்வாமி ஐயங்கார் என்றால் யாருக்கும் தெரியாது; வ.ரா. (1889–1951) என்று சுருக்கமாகச் சொன்னால், எல்லாருமே புரிந்துகொண்டு வரவேற்பார்கள். அவ்வளவு பிரசித்தமானவை வ.ரா. என்ற அந்த இரண்டு எழுத்துக்கள்.

திருவையாறுக்கு அருகிலுள்ள திருப்பழனத்தில் பிறந்து, திருச்சியில் படித்து, படிப்பை இடையில் துறந்து, கொடியாலம் கே.வி.ரங்கஸ்வாமி ஐயங்கார் என்ற தேசபக்த திலகத்தினால் அரவிந்தரைக் கண்டு பார்த்துவரப் புதுவைக்கு அனுப்பப்பட்ட வ.ரா., சிறிது காலம் தாடிச் சாமிய ராராக அரவிந்தருடன் வாழ்ந்தார். ஆனால், அவருக்குப் படிப்படியாக அரவிந்தரைவிடப் பாரதியைப் பிடித்துப் போயிற்று. பாரதி வழியே மிகச் சிறந்த வழி என்று தேர்ந்த வ.ரா., பாரதியால் தூண்டப்பட்டு மிகச் சிறந்த வசன ஆசிரியரானார். 'சுந்தரி அல்லது அந்தரப் பிழைப்பு', 'சின்னச் சாம்பு', 'கோதைத் தீவு' முதலிய புரட்சிகரமான நெடுங்கதைகளை எழுதிய வ.ரா., பாரதியாரின் கருத்துகளைப் பரப்புவதையும், தமிழிலக்கியத்தில் பாரதிக்குள்ள ஸ்தானத்தை நிலை நாட்டுவதையுமே தமது வாழ்க்கை லட்சியமாகக் கொண்டார்.

பாரதியாருக்கு வாழ்க்கை வரலாறு நூலே இல்லாத காலத்தில், *காந்தி* பத்திரிகையில் பாரதி சரிதம் தொடர் கதையாக எழுதி, ஒரு எழுத்து மாற்றாமல் அதையே 'மகாகவி பாரதியார்' என்ற ஒப்புயர்வற்ற நூலாக்கியவர் வ.ரா.

பாரதி மகாகவியல்ல, சிறந்த கவியே என்று 'கல்கி' கிருஷ்ணமூர்த்தி, பி.ஸ்ரீ. முதலியவர்கள் வாதித்த காலத்தில், அவர்களது வாதங்களை மறுதலித்து, பாரதி மகாகவியே என்று தாமும், கு.ப. ராஜகோபாலன், 'சிட்டி' (பெ.கோ. சுந்தரராஜன்) முதலிய எழுத்தாளர்களும் நிலைநாட்ட வகைசெய்தார் வ.ரா.

சமுக சீர்திருத்த வாதத்தை வலியுறுத்திய வ.ரா., இலங்கையில் *வீரகேசரி* ஆசிரியராக இருந்த சமயம்,

புவனேசுவரி என்ற பெண்ணைக் கலப்புத் திருமணம் செய்துகொண்டார். *சுதந்திரன்* என்ற மாதப் பத்திரிகையைத் தஞ்சையிலிருந்து நடத்தி, அதில் பாரதியின் பல எழுத்துகளை முதன் முறையாக வெளியிட்ட வ.ரா. காரைக்குடி *ஊழியன்* பத்திரிகையிலும், சென்னை *தமிழ்நாடு* நாளிதழிலும் பணிபுரிந்தார்.

விறுவிறுப்பான, வேகம் நிறைந்த சுடர் தெறிக்கும் நேர் நடை வ.ரா.வின் சிறப்பு. சொற்சித்திரங்கள் வரைவதிலும் மன்னர் அவர். 'நடைச் சித்திரம்', மழையும் புயலும்', 'தமிழ்நாட்டுப் பெரியார்கள்' என்ற நூல்கள் இவ்வகையைச் சேர்ந்தவை.

இழைந்துகொண்டு இனிமையான தென்றல் வீசுகிறது. அது ஏன் வீசுகிறது. எதற்காக இன்பம் தருகின்றது என்பது விளங்குவதில்லை. தென்றலின் தன்மை முழுவதும் நமக்குத் தெரிந்துவிட்டதாக மயங்குகிறோம். வெறும் மயக்கம்தான். என்றாலும் தென்றலை எப்பொழுதும் வேண்டுகிறோம்.

வானவீதி 'வைரமடித்த களம் போல்' ஜோதி மயமாயும் இருள் புகுந்துகொண்டும் எல்லையற்ற எழிலோடு, நமக்கெல்லாம் இன்பக் காட்சி அளிக்கின்றது. தினம் தினம் பார்க்கின்றோம். ஆனால், தெவிட்டிப் போவதில்லை. அந்த வைரமடித்த களத்தின் மர்மம் இன்னதென்று தெரிவதுமில்லை. தினம்தினம் பார்த்துப் பயன் என்ன என்று அலுத்துக்கொள்ளுவதுமில்லை. வானத்தைப் பற்றியும் எல்லாம் தெரிந்துவிட்டதாக நமக்குள் ஒருவித மயக்கம்.

'வெள்ளலைக் கைகளைக் கொட்டி முழக்கும் கடலினை'த் துளைத்துக்கொண்டு, தகதகவென்று தங்கக் கோளம் போல் சுழன்று ஏறிவரும் சூரியன் நம்மைப் பரவசப்படுத்துகிறது. ஏன் இந்தப் பரவசம்? அறிவுக்கு சம்பந்தமில்லாத ஆனந்தமும் பரவசமும்! சூரியனைப் பற்றி எல்லாம் தெரிந்தது போலிருக்கிறது; ஆனால் ஒன்றும் திட்டமாகத் தெரியவில்லையே!

கரடு முரடான விதை பார்ப்பதற்கு லட்சணமாயிருப்பதில்லை. தொட்டாலும் மழமழப்புடனுமிருப்பதில்லை. அந்த விதை மண்ணில் கலந்ததும் அற்புதத்தைச் செய்ய ஆரம்பித்து விடுகிறது. தளிர் விட்டு, செடியாகி, கிளை படர்ந்து மரமாகி, பூத்துக் காய்த்து நாம் நொட்டை விட்டு உண்ணும்படியான பழத்தைக் கொடுக்கிறது. நமக்கு ஒன்றும் புரியவில்லை. விதையின் இயற்கை என்று எல்லாம் தெரிந்ததைப் போல் பேச்சை முடித்து விடுகிறோம்.

மூச்சுத் திணறி, கால் தளர்ந்து, உடல் அயர்ந்துபோய், மலையின் பேரில் ஏறுகின்றோம். மலைச்சிகரத்திலிருந்து கீழே பார்த்தால் ஏக காலத்தில் தித்திப்பும் திகிலும் நம்மைக் கவ்விக் கொண்டு கட்டிக்கொள்ளுகின்றன. திகிலோடு ஆனந்தம் எப்படிச் சேர்ந்துகொண்டது என்று நமக்குத் தெரிகிறதா? திகிலும் தித்திப்பும்

பின்னிக்கொண்டிருக்கும் சமயத்தில் நம்மை யறியாமலே நாம் ஆவேசம் கொண்டது போல் சத்தம் செய்கிறோம். பயமும் ஆனந்தமும் சேரும் மர்மம் நமக்கு விளங்குவதில்லை.

கடலைக் குமுறச் செய்யும் காற்று; காடெல்லாம் விறகாய்ச் செய்யும் காற்று; சடசடவென்று கட்டடங்களையும் சரிந்திடச் செய்யும் காற்று; பேய்க் காற்று; பாழ்படுத்தும் காற்று. இதனுடைய கடைசிச் சகோதரியான தென்றலைக் கண்டால் நமக்கு ஆனந்தம் பொங்குகிறது. அசுர சகோதரனான பேய்க் காற்றைப் பார்த்தால் நமக்கு ஆத்திரம் பொங்குகிறது. பயமோ உள்ளத்திலிருந்து வழிந்தோடுகின்றது. ஆத்திரமும் அச்சமும் எப்படித்தான் சேருமோ!

நேற்று வரையிலும் "பாப்பா, பாப்பா" என்று கொஞ்சிக் கொஞ்சி வளர்த்த இளைஞன், நாம் திடுக்கிட்டுப்போய் "அப்பப்பா" என்று சொல்லும்படியாகக் காரியம் செய்துவிட்டு, நம்மைப் பார்த்து சிரிக்கவும் சிரிக்கிறான். அவ்வாறு அவன் செய்வது இயற்கை என்று சொல்லி ஆத்ம திருப்தி அடைவதைத் தவிர நமக்கு வேறு வழியில்லை.

கள்ளி வயிற்றில் அகில் பிறக்கிறது. அழுகிப்போன வாழைக் கிழங்கில் 'சிங்கம்' வெடிக்கிறது. நல்ல மரத்தில் புல்லுருவிப் பாய்கிறது. சதா திட்டுதலையே தொழிலாகக் கொண்ட பெண் ஒருத்திக்கு, சங்கீத வித்வான் குழந்தையாகப் பிறக்கிறான். தேசத் துரோகியின் வீட்டில் தேசபக்தன் ஒருவன் மாயமாய்ப் பிறந்துவிடுகிறான். இவைகளும் இயற்கைதானோ?

அறிவு என்று ஏமாறும் மயக்கத்துக்குள்ளே வீழ்ந்து கிடக்கும் மனிதர்களுக்கு விமோசனமில்லையா? எல்லாம் மயக்கம்தானா? விமோசனம் உண்டு. அந்த வழியை எவ்வளவு அழகாக நமது அருமைக் கவி பாரதியார் வர்ணிக்கின்றார்!

வெள்ளத்தின் பெருக்கைப் போல் கலைப் பெருக்கும்
கவிப் பெருக்கும் மேவுமாயின்
பள்ளத்தில் வீழ்ந்திருக்கும் குருடரெல்லாம்
விழி பெற்றுப் பதவி கொள்வார்.

மனித வர்க்கத்துக்கு உய்வு கலையும் கவிதையும்தான். பார்க்குமிடமெங்கும் நீக்கமற நிறைந்திருக்கும் பரிபூரண ஆனந்தம் கவிதைதான். தத்துவத்திலே தர்க்கம் நிறைந்திருக்கலாம்; ஸயன்ஸிலே அறிவு மிதந்து கிடக்கலாம்; மதத்திலே பக்தி பூரித்து நிற்கலாம்; காதலிலே கனிவும் கீதமும் குழைவும் மண்டிக் கிடக்கலாம்; கலையிலே அழகும் ஆனந்தமும் விம்மி விழிக்கலாம். ஆனால், இவை எல்லாவற்றையும் தனக்கு அங்கங்களாகக் கொண்டிருக்கும் கவிதையைக் கடவுள் என்று

நான் போற்றுகின்றேன். ஒப்புயர்விலாத கவிதையைப் பாடியவர் சுப்பிரமணிய பாரதியார் என்று நான் உரக்கக் கூவுகின்றேன்.

நாளொரு மேனியும் பொழுதொரு வண்ணமுமாக வளர்ந்து உலகத்துக்குக் காட்சியளிக்கும் வளர்பிறை, பாரதியார் என்று சொல்லுகிறேன். வானை நோக்கிக் கைகள் கூப்பித் தொழுது நின்ற பக்தர்களுக்கு உயிரும் உற்சாகமும் அளித்து உரப்படுத்தும் சூரியன் பாரதியார் என்று வணக்கத்துடன் தெரிவித்துக்கொள்கிறேன். பண்டிதர்கள் உறுமினாலென்ன? பாமரர்கள் உறங்கினாலென்ன? இங்கிலீஷ் படித்த இளைஞர்கள் இறுமாப்பினால் உளறினாலென்ன? தமிழின் பெருமையை அறியாத மூடர்கள் தமிழர்களை ஏளனம் செய்தாலென்ன? அரசாங்கம் பாரதியாரின் பெருமையை உணராமல் அவரைப் புதுச்சேரிக்குப் போகும்படியாகச் செய்தாலென்ன? பாரதியார் இன்னல் வாய்ப்பட்டு அகால மரணம் அடைந்தால் என்ன?

"அவர் தொடாதது ஒன்றுமில்லை; தொட்டதை அழகு படுத்தாமலு மிருக்கவில்லை" என்று டாக்டர் ஜான்ஸன் என்பவர் கோல்டுஸ்மித் என்ற மேதாவி எழுத்தாளரைப் பற்றிச் சொல்லியிருக்கிறார். இதையே, இன்னும் அதிகமான அழுத்தத்துடன், பாரதியாரைப் பற்றிச் சொல்ல முடியாதா? பாப்பா முதல் பாட்டி வரையில், காதலன் முதல் கொல்லன் வரையில், குரங்கு முதல் குயில் வரையில், பதிதன் முதல் பக்தன் வரையில், காலி முதல் கவி வரையில், கோழை முதல் காந்தி வரையில், அன்பன் முதல் அரக்கன் வரையில், சோம்பல் முதல் சௌகரியம் வரையில், வம்பன் முதல் கம்பன் வரையில், பாழ் முதல் பார் வரையில் பாரதியார் யாரை, எதைத் தொட்டு அழகு செய்யவில்லை?

அசடைப் பற்றியும் பேசுவார்; அரசனைப் பற்றியும் பேசுவார். களிமண்ணைப் பாடுவார்; கவிதையையும் பற்றிப் பாடுவார். காதலைப் பாடுவார்; சாலைப் போற்றுவார். வானத்தைப் பார்ப்பார்; வாழ்க்கையையும் சுற்றுமுற்றும் பார்ப்பார். அச்சத்தை இகழ்வார்; ஆண்மையைப் புகழ்வார், புன்மையைத் தூற்றுவார்; வெண்மையைப் போற்றுவார்.

நோக்கும் திசையெல்லாம் நாமன்றி வேறில்லை என்று கண்டுகொண்ட பாரதியார், எண்ணியது நண்ணும் காண என்று ஏன் உறுதி கொடுக்கமாட்டார்? வெற்றி வருமா வராதா என்பது சேவகனுக்கும் நாயகனுக்கும் தெரியாது. சேனைத் தலைவனான சமராதிபனுக்குத்தான் தெரியும். மனித உள்ளத்தில் பின்னிக்கிடக்கும் விசைக் கயிறுகளின் தன்மையையும் வலுவையும் உள்ளங்கை நெல்லிக் கனி போல் கண்டுகொண்ட பாரதியாரின் உறுதிமொழியை நாம் நம்பத்தான் வேண்டும்.

பாரதியாரின் கவிதை ஆழமும் கரையும் காண முடியாத கடலாகும். பாரதியாரை போகியும் போற்றுவான்; யோகியும் போற்றுவான். ஆகாயத்திலிருந்து விழும் நீர்த்துளிகள் யாவும் எப்படியோ கடலுக்குப் போய்ச் சேர்ந்து விடுவது போல் பல்வேறு தன்மைகள் கொண்ட மனித உள்ளங்கள், மகாகவி என்ற அலையில்லாப் பெருங்கடல் உள்ளத்தில் போய் அடங்கிவிடுகின்றன. ஆகவே, மகாகவி எல்லாருக்கும் சொந்தம்; எல்லா நாடுகளுக்கும் பொது. இங்கிலீஷில் எழுதியதால் ஷேக்ஸ்பியர் மகாகவி ஆகவில்லை, தமிழில் எழுதியதால் பாரதியார் மகாகவி ஆகவில்லை. எல்லார் உள்ளங்களையும் கவர்கின்ற தன்மை அவர்களிடம் இருப்பதால் அவர்கள் மகாகவிகள்.

பாரதியாரின் கவிதையிலே நகைச்சுவை வேண்டுமா? இருக்கிறது. சோகம் வேண்டுமா? உண்டு. அற்புதம் வேண்டுமா? அபரிதமாக உண்டு. ஆத்திரம் வேண்டுமா? கொள்ளை கொள்ளையாய்க் கிடைக்கும். ஆறுதல் வேண்டுமா? ஏடு ஏடாயிருக்கு. வேதாந்தம் வேண்டுமா? வரி வரியாயிருக்கு. சித்தர்களைப் போல் பாட வேண்டுமா? பத்தி பத்தியாகப் பார்க்கலாம். வளர்த்துக்கொண்டு போவானேன்? எது இல்லை?

பாரதியாரை நினைத்தால் எனக்குப் பயமாயிருக்கிறது. ஏன்? நேற்றைக்குப் படித்த கவிதையை இன்றைக்குப் படித்தால் புதிது புதிதாக அழகும் பொருளும் சுவையும் கண்ணுக்குத் தென்படுகின்றன. நாம் எவ்வளவுக் கெவ்வளவு வளர்ந்துகொண்டு போகிறோமோ, அதற்குத் தகுந்தாற்போல் பாரதியாரின் கவிதை என்ற சங்கப் பலகை நீண்டுகொண்டே போய் நமக்குத் தங்குமிடம் கொடுக்கிறது. இது என்ன விசித்திரமான கவிதை!

அவர் கவிதை வெறும் சொல் வேலையல்ல; அலங்காரச் சித்திர வேலையல்ல; அது சித்திரவதை, வேதனை உணர்ச்சியால் எழுந்ததுமல்ல; சிங்கார ரஸப் பெருக்கான வெள்ளமுமல்ல அது.

அத்தனை கோடி பொருளிலுள்ளே நின்று
வில்லை அசைப்பவனை – இந்த
வேலை யனைத்தையும் செய்யும் வினைச்சியைத்
தொல்லை தவிர்ப்பவளை – நித்தம்

பாரதியார் தோத்திரம் பாடித் தொழுததனால் எழுந்த உள்ள நெகிழ்ச்சியாகும்.

ஆகவே, அந்த நெகிழ்ச்சியில் உலகத்தில் எல்லோருக்கும் இடமிருக்கிறது. பாரதியார் மகாகவி யல்லவா?

***ஹிந்துஸ்தான்* வாரப்பதிப்பு பாரதி மலர், சென்னை, 11–9–1938**

பாரதியும் வேதாந்தப் பேழையும்

பாரதியாரை 'வேதாந்தச் சிமி'முக்குள் அடைக்க வேண்டாம் என்று பாரதி சீடரும் பாரதி புகழ் பரப்பிய சிறந்த எழுத்தாளருமான வ.ரா. ஒரு சமயம் எழுதினார். பாரதி வெற்று வேதாந்தியல்ல; அவரை வேதாந்தி என்பது, அவரது தீவிர தேசபக்திக்கு இழுக்கு என்பது வ.ரா.வின் கருத்து.

பாரதி தேசபக்தராகி, கவியாக மலர்ந்து, வேதாந்தியாகக் கனிந்தார் என்று ராஜாஜி (1878 – 1972) சொல்லப்போக வ.ரா. இதைக் கடுமையாக மறுத்தார். இதன்பின், இதற்குப் பல ஆண்டுகளுக்குப் பிறகு ராஜாஜி இதை மறுத்து ஒரு கட்டுரையில் குறிப்பிட்டார். இரண்டு பெரிய புள்ளிகள் இவ்வாறு மோதியது அக்காலத்தில் மிகுந்த பரபரப்பை உண்டாக்கியது.

வ.ராவின் கட்டுரை, தெ.ச. சொக்கலிங்கத்தை ஆசிரியராகக் கொண்ட *காந்தி* மாதமிருமுறைப் பத்திரிகையில் 1934ஆம் ஆண்டு வெளிவந்தது; பின்னர் அவரது 'மகாகவி பாரதியார்' நூலில் சேர்ந்தது.

ராஜாஜிக்கும் பாரதியாரைப் பற்றிப் பேச நிறையத் தகுதி உண்டு. தமிழ்நாட்டின் மூத்த அரசியல் தலைவர் என்பது மட்டுமல்ல அவர் பாரதியை நேரில் அறிந்தவர்; நெருங்கிய தொடர்புகொண்டவரும்கூட. சேலத்தில் வக்கீலாக இருந்தபோது, ராஜாஜி – 'சேலம் வக்கீல் ச.இராஜகோபாலாச்சாரி' – ஹரிஜன முன்னேற்றத்துக்காக உழைத்துள்ளதையும், தமிழில் விஞ்ஞானப் பதங்களை உண்டாக்கித் தமிழில் விஞ்ஞான வளர்ச்சிக்கான விஷயங்கள் வெளியிட முயன்றுள்ளதையும் பாரதியார் பாராட்டியுள்ளார்.

பாரதியைப் பற்றி, அவர் காலமானதும், மகாத்மா காந்தியின் *யங் இந்தியா* பத்திரிகையில் ராஜாஜி எழுதியுள்ளார். பாரதி பாடல்கள் பத்துப் பன்னிரண்டை அவர் ஆங்கிலத்தில் மொழிபெயர்த்து, *யங் இந்தியா*வில் வெளியிடத் தந்திருக்கிறார். அகில இந்திய அளவில் பாரதியின் பெருமையைப் பரப்ப முயன்றவர்களில் ராஜாஜிக்கு முதலிடம் உண்டு.

வ.ரா., ராஜாஜி இருவர் கட்டுரைகளும் இங்கே ஒன்றன்பின் ஒன்றாகக் கொடுக்கப்பட்டுள்ளன. தொடர்ந்து, இதே 'வேதாந்தச் சிமிழ்' விஷயமாகக் குறிப்பிடும் பி.ஸ்ரீ. ஆசாரியாவின் (1886 – 1981) கட்டுரை ஒன்றும் தரப்பட்டுள்ளது.

வேதாந்தச் சிமிழிலே அடைக்க வேண்டாம்!

வ.ரா.

ராஜாஜி, சமீபத்தில் எழுதியிருக்கும் 'அச்சமில்லை' என்ற சிறு புத்தகத்தில் பாரதியார் தேசபக்தராக வாழ்க்கையைத் துவக்கி, கவியாக மலர்ந்து, இறுதியில் பக்குவமான வேதாந்தியாகப் பழுத்திருக்கிறார் என்பது போலக் குறிப்பிட்டிருக்கிறார். இந்த மாறுதல், இந்த நாட்டின் பண்புப் பாட்டைத் தழுவியதேயாகும் என்று முத்திரையும் வைத்திருக்கிறார் ...

ராஜாஜி பாரதியாரைப் பற்றிக் குறிப்பிட்டிருப்பது (நல்ல எண்ணத்தோடு என்பதை ஒப்புக்கொள்கிறேன்)... இந்த மாறுதல் பாரதியாருக்குப் பிடித்ததுமல்ல. இந்தியாவின் விடுதலைக்காக அரும்பாடு பட்டுவருகிறார் அரவிந்தர். ஆனால், அரவிந்தர், அரசியல் போராட்டத்தை விட்டு விலகிக்கொண்டு போவதாகத் தெரிந்ததும் பாரதியார் கொஞ்சம் கொஞ்சமாக அவரை அணுகுவதையே நிறுத்திக் கொண்டார்.

பாரதியார் ஆத்மவிசாரம் செய்யும் கழைக் கூத்தாடியல்ல. அவர் சாகாவரம் கேட்டால், அது இந்த மண்ணில் கீர்த்தியோடு வாழ வேண்டும் என்பதற்காகத்தான். விரைவில் பரலோக யாத்திரை சித்திக்க வேண்டும் என்று ஜபம் செய்து கொண்டிருக்கும் சோம்பேறிகளின் கூட்டத்தைக் கண்டால் பாரதியார் சீறி விழுவார். தனி ஒருவனுக்கு உணவிலையெனின் ஜகம் இருப்பது எதற்காக? என்று கேட்ட பாட்டை, பாரதியாரின் வாழ்க்கையில் கடைசிப் பாட்டாக வைத்துக்கொள்ள வேண்டும்.

இந்தப் பாட்டிலே அசட்டு வேதாந்தம் எதுவுமில்லை. 'எல்லோரும் இந்நாட்டு மன்னர்' என்று பிரகடனம் செய்யும்

பாரதியார், தோல் ஆண்டி அல்ல. வையத் தலைமையை வேண்டி நின்ற பாரதியாரை, ராஜாஜி அர்த்தமில்லாமல் வேதாந்த வீணர்களின் கோஷ்டியில் சேர்த்தது வருந்தத்தக்கது.

வேதாந்தத்தின் அடிப்படைக் கொள்கையான மாயையைக் கண்டால் பாரதியார் சீறி விழுவார். 'நடுக் கூடத்தில் உன்னோடு உரையாடிக்கொண்டிருக்கும் உனது மனைவி மாயையா? தங்க விக்கிரகங்களைப் போல விளையாடிக்கொண்டிருக்கும் உனது குழந்தைகள் மாயையா?' என்று பாரதியார் ஆத்திரத்தோடு கேட்கிறார். எனவே, பாரதியாரை வேதாந்தி என்று அழைப்பது பெரும் பிழையாகும்.

பாரதியார் ஆஷாடபூதி வேதாந்தியே அல்ல. அவர் மகாகவி. அவர் இணையற்ற கலைஞன். உலகத்தை ஆண்டு அனுபவிக்க வந்த உத்தமன். எனவே, ராஜாஜி போன்றவர்கள், செப்பிடு வித்தை செய்து, பாரதியாரை வேதாந்தச் சிமிழிலே போட்டு அடைக்க வேண்டாம்.

காந்தி மாதமிருமுறை,
சென்னை, 1934

~ ~ ~

தமிழ் நாட்டின் குரு

சக்கரவர்த்தி ராஜகோபாலாச்சாரியார்

தமிழ் நாட்டுக்குத் தனிக் கவியாகவும் குருவாகவும் அவதரித்த பாரதியார் நினைவுநாள். அனைவரும், ஆண் பெண் குழந்தைகள் அனைவரும் அவரை நினைத்துத் தொழுவோம்.

"எல்லாம் போச்சு; சுதந்திரப் பேச்சு இனி வேண்டாம். அடங்கி ஒடுங்கி எப்படியோ பிழைத்துச் சாவோம்" என்று ரொம்பவும் படித்தவர்கள், பொருள் பெற்றுக் கொழுத்தவர்கள் எல்லாரும் எண்ணி வந்த நாளில் தமிழன் ஒருவன், "எழு!" என்று பாடினான். துள்ளிப் பாடினான்; கேட்டவர்களும் துள்ளிக் குதிக்கும்படி பாடினான்; உயிர் பெறப் பாடினான். அவன் நினைவு நாள்.

1906ஆம் வருஷம். நாற்பத்தெட்டு ஆண்டுகளுக்கு முன் அவரை முதல்முதல் சந்தித்தேன். சென்னையில், தம்புச் செட்டித் தெரு அல்லது லிங்கிச் செட்டித் தெரு, இரண்டில் ஒன்று. அங்கே,

ஒரு வீட்டுத் திண்ணையில் கல்கத்தா காங்கிரஸுக்குப் போக அவரும் ஆயத்தமாக இருந்தார். என்னுடைய வக்கீல் – தொழில் தோழர், இப்போது 'நரசிம்மஸ்வாமி' என்று சொல்லப்படும் சேலத்து நரசிம்மய்யரும் நானும் பாரதியாரோடு சேர்ந்து, மூவருமாகக் கல்கத்தா போக ஏற்பாடு செய்துகொண்டு சந்தித்தோம். தேஜஸ் பொருந்திய முகம். உருமாலையுமில்லை; கையில் தடியுமில்லை. அழகும் ஒளியும் சிரிப்பும் வீசிய முகம் பளிச்சென்று இப்போதும் கண்முன் வந்து நிற்கிறது. பிறகு புதுச்சேரியிலும் அந்த முகத்தைக் கண்டேன். இரு தடவை கண்டேன். குதித்துக் குதித்துப் பாடுவதையும் கேட்டேன். நல்ல சாப்பாடும் போட்டார். எனக்கும் ஆர்.வி. கிருஷ்ணய்யர் (அவரும் அப்போது சேலத்தில் வக்கீல்) இருவருக்கும் புதுச்சேரியில் சாப்பாடு போட்டுப் பாடவும் செய்தார். பிறகு சென்னையில் பல தடவை சந்தித்திருக்கிறோம்; ஒரு சமயம் மகாத்மா காந்தி முன்னிலையில்.

இதுவெல்லாம் போகட்டும். இவரை நான் வேதாந்தச் சிமிழில் போட்டு அடைக்கப் பார்க்கிறேன் என்று ஒருவர் அசமாதானமாக, அறியாமையால் சொன்னார். வேதாந்தமா "சிமிழ்"? நம்முடைய குறுகிய அறிவே சிமிழ். தெய்வாதீனமாக நம்முடைய தமிழ்நாட்டில் நம்முடைய காலத்தில் ஓர் அமரகவி அவதரித்தார். அவர் தேச பக்தியும் தெய்வபக்தியும் இரண்டும் பெற்றவராக அமைந்தார். அவர் பாடிய பாடல்கள் தமிழருக்கு அழியாத செல்வமாயிற்று.

பாரதியார் பூத்தது திலகர் யுகத்தில். 1906 முதல் 1920 வரை திலகரே இந்தியாவுக்குத் தலைசிறந்த அரசியல் தலைவராக இருந்து வந்தார். அவரும் பாரதியாரைப் போலவே தேச பக்தி, தெய்வ பக்தி இரண்டையும் தம் தேருக்குக் கட்டி ஓட்டியவர். கீதைக்குப் பெரியதொரு உரையெழுதியவர். அவரைக் குருவாகக் கொண்டவர் பாரதியார்.

கற்பக விநாயகக் கடவுளே போற்றி!
சிற்பர மோனத் தேவன் வாழ்க!
வாரண முகத்தான் மலர்த்தாள் வெல்க!
ஆரண முகத்தான் அருட்பதம் வெல்க!
கணபதி காலைக் கருத்திடை வைப்போம்.
குணமதிற பலவாம்; கூறக் கேளீர்:
கட்செவி திறக்கும்; அகக்கண் ஒளிதரும்;
அக்கினி தோன்றும்; ஆண்மை வலியுறும்;
திக்கெலாம் வென்று ஜயக்கொடி நாட்டலாம்

என்று பாரதியார் பாடினார்.

கடமை யாவன தன்னைக் கட்டுதல்,
பிறர் துயர் தீர்த்தல், பிறர் நலம் வேண்டுதல்

என்று கூறினார். வேதாந்தப் பேரிகையைக் கொட்டி இன்னும் எவ்வளவோ பாடியிருக்கிறார். அதையெல்லாம் இப்போது அரசாங்கத்தார் பிழையின்றிச் சோதித்து, நான்கு புத்தகங்களாகப் பதிப்பித்திருக்கிறார்கள். அனைவரும் பார்த்துப் படித்துத் தைரியமும் ஞானமும் அடைந்து, நாட்டுக்குத் தொண்டு செய்யலாம்; மானமாக வாழலாம்.

அகங்காரம், துவேஷம் வேண்டாம். அனைவரும் அறிவைத் தேடுங்கள்; கண்ணன் காட்டிய வழியில் செல்லுங்கள்; பயம் வேண்டாம் என்று பாடிப்பாடி இறந்தார். அன்னிய ஆட்சி தீர்ந்து நாம் சுதந்திரம் பெற்றுவிட்டதை அவர் பார்க்கவில்லை. சுதந்திரத்துக்காகப் பாடுபட்டதைப் பார்த்தே மகிழ்ந்தார். பாரதியைக் கொடுத்த தமிழ் வயல் நல்ல வயல். அந்த வயலைச் சரியாகப் பாதுகாத்து வருவோம். முள்ளும் பூண்டும் வளர்ந்து கெட்டுப் போக விடமாட்டோம். பாரதி பிறந்த நாட்டில் பொய்யும் பித்தலாட்டமும் இருக்கலாமா? வேண்டாம்.

***தினமணி* சுடர், சென்னை.**
பாரதி அனுபந்தம்,
5–9–1954

~ ~ ~

பாரதியாரின் வாழ்க்கைத் தத்துவம்

பி.ஸ்ரீ.

புகழ் பெற்ற மூதறிஞர் பி.ஸ்ரீ. ஆசார்யாவைத் தமிழ் வாசகர்களுக்கு அறிமுகம் செய்துவைக்கத் தேவையில்லை. 1981 அக்டோபரில் காலமான அவர், தமிழிலக்கியத்தை, முக்கியமாகக் கம்பனைப் பரப்பிய பேரறிஞர்களில் முன்னணியில் நிற்பவர். திருநெல்வேலி மாவட்டத்திலுள்ள விட்டலாபுரத்தைச் சேர்ந்த பி. ஸ்ரீநிவாஸ ஆசார்யா, வாழ்க்கைத் துவக்கத்தில் சிறிது காலம் போலீஸ் இலாகாவில் பணியாற்றினார். பின்னர், அவர் தமது நெடிய வாழ்க்கை முழுவதையும் இலக்கியப் பணிக்கே அர்ப்பணித்துக் கொண்டார்.

ஏராளமான நூல்கள் எழுதிய பி.ஸ்ரீ.யின் தலைசிறந்த நூல்கள் ‘கம்ப சித்திரம்’ என்ற தொடரும், ‘ராமாநுஜர்’ என்ற நூலும் ஆகும். ‘ராமாநுஜர்’ நூல் சாகித்திய அகாடமி விருது பெற்றது.

பாரதியாருடன் நேரில் பழகிய பாக்கியம் பெற்றவர்களில் ஒருவர் பி.ஸ்ரீ.

பாரதியாரின் கவிதையில் வேதாந்த உணர்ச்சி ஊடுருவிக் கிடக்கிறது என்ற பொருள்பட ராஜாஜி எழுதியிருக்கிறார்; சமீபத்தில் எட்டயபுரம் பாரதி மண்டபத் திறப்பு விழாவிலும் பேசியிருக்கிறார்; இந்த அபிப்பிராயத்தைத் தவறென்று கண்டித்த பாரதி பக்தர்களில் ஒருவர் அப்படியெல்லாம் பாரதியாரை வேதாந்தச் சிமிழில் அடைத்து விடக்கூடாது என்றார். பாரதி பாடல்களின் பதிப்பு ஒன்றில் 'வேதாந்தப் பாடல்கள்' என்ற தலைப்பிலே முப்பது பாடல்கள் காணப்படுகின்றன. எனினும் இப்பாடல்கள் அவ்வளவு முக்கியமானவை அல்ல என்பது மேலே சொன்ன பாரதி பக்தரின் அபிப்பிராயம்.

சிமிழும் பானையும்

"வேறு பாடல்களிலும் வேதாந்தக் கருத்துக்கள் இல்லையா?" என்று கேட்டால், அதே பக்தர், 'பாரதிக்குப் பக்தியும் முக்கியமில்லை, வேதாந்தமும் முக்கியமில்லை!' என்று பதில் சொல்லக்கூடும். அவர் நினைக்கிறபடி பாரதியாருக்கு முக்கியமானதுதான் எது?

தனி ஒருவனுக்கு உணவிலையெனில்,
ஜகத்தினை அழித்திடுவோம்

என்பதுதான் பாரதியாரின் அதி முக்கியமான கொள்கை என்று கருதுகிறார். அப்படியானால், 'வேதாந்தச் சிமிழிலே அடைபடாத பாரதியைச் சோற்றுப் பானைக்குள் அடைத்துவிட முடியுமா?' என்று வேறொரு பாரதி பக்தர் கேட்கக் கூடுமல்லவா? இந்நிலையில் சரித்திரம் பேசுவதென்ன? தென்னிந்தியச் சரித்திரத்தின் பகுதியாகிவிட்ட பாரதியாரின் வாழ்க்கைச் சரித்திரத்தைத்தான் இங்கே குறிப்பிடுகிறேன்.

"வயிற்றுக்குச் சோறிட வேண்டும்" என்று பாரதி – முரசு முழங்குகிறது. உண்மைதான், சந்தேகம் இல்லை, பாரதியாருக்குத் தன் பசியோடு நாட்டுப் பசியும் நன்கு தெரியும். ஆனால் வயிற்றுப் பசி மட்டுமா? உள்ளத்திற்கும் ஆத்மாவுக்கும் 'சோறிட வேண்டும்' என்று பொருள்பட அதே 'முரசுப் பாட்'டில் 'பசியோ பசி' யென்று பாரதியாரின் பூர்ண சுயராஜ்ய லட்சியம் கதறவில்லையா?

வயிற்றுக்குச் சோறுண்டு கண்டீர் – இங்கு
வாழும் மனிதரெல் லோர்க்கும்

என்று முரசுப் பாட்டில் பாடுகிறவர், 'பாப்பாப் பாட்'டிலே ஸ்ரீ சகுந்தலா என்ற தன் அருமைப் புதல்வி 'பாப்பா'வாக

இருந்தபோது அக்குழந்தையுள்ளத்தில் பதியும்படியாகக் கொஞ்சிப் பாடியுள்ள பாட்டிலே,

வேதம் உடைய திந்த நாடு,

என்றும் பாடியிருக்கிறாரல்லவா? சோற்றுப்பானையோடு வேத வேதாந்த வாசனைச் செப்பையும் 'பாப்பா'வுக்குக் கொடுக்கிறார் பாரதியார். பாப்பாப் பாட்டின் சிகரம்,

உயிர்களிடத்தில் அன்பு வேணும்; தெய்வம்
உண்மையென்று தானறிதல் வேணும்;
வயிரமுடைய நெஞ்சு வேணும்; இது
வாழும் முறைமையடி பாப்பா!

என்ற வாக்கு. உயிர் – அன்பிற்கும் வயிர நெஞ்சிற்கும் நிறைந்த வயிற்றோடு குறையாத தெவிட்டாத தெய்வ அன்பும் இன்றியமையாதது என்பது குறிப்பு.

வெண்ணெயா, வைரமா?

"வெண்ணெய்க்கட்டி வேணுமா, வைரம் வேணுமா பாப்பா?" என்று கேட்டால் இரண்டையும் ருசி பார்த்து வெண்ணெயைக் குழந்தை விரும்பும். நாஜி ஜெர்மனியில் 'வெண்ணெயைக் காட்டிலும் குண்டு முக்கியமானது' என்று கற்பித்தார்கள், 'கூவா, கூவா' என்று அழும் குழந்தைக்கு 'ரூவா ரூவா' (ரூபாயின் மழலை) என்று கற்பிப்பது போலே "குண்டு வெண்ணெய் தரும்!" என்பது தோற்றுப்போன நாஜி வேதாந்தம். "வெண்ணெயும் வேண்டும், வைரமும் வேண்டும்" என்பது வெற்றி தரும் பாரதி வேதாந்தம்.

பிரசித்தி பெற்ற ஐரோப்பிய உடல் வலிமையாளரான ஸாண்டோவைக் குறித்து, "இவருடைய சதைப் பற்றுகள் சாதாரணமாக வெண்ணெய் போல் இளகியிருக்கும்; இறுகினால் உருக்கைப்போல் ஆகிவிடும்!' என்பர். "இளம் பிராயம் முதல் நெஞ்சும் இப்படிப் பயிற்சி பெறவேண்டும்" என்பது பாரதி கண்ட வாழ்க்கைத் தத்துவம்.

பாப்பாப் பாட்டிலே பாரதியார் வாழும் முறைமையைக் கற்பிக்கிறார். தம் பாப்பாவுக்கு மட்டுமல்ல. தம் பாப்பாவின் மூலமாகத் தமிழ்நாட்டுப் பாப்பாக்களுக்கெல்லாம் 'வெண்ணெய் போல் உருகும் அன்பு – நெஞ்சு வேண்டும்' என்ற உபதேசம் மட்டுமல்ல, இது பாரதி உண்மையில் பாதி – உண்மைதான்; 'வயிரம் போல் உறுதியான நெஞ்சும் வேண்டும்' என்பதும்

சேர்ந்ததுதான் முழு உண்மை. (இரண்டும் ஒரு நாணயத்தின் இருபுறம்) இவ்வுண்மை நிலையை நெஞ்சிலே நாட்டிக்கொள்வதற்கு அடிப்படை 'தெய்வ உண்மை' அல்லது தெய்வ நாட்டம் என்பது பாரதியார் கொள்கை. இது பாரதியார் காட்டும் 'வாழும் முறைமை'யின் சிகரம். இத்தகைய 'வாழும் முறைமை'தான் பாரதி – வேதாந்தம். வேதாந்தம் என்றால் அரபிக் கதையில் பூதம் அடைபட்டதுபோல் பாரதி அகப்பட்டுக்கொண்ட ஏதோ ஒரு மாயச் சிமிழோ, மந்திரச் சிமிழோ அல்ல. இது பாரதி முரசு. பாரதியின் ஞான முரசு.

வேத முரசு

'முரசுப் பாட்டி'லே பாரதியார் ஞானமாகிய வேதத்தை வாழ்த்துகிறார்:

வேதம் என்றும் வாழ்க என்று
கொட்டு முரசே!

இந்த வேதத்தைப் பாரத மாதாவின் முன் வாசலில் முழங்கிக் கொண்டிருக்கும் வீர முரசாகக் கற்பனை செய்திருக்கிறார். வேதத்தின் அந்தம் அல்லது சிகர ஜோதிதானே வேதாந்தம்?

பழைய காலங்களில் தமிழரசர்களின் தலை வாசலில் மூன்று விதமான முரசுகள் முழங்குவதுண்டு. ஒரு முரசு நீதி முரசு; 'யாருக்கும் பட்சபாதம் இல்லாமல் நீதி வழங்குவோம்' என்று கூவியழைக்கும். ஒரு முரசு கொடை முரசு; 'இல்லை' யென்று வந்தவர்களுக்கு 'இல்லை' யென்று சொல்லாமல் கேட்டதையெல்லாம் கொடுப்போம் என்று முழங்கும். முக்கியமான முரசு வீர – முரசு; 'எதிரியைக் கொல்லு; போர் வெறி கொள்ளு!' என்று முழங்கும். இந்நாளிலும், முரசு வடிவத்தில் இல்லாவிட்டாலும், வீர முரசாக இல்லாவிட்டாலும் போர் வெறி முழங்கத்தான் செய்கிறது. உலக வல்லரசுகளின் தலை வாசலிலே. ரஷ்யாவிலும் அமெரிக்காவிலும் பிரிட்டனிலும் ஆவேச முரசு முழங்கவில்லையா? 'அணுகுண்டுகளை வீசு, அமெரிக்கையாகவும் பேசு' என்று அமெரிக்க முரசு முழங்கவில்லையா? வேத முரசோ அப்படியெல்லாம் முழங்காமல், 'சத்தியம் பேசு, தருமம் செய்' என்று முழங்குகிறதாம்.

ஆசை மரகதமே! அன்னைதிரு முன்றிலிடை
ஓசை வளர் முரசம் ஓதுவாய் – பேசுகவோ
சத்தியமே, செய்க தருமமே என்(று) ஒலிசெய்
முத்தி தரும் வேதமுரசு.

(ஆசை மரகதமே – ஆசைக்கு உரிய பச்சைக் கிளியே. அன்னை – பாரத அன்னை. திரு முன்றிலிடை – அழகிய முன் வாசலிலே.)

என்று பாடுகிறார் பாரதியார்.

இன்று காந்தியடிகள் உலகம் அறியச் சத்தியத்தையும் அஹிம்சா தர்மத்தையும் பிரசாரம் செய்து வருகிறார். விஞ்ஞான வளர்ச்சியால் வெள்ளையர்களின் நாகரிகம் உச்ச நிலை அடைந்திருக்கும் இந்நாளிலும் காந்தியடிகளின் கொள்கை புரட்சிகரமாகத் தோன்றுகிறது; எத்தனையோ புரட்சிகளைப் பார்த்தவர்களுக்கும் சமாளிக்கப் பார்க்கிறவர்களுக்கும்கூட, காந்தியடிகளின் பிரசாரம் புரட்சிகரமாகத் தோன்றுகிறது. இதே உபதேசத்தை வேதம் உபதேசித்த காலமோ இருள் சூழ்ந்த ஆதிகாலம்; நவநாகரிக வெள்ளையர்களின் முன்னோர் வர்ணப் பூச்சும் கொச்சைப் பேச்சுமாய் இருந்த பண்டைப் பழங்காலம். அத்தகைய பழைய வேத வேதாந்த ஞானத்திலே வேரூன்றி வளர்ந்திருக்கிறது பாரதி மேதை.

அனுபவ வேதாந்தம்

பாரதியார் தம்முடைய சில பக்தர்களைப் போல் வேதாந்தத்திற்கு அஞ்சவில்லை; வேத வேதாந்தங்களைப் 'புரட்டு' என்று முரசு கொட்டவும் இல்லை. தமது புரட்சிக்கு வழித்துணையாக, நெஞ்சுத் துணையாகக் கொண்டார்.

அச்சமில்லை, அச்சமில்லை,
அச்சமென்ப தில்லையே!

என்று பாடுகிறவர், பிரிட்டிஷ் அதிகாரத்திற்கே அஞ்சாதவர். தமது அறிவுக் கண்ணுக்குத் 'தீர்க்க திருஷ்டி' தந்த வேதாந்தத்திற்கா அஞ்சுவார்?

பாரதியாரின் வேதாந்தம் பயந்தவர்களின் போலி வேதாந்தம் அன்று; சோம்பேறிகளின் திண்ணை வேதாந்தமும் அன்று; வாழ்வை விட்டு ஓடும் வறட்டு வேதாந்தமும் அன்று; தோல்வி மனப்பான்மையில் பழுத்த 'புளித்த திராட்சை'யும் அன்று.

வியனுல கனைத்தையும் அமுதென நுகரும்
வேத வாழ்வினைக் கைப் பிடித்தோம்

என்ற அனுபவ வேதாந்தம், பாரதி வேதாந்தம்.

வேதாந்தம் என்றால் விளங்காத பாஷையில் அறிவை மயக்கும் வார்த்தைக் கோவை என்று பொருள் கொள்வோரும்

உண்டு. 'அ ''ஆ'வுடன் விவகரிக்கிறான். 'அ' சொல்வது 'ஆ'வுக்குப் புரியவில்லை. எனினும் 'ஆ' பதில் சொல்கிறான். அந்தப் பதில் 'அ'வுக்குப் புரியவில்லை; எனினும் எதிர் வழக்காடுகிறான். இப்பேர்ப்பட்ட வழக்காளிகளிடம் 'இ' வருகிறான், மத்தியஸ்தனாயிருக்கச் சம்மதிக்கிறான். இருவர் சொல்வதும் மூன்றாமவனுக்குப் புரியவில்லை எனினும் 'இ' தன் அபிப்பிராயத்தையும் வெளியிடுகிறான்; தனக்கும் விளங்காத பாஷையில் வெளியிட்டு மத்தியஸ்தம் செய்கிறான். இதுதான் வேதாந்தம் என்று வேடிக்கையாகச் சொல்வதுண்டு. இத்தகைய வேதாந்தம் நமது நாட்டிலும் அனுபவ ஞானம் இல்லாத சில பண்டிதர்களிடையே வழங்குவதுண்டு. 'கடாகாச படாகாச' பரிபாஷையில். ஆனால் இத்தகையதன்று பாரதியாருடைய கவிதையை ஜீவவாக்காகச் செய்த 'வேத வேதாந்தம்'.

இருட்டறையில் உள்ளொளி

வேதாந்தத்தை வேறொரு விதமாகவும் பரிகசிப்பதுண்டு. ஒரு குரு, குருகுல வாசத்தைப் பூர்த்தி செய்துகொண்ட தமது சீடனைப் பரீட்சிக்க விரும்பினாராம். 'அதோ அந்த இருட்டறையில் போய்க் கரும்பூனையைப் பிடித்துவா' என்றாராம். சீடன் உடனே புறப்பட்டான். அப்போது குரு 'அந்தக் கரும்பூனை அங்கே இல்லை; எனினும் பிடித்து வா' என்றாராம். 'இல்லாத கரும்பூனையை இருட்டறையில் தேடிய அந்தச் சீடன் கதைதான் உங்கள் வேதாந்தமெல்லாம்' என்கிறார்கள். ஆனால் பாரதியாரின் வேதாந்தம், இருண்ட வாழ்விலும் உள்ளொளியால் ஆதார சக்தியைக் கண்டுபிடித்து, வாழ்வைச் சக்தி மயமாக்க முயன்றது.

அரவிந்தரும் பாரதியாரும்

அரவிந்த யோகி என்று உலகப் பிரசித்தி பெற்றவரும், புதுவையில் யோகம் செய்துகொண்டு சீடர்களுக்கு யோக உண்மைகளை அறிவுறுத்தி வந்தவருமான அரவிந்த கோஷ் வேதங்களைக் குறித்து விசேஷமாக ஆராய்ச்சி செய்திருக்கிறார். இவர் புலமைக் கண்ணோடும் ஆராய்ச்சிக் கண்ணோடும் மாத்திரம் பாராமல் ஞானக் கண்ணும் யோகக் கண்ணும் கொண்டு பார்த்து ஆராய்ந்திருக்கிறார். அரவிந்தரின் கொள்கைகளை ஒருவாறு பின்பற்றியவர் நம் தேசீய கவி பாரதியார்.

அரவிந்த யோகியின் அபிப்பிராயத்தை ஒட்டி, வேத ரிஷிகளின் கவிகளில் சிலவற்றைப் பாரதியார் மொழிபெயர்த்து வியாக்கியானம் செய்திருக்கிறார். 'வேத ரிஷிகளின் கவிதை' என்பது பாரதியார் வசனங்களின் ஒரு பகுதியாக வெளியிடப்

பெற்றிருக்கிறது. இதைக் கூர்ந்து வாசிப்பவர்கள் அந்த முனிவர்களின் ஞானத்தைப் பாரதியார் எவ்விதமாகப் பயன்படுத்திக்கொண்டிருக்கிறார் என்பதை ஒருவாறு ஊகித்துக்கொள்ளலாம்.

தங்கள் உள்ளத்தைத் தெளிவு செய்து அந்த உள்ளத்தின் ஆழத்திலிருந்து வேத முனிவர்கள் மந்திரங்களை வெளிக் கொணர்ந்தார்கள் (ஆழ்ந்த கடலில் முத்துக் குளிப்பவர்கள் போல) என்று அரவிந்த ஞானத்தில் ஊறிப்போன பாரதியார் சொல்லுகிறார். வேத கவிகளில் மந்திரங்கள் உண்டு என்பதும், அம்மந்திரங்களில் மானஸ சாஸ்திர உண்மைகளும் யோக ரகசியங்களும் உண்டு என்பதும் அரவிந்தர் அபிப்பிராயம். அதுவே பாரதியார் அபிப்பிராயமும்.

அரசியல் வேதாந்தம்

இப்படி வேதக் கொள்கைகளை ஆராய்ந்து அறிந்து கொண்டவர், தமது அரசியல் கொள்கைகளுக்கும் வேதத்தையும் வேதாந்தத்தையும் உறுதியான அடிப்படையாக்கிக் கொண்டார். இந்தியாவின் ஒருமையையும், இந்தியா கண்ட ஒருமைக் காட்சியையும் பாரதியார் பாடியிருப்பதோடு அந்த ஞானத்தை அடிப்படையாகக் கொண்டிருக்கிறார் தேசீயப் பாடல்களுக்கும்.

‘தற்கால லௌகிகக் கொள்ளையைத்தானே இவர் வெளியிடுகிறார்’ என்று நாம் கருதும் சில தேசீயப் பாடல்களிலும் கூட வேத வேதாந்த அடிப்படை அமைந்திருக்கக்கூடும். உதாரணமாக மிகவும் பிரசித்தமாய் இருக்கும் வந்தே மாதரப் பாடல் ஒன்றில்,

ஒன்றுபட்டாலுண்டு வாழ்வே – நம்மில்
ஒற்றுமை நீங்கில் அனைவர்க்கும் தாழ்வே
நன்றிது தேர்ந்திடல் வேண்டும் – இந்த
ஞானம் வந்தால் பின்நமக்கெது வேண்டும்

என்ற பகுதியைப் பாருங்கள். ரிக் வேத வாக்கும் இப்படி அமைந்திருக்கிறது என்றால், ஒற்றுமையின்மைக்குப் பேர் போன நம்மவருக்கு அதிசயமாகத்தான் இருக்கும்.

பாருங்கள் அந்த வேத வாக்கினை: ‘சேர்ந்து செல்லுங்கள். ஒரு முகமாய்ப் பேசுங்கள். எல்லாருடைய உள்ளங்களையும் ஒற்றுமையாய்த் தெரிந்துகொள்ளுங்கள். உங்கள் தீர்மானம் ஒன்றாய் இருக்கட்டும். உங்கள் இதயம் ஒன்றாகட்டும். எல்லாரும் சுகமடையும்பொருட்டு உங்கள் உள்ளங்கள் ஒற்றுமைபட

வேண்டும்.' இதற்கு அடிப்படை வேதாந்தம், 'உலகமெலாம் ஒருயிர்' என்ற ஞானம்.

சரித்திரமும் எட்டிப் பார்க்க முடியாத அந்தப் பழங் காலத்திலே தோன்றிய வாக்கு, இன்றைய பாரதி வாக்கைப் போலிருக்கிறது. ஞானத்தின் நவ அருணோதயம் இந்திய வானில் தோன்றிய காலத்திலே தோன்றிய வாக்கு, சமீபகால அரசியல் வானிலும் எதிரொலிக்கிறது. உலகமெலாம் மூடிக்கிடந்த இருளைக் கடைந்தெழுந்த அமுத வாக்கு, நமது அரசியல் வானத்தை மூடிக்கிடந்த அன்னிய ஆதிக்க இருளைக் கடைந்தெழுந்த பாரதி வாக்காக வந்திருக்கிறது. ஆம், வேதமும் வேதாந்தமும் பாரதி கவிதைக்கு அன்னியமல்ல – ஆதார சக்தி.

ஆழ்ந்து வேரோடாமல், நிலத்திலிருந்து கொடி வீசாமல் மலர்ந்திருக்கும் ஆகாயத் தாமரையன்று பாரதி கவிதை. ஆனால் பழைய, காலங்கண்ட வேதாந்தம் பாரதியாரின் வாழ்க்கைத் தத்துவமாக விளைந்து எத்தகைய புதுமைப் புரட்சிக் கவிதையாக மலர்ச்சி பெற்றிருக்கிறது!

_லோகோபகாரி_, சென்னை.
தீபாவளி மலர், 1947

பாரதி பாடல் நவீன கீதை

எஸ். வையாபுரிப் பிள்ளை

பேராசிரியர் எஸ். வையாபுரிப் பிள்ளை (1891–1956) பாரதியாரை நேரில் அறிந்தவர். சட்டப் படிப்பு படித்தவர், வக்கீலாக இருந்திருக்க வேண்டியவர் தமிழ் இலக்கியத் தொண்டராக மலர்ந்து, பல ஆராய்ச்சிகளை நடத்தி சிந்தனையைக் கிளறும் பல இலக்கிய ஆய்வு நூல்களைப் படைத்தளித்தார்.

சென்னைப் பல்கலைக் கழகம் வெளியிட்ட 'தமிழ் லெக்ஸிகன்' என்ற தமிழ்ப் பேரகராதியைத் தயாரித்த ஆசிரியக் குழுவின் தலைவராக, அகராதியின் தலைமை ஆசிரியராக இருந்து ஒப்பற்ற தொண்டாற்றியவர் வையாபுரிப் பிள்ளை.

பன்னெடுங் காலமாய்த் தாம் சேகரித்த சுவடிகள், பழைய நூற் பிரதிகள், கிடைத்தற்கரிய பத்திரிகைகள், அவரது ஆராய்ச்சிக் குறிப்புகள் யாவும் தற்போது கல்கத்தாவிலுள்ள தேசிய நூலகத்தில் பாதுகாக்கப்பட்டு வருகின்றன.

எப்படிக் கண்ணன் 2,200 ஆண்டுகளுக்கு முன், சோர்வுற்ற அர்ஜுனனுக்கு உபதேசம் செய்து, அவனது சோர்வைப் போக்கி, போர் புரிந்து வெற்றிபெறச் செய்தானோ, அதே போல் பாரத நாட்டின் விடுதலைப் போரில் சோர்வுற்றிருந்த பாரத மக்கள் என்ற அர்ஜுனனைப் பாரதியார் தமது கவிதா உபதேசத்தினால் சோர்வு நீங்கியவனாகச் செய்து, ஆர்வத்துடன் சுதந்திரப் போர் நடத்தச் செய்தார் என்று சுட்டிக்காட்டுகிறார் வையாபுரிப் பிள்ளை.

ஸ்ரீ பகவத் கீதையை அருளிச் செய்தவன் கண்ணபிரான். வேத உபநிஷதங்களுக்குச் சமமாகக் கருதப்படும் அக்கீதை நமது பாரத தேசத்து மக்கள் அனைவராலும் போற்றப்பட்டு வருகிறது. சமய சாஸ்திரமாகவும் தத்துவ சாஸ்திரமாகவும் அது பெரும் புகழ்பெற்று விளங்குகிறது. தேசிய உணர்ச்சி நம் நாட்டில் பரவிவரும் இக்காலத்தில் அப்பெருநூல்

தேசிய நூற் செல்வமாகவும் பாராட்டிக் கற்கப்படுகிறது. அதன் வரலாறு நம் நாட்டினர் அனைவரும் அறிந்ததேயாகும். பாரத யுத்தம் தொடங்கிவிட்டது. கௌரவரும் பாண்டவரும் தத்தம் சேனைகளை அணிவகுத்து நிறுத்தியிருக்கின்றனர். இருதிறத்தாரது படைகளுக்கும் நடுவே அருச்சுனன் தனது ரதத்தைச் செலுத்துவித்துப் படைகளையும் படைத்தலைவர்களையும் நோக்குகிறான். இரு பக்கத்திலும் தந்தைகள், பாட்டன்மார்கள், பௌத்திரர்கள், நண்பர்கள் முதலியோர்கள் காணப்படுகிறார்கள். அருச்சுனன் அச்சங் கொண்டான்; இவர்கள் பொருட்டுப் போர் புரிவது இயற்கையாயிருக்க, இவர்களையே கொல்வது பழியும் பாவமும் ஆமென்று கருதினான்; போர் புரிவதில் சிறிதும் கருத்தின்றிக் கோழையாய் நின்றான். அவன் ரதத்தின் சாரதியாயிருந்த கிருஷ்ணன் அவனைத் தேற்றித் தைரியமூட்டிப் போர் புரியச் சொல்கிறான். அத்தேற்ற வாசகமே நமது கீதையாய்ப் பரிணமித்தது.

உலக வாழ்வே போர் மயமாகவுள்ளது. இப்போர் பூண்டு நிற்கும் வேஷங்கள் பலபடியாக இருக்கும். அது நிகழ்வதற்குரிய காரணமும் பலவகையாக இருக்கும். அது நிகழும் தளங்களும் பல்வேறு திறத்தவையாயிருக்கும். ஆனால் போர் நிகழாத காலமோ இடமோ கிடையாது. பகைமைக்காகப் போர்; நட்புக்காகப் போர்; பகைமையை ஒழித்துச் சமாதானத்தை நிலைநிறுத்துவதற்காகப் போர்; பிறரை அடிமையாக்கும் போர்; அடிமை நிலையை ஒழிக்கப் போர்; ஒத்துழைப்பிற்குப் போர்; ஒத்துழையாமைக்குப் போர்; பொன்னுக்காகப் போர்; உணவுக்காகப் போர்; உணவின்மைக்காகப் போர்; லாபத்திற்காகப் போர்; நஷ்டத்திற்காகப் போர்; சாத்விகப் போர்; அசாத்விகப் போர்—ஏதாவது ஒரு வடிவில், ஏதாவது ஒரு காரணம் பற்றிப் போர் நிகழ்ந்தவண்ணமாகவே இருக்கிறது. வாழ்க்கைப் போராட்டமென்பது பரம்பொருளைப் போல் நித்தியத்துவம் பெற்றுள்ளது. இதனை ஒழிப்பதற்குப் பரமாணுக்குண்டுப் பிரயோகத்தாலும் இயலாது.

இந்நிலையில் நாம் யாது செய்தல் வேண்டும்? போர் செய்து நமது கடமையை நிறைவேற்றுதலே தக்கது. இதனைத்தான் அருச்சுனனுக்கு உபதேசம் செய்யு முறையால் கண்ணபிரான் நமக்கு உணர்த்தியிருக்கிறார். ஆனால் இங்கே கடமையென்பது க்ஷத்திரிய தர்மமாகும். வருணாசிரம தர்மங்களின் மீது கட்டப்பட்டது. இது மிகவும் குறுகிய பொருள் அல்லவா?

பகவத் கீதை தோன்றியது சுமார் 2,200 ஆண்டுகளுக்கு முன் என்பர் ஆராய்ச்சியாளர். அக்காலத்துள்ளாரது மனநிலையினின்றும் நமது மனநிலை எவ்வளவோ மாறுபட்டு விட்டது. அவர்களது சூழ்நிலையும் நமது சூழ்நிலையும் பெரிதும்

வேற்றுமைப்பட்டன. இப்போது ஜாதி வேற்றுமை ஒழிய வேண்டும், தீண்டாமை ஒழிய வேண்டும், ஒற்றுமை பெருக வேண்டும், பாரதமக்கள் அனைவரும் ஒரு குலத்தினர் என்ற கருத்து உறுதியடைந்து அனுபவத்தில் உண்மையாதல் வேண்டும். ஜாதி வாழ்க்கையென்பது தேசிய வாழ்க்கையில் ஒன்றி மறைந்துவிடுதல் வேண்டும். இவ் வொன்றிய தேசிய வாழ்க்கையினால்தான் அடிமை வாழ்வு ஒழிந்து சுதந்திர வாழ்வு பெறுதல் கூடும். இச் சுதந்தர வாழ்வு பெறுதலே நமது கடமையாகும். இக் கடமையை நிறைவேற்றுதற் பொருட்டு எவ்வகையான தியாகத்தையும் நாம் புரியத் தயாராயிருத்தல் வேண்டும். இப் புதிய உபதேசத்தைத் தமிழ் மக்களுக்கு அறிவுறுத்திய பெரும் பேராசிரியன் யார்? நமது தேசிய கவி சுப்பிரமணிய பாரதிதான். தேசிய உணர்ச்சி நிரம்பிய இவர் பாடல்களைத் 'தேசிய கீதை' அல்லது 'நவீன கீதை' என்பதில் சிறிதும் தவறில்லை.

பகவத் கீதை ஸமஸ்கிருத மொழியில் இயற்றப்பட்டது. ஆதலால் சிலரே அதனை அறியக்கூடும். தத்துவ சாஸ்திரமாதலால் அவருள்ளும் சிலரே அதன் கொள்கைகளை உணர்ந்து அனுபவத்தில் கையாள முடியும். ஆனால் நமது தேசிய கீதை தமிழ்ச் செய்யுளில் அமைந்துள்ளது. அதன் தமிழ் வழக்கொழிந்த பழந்தமிழ் அல்ல. ஆதலால் தமிழ் மக்கள் அனைவராலும் அது எளிதிலுணர்ந்து அனுபவிக்கக் கூடியதாயுள்ளது.

வந்தே மாதரம் என்போம் – எங்கள்
மாநிலத் தாயை வணங்குதும் என்போம் (வந்தே)

ஜாதி மதங்களைப் பாரோம் – உயர்
ஜன்மம் இத் தேசத்தில் எய்தினராயின்
வேதியராயினும் ஒன்றே – அன்றி
வேறு குலத்தினராயினும் ஒன்றே (வந்தே)

ஒன்று பட்டால் உண்டு வாழ்வே – நம்மில்
ஒற்றுமை நீங்கில் அனைவர்க்கும் தாழ்வே
நன்றிது தேர்ந்திடல் வேண்டும் – இந்த
ஞானம் வந்தாற்பின் நமக்கெது வேண்டும்? (வந்தே)

புல்லடிமைத் தொழில் பேணிப் – பண்டு
போயின நாட்களுக் கினி மனம் நாணித்
தொல்லை இகழ்ச்சிகள் தீர – இந்தத்
தொண்டு நிலைமையைத் தூவென்று தள்ளி (வந்தே)

புதுமைத் தமிழில், ஆத்ம சக்தி முழுவதும் வெளிப்படத் தோன்றுமாறு பாடிய இச்செய்யுட்கள் 'நவீன கீதை' என்பதை நாம் தெளிவுறக் காணலாம். இந்நவீன கீதையின் உபதேசங்கள் நமக்கு வழிகாட்டியாய் என்றும் நிலவுக.

***தினமணி*, சென்னை, பாரதி மலர்,**
11–9–1945

காட்சி

கு.ப. ராஜகோபாலன்

தமிழ்ச் சிறுகதை 1930க்குப் பின் புதுவளம் கொண்டு செழித்துக் கொழித்துப் பலவகையில் வளர்ச்சியுற்ற காலத்தில் 'சிறுகதை மன்னர்கள்' என்று இருவர் போற்றப்பட்டார்கள்: கு.ப. ராஜகோபாலனும் (1902–1944) 'புதுமைப்பித்தன்' சொ. விருத்தாசலமும் (1906–1948).

'புதுமைப்பித்தன்' கதைகள் வாழ்க்கையின் அவலங்களையும் கசப்பான உண்மைகளையும் நமது மனம் கொப்புளித்துக் குமட்டுமாறு கண்முன்னே நிறுத்துவன. கு.ப.ராவின் கதைகளோ நடுத்தர வகுப்பாரின் அன்றாட வாழ்க்கையில் இழையோடிய ஆண்—பெண் உறவுச் சிக்கல்களைப் பூப்போல் துல்லியமாகப் படம் பிடித்துக் காட்டின.

கு.ப. ராஜகோபாலன் கும்பகோணத்தைச் சேர்ந்தவர். இளமையிலே பார்வை குன்றியவர். ஆனால் அவருக் கிருந்த உட்பார்வை — ஞானதிருஷ்டி — வியக்கத்தக்கது. சிறுகதை மன்னர் மட்டுமல்ல, இலக்கிய விமர்சனத்திலும் மன்னர் அவர்.

பாரதி மகாகவியா அல்லவா என்று ஒரு விவாதம் 1936இல் மூண்டெழுந்தபோது, 'பாரதியின் கவிதை' என்ற அற்புதமான திறனாய்வு நூலை எழுதி, பாரதியைப் பிற உலகக் கவிகளுடன் ஒப்பிட்டு, அவர் ஒரு மகாகவியே என்று நிலைநாட்டினார் கு.ப.ரா. இது 'கண்ணன் என் கவி' என்ற நூலில் காணக் கிடக்கிறது.

பாரதியின் வசன கவிதைகளான 'காட்சி' என்ற பகுதியைப் பற்றிக் கு.ப.ரா. தெரிவிக்கும் கருத்துக்கள் ஆழமானவை, மணியானவை.

பாரதியினுடைய காவியங்களுக்கிடையே 'காட்சி' என்று ஒரு பகுதி இருக்கிறது என்பதைப் பலர் அறிந்திருக்கலாம்; ஆனால் ஒரு சிலரே அந்தப் பகுதியின் நாற்பது பக்கங்களைப் புரட்டிப் பார்த்திருப்பார்கள் என்று எண்ணுகிறேன்.

தமிழ்நாட்டில் எவ்வளவு பேர் அதன் மேன்மையை முழுதும் கண்டிருக்கிறார்கள்?

தேசீய கீதங்களும் கண்ணன் பாட்டும்தான் பாரதி எழுதிய பாட்டுகளில் 'சுமார்' என்று சொல்லித் திரிபவர்கள் நம்மிடையே மலிந்திருக்கும்பொழுது 'காட்சி'யைப் படித்து வெகு பேர் ரசித்திருப்பார்கள் என்று நாம் எண்ணுவதற்கு இடமே இல்லாமல் இருக்கிறது.

ஆனால், உண்மையாக பாரதியினுடைய கவிதையை ஆராய்ந்து பார்த்தால் 'காட்சி' அதன் சிகரம் என்பது இலக்கிய விமர்சகன் எவனுக்கும் எளிதாக விளங்கும். அமைப்பிலும் சரி, நடையிலும் சரி, கருத்துச் செருக்கிலும் சரி அவற்றிற்கு இணையாக பாரதி வேறொன்றும் எழுதவில்லை என்று சொல்லிவிடலாம். சக்திப் பாட்டுக்கள்கூட அவற்றிற்குப் பிறகுதான். அவற்றிலிருக்கும் ஆவேசமும் விறுவிறுப்பும் வேகமும் கற்பனை லாவகமும் கருத்துத் தெளிவும் வேறெங்கும் கிடையாது என்று நான் சொன்னால் அது மிகையாகாது. பாரதி ஒரு புதுமைக் கவி என்று ஸ்தாபிப்பதற்கு வேண்டிய ருஜுக்கள் யாவும் அந்தப் பகுதியில் இருக்கின்றன.

சில உற்சாகிகள் செய்த பிசகால் (அதில் எனக்கும் பங்கு உண்டு) பாரதிக்குத் தகுதியற்ற ஸ்தானத்தை அவர்மேல் சுமத்தப் பார்க்கிறார்கள் என்று பலர் எண்ணும்படியான விபரீத நிலையொன்று துர்ப்பாக்கியவசமாய் ஏற்பட்டு விட்டது. 'தேசிய கவி' (அந்த வார்த்தைக்கு என்ன அர்த்தமோ தெரியவில்லை!) என்பதைத் தவிர பாரதியிடம் வேறொன்றும் அதிகமாகச் சரக்கில்லை என்று விஷயம் தெரிந்தவர்கள் பலர் சொல்லுகிறார்கள். பாரதியைப் படிக்காதவர்களும் இலக்கிய ருசி இல்லாதவர்களும் அப்படிச் சொன்னால் நாம் கவலைப் பட வேண்டியதில்லை. இலக்கியத்தில் ஈடுபட்டவர்களே பாரதியை இப்படிக் குறைத்துப் பேசுவது எனக்கு மிகவும் வருத்தமாக இருக்கிறது.

நாம் சொல்வது ஏதோ பாரதிக்கு எதிர்காலத்தில் ஏற்படும் ஸ்தானத்தைப் பாதித்துவிடப் போகிறது என்பது அன்று; இலக்கிய விமர்சன சக்தி நம்மிடையே இவ்வளவு மேலெழுந்த வாரியாகவும் குறைவாயும் இருக்கிறதே என்பதுதான் வருந்த வேண்டிய விஷயம். இந்த நிலைமையில் நாம் எப்படி இலக்கிய சிருஷ்டிகளுக்குப் பட்சபாதமற்ற மதிப்புப் போட்டு வளர்க்கப் போகிறோம்?

பாரதியைப் புதுமைக்கவி என்பதில் என்ன பொருள்? புதுமைக் கவிதை என்று ஒன்று உண்டா? அதென்ன?

புதுமைக் கவிதை என்பது உண்மையில் பழையதுதான் என்று நான் முதலிலேயே சொல்லிவிட வேண்டும். இடைக்காலத்தில் கவிதையின் மூன்று அம்சங்களான உருவம், நடை, பொருள் இவற்றில் ஏற்பட்டிருந்த தேக்கமும் மாசும் பாசமும் நீங்கி மறுபடியும் அது தூயத் தெளிவு பெற்றுவிட்டது என்பதுதான் அதன் புதுமை.

இலக்கியத்திற்குப் பிறகுதான் இலக்கணம் பிறந்தது என்பதையும், செய்யுள் விதிகள் எல்லாம் கவிதைக்கு அணிகளே தவிர விலங்குகள் அல்லவென்பதையும் மறந்து இடைக்காலத்தில் புலவர்கள் கவிதையைக் கட்டினார்கள். மனித உள்ளத்தின் மட்டற்ற உணர்ச்சிகளின் சித்திரமான கவிதையை நடைமுறையில் மனிதர் அறியாத ஏட்டு நடையொன்றில் இயற்கைக்கு விரோதமாகவும் கற்பனையின்றியும் புனைந்தார்கள். செய்யுள் இயற்றும் திறமைதான் கவிதையென்று கொண்டு கருத்தை வெறும் சிலேடையிலும் குயுக்தியிலும் விசித்திரத்திலும் மறந்தார்கள். மொத்தத்தில் உள்ளத்தின் எதிரொலியாக இருந்த கவிதை செப்பிடுவித்தையாக மாறிவிட்டது. கவிதைத் தாமரையைத் தலையெடுக்க வொட்டாமல் இலக்கிய புஷ்கரணியில் பாசம் மூடிக்கொண்டது.

இந்த நிலைமையில்தான் புதுமைக் கவிகள் தோன்றினார்கள். இந்தப் புரட்சியை ஒவ்வொரு இலக்கியத்திலும் காணலாம். தமிழிலும் இந்த இயற்கையான மாறுதல் ஏற்பட்டது. ஆழ்வார்களும் நாயன்மார்களும் தங்கள் பரவசத்தைப் பாசுரங்களில் கொட்டிக் கவிதைக்குப் புத்துயிர் ஊட்டினார்கள். மறுபடியும் உருவத்திலும் நடையிலும் கருத்திலும் புதுமையும் தெளிவும் உருக்கமும் பெற்ற கவிதை அவர்கள் கையில் உன்னதமாயிற்று.

கம்பன் தோன்றினார். 'செவி நுகர் கவிதை' என்ற கொள்கை யுடன் சொல் அடுக்கில் அவர் ஒரு சித்திரமாளிகை கட்டினார். கவிதையின் அம்சங்கள் என்று நான் முன்பு குறிப்பிட்ட உருவம், நடை, பொருள் மூன்றும் அவர் வாக்கில் ஒன்றாகச் சமைந்தன. இந்தப் பாணியைப் பின்பற்றி பின்பு தோன்றிய பல மூர்த்திகளில் பாரதி தலைசிறந்து விளங்குகிறார்.

கவிதை அடைந்த இந்த அற்புதமான பரிணாமத்தின் சிகரமாகப் பாரதியின் 'காட்சி' தோன்றியது. அதில் எல்லாம் புதுமை – அதாவது மறுபடி புதுமை கவிதையில் சிம்மாசனம் பெற்றுவிட்டது.

சீர், தளைகளின் கட்டுக்கடங்காத ஓர் அற்புத வசன உருவத்தில் கவிதை பிறந்தது, ஆனால் அதில் கவிதையின் உயிராகிய இசைக்கட்டு (rhythm) பரிபூரணமாக இருக்கிறது.

ஞாயிறே, நின்னைப் பரவுகின்றோம் –
மழையும் நின் மகள், மண்ணும் நின் மகள்
காற்றும் கடலும் கனலும் நின் மக்கள்,
வெளி நின் காதலி, –
... ...
தீயே, நின்னைப் போல எமதுள்ளம் சுடர் விடுக!
தீயே, நின்னைப் போல எமதறிவு கனலுக!
... ...
நமது விழிகளிலே மின்னல் பிறந்திடுக.
நமது நெஞ்சிலே மின்னல் விசிறிப் பாய்க;
நமது வலக் கையிலே மின்னல் தோன்றுக.
நமது பாட்டு மின்னலுடைத் தாகுக.
நமது வாக்கு மின்னல் போல் அடித்திடுக.

நடைதான் எப்படி இருக்கிறது! ஒவ்வொரு வரியும் விறுவிறுப்பும் வேகமும் துடிப்பும் தெளிவாக என்ன கிளர்ச்சியைக் கொடுக்கிறது!

'காட்சி' ஒரே ஒரு மகத்தான பொருளின் தூண்டுதலில் பிறந்தது. ஆதி கவிகள் நமது வேத வேதாந்தங்களில் கண்டுரைத்த பொருள்தான் அது. பிறகு ஆழ்வார்களும் தேவாரத் திருவாசக முனிவர்களும் உள்ளம் உருகிப் பாடிய பொருளும் அதுதான்.

"பொருளில்லாப் பொருளின் விளைவில்லா விளைவு" என்று பாரதி கூறும் மகா சக்தி அதன் உணர்வு, 'அசைவு'. பாரதியாரின் வாக்குக்கே மூலாதாரமான சக்தி தத்துவம்தான் 'காட்சி'யில் "கிளர்ச்சி தருவது, மலர்விப்பது, புளகஞ் செய்வது." அதுதான் பிரபஞ்ச தத்துவம்.

சக்தி அனந்தம் – எல்லையற்றது, முடிவற்றது –
அசையாமையில் அசைவு காட்டுவது.
... ...
ஒன்றாக்குவது, பலவாக்குவது
... ...
கொல்வது, உயிர் தருவது.
... ...
சக்தி உணர்வது.

பாரதியும் தன்னுடைய கவிதா சக்தியின் உச்ச நிலையை இவற்றில் அடைந்திருக்கிறார் என்பது என் அபிப்பிராயம்.

ஞாயிறு வையமாகிய கழனியில் வயிர
வொளியாகிய நீர் பாய்ச்சுகிறது.

இத்தகைய அகண்டமான கற்பனையைக் 'கவிக்குக் கவி' என்று சொல்லப்படும் ஷெல்லி முதலியவர்களின் வாக்குக்கு வெளியே காண்பது கடினம்.

'சிவன் என்னும் வேடன் சக்தி என்னும் குறத்தியை உலகமென்னும் புனம் காக்கச் சொல்லி வைத்துவிட்டுப் போன விளக்கே!' என்று கவி ஞாயிற்றைத் தொழுகிறார்!

சக்தியாகிய கவிதை கவியை ஆட்கொண்ட பரவச நிலை உண்மையாகவே காட்சிகளாய்க் கண்ட இந்த வசன காவியம், பாரதி கண்டபடியே அமைந்திருக்கிறது. 'காற்று' என்ற அற்புதமான சித்திரத்தைப் படித்தால் நாமே கவி கண்ட காட்சியைக் காணுகிறோம். நடுக்கடலில் கப்பல் 'ஹதம்' ஆகும் சித்திரம், பாலைவனத்தில் வியாபாரக் கூட்டம் க்ஷணத்தில் அழிந்துபோகிற சித்திரம் – இவை யுக முடிவு செய்யும் காற்றின் ருத்திரச் செயலை வர்ணிக்கின்றன. கந்தன், வள்ளியம்மை வியவஹாரங்கள் பாரதி சமாதி போன்ற ஒரு நிலையில் கண்டவை என்றே எனக்குத் தோன்றுகிறது. முடிவில் கவி, "நமஸ்தே வாயோ த்வமேவ பிரத்யக்ஷம் பிரம்மாஸி" என்ற சுருதி வாக்கியத்தைச் சொல்லும்பொழுது எனக்குப் புல்லரிப்பு ஏற்படுகிறது.

இந்தக் 'காட்சி'யைப் படிக்கும்போது வேதரிஷிகளின் நினைவும் சித்த புருஷர்களான நீட்ஷா, வால்ட் விட்மன் இவர்கள் நினைவும் எனக்கு வருகிறது. வெம்மையும் தண்மையும், பிரகிருதியும் புருஷனும் போலக் கலந்துவரும் நிலைமையில் இந்த உயர்ந்த வாக்கு பிறக்கிறது.

கடைசியாக மற்றோர் உதாரணம் மட்டும் போதும்.

மண்ணிலே வேலி போடலாம். வானத்திலே வேலி போடலாமா? போடலாம்.

மண்ணிலும் வானந்தானே நிரம்பி இருக்கிறது?

மண்ணைக் கட்டினால் அதிலுள்ள
வானத்தைக் கட்டியதாகாதா?
உடலைக் கட்டு, உயிரைக் கட்டலாம்,
உள்ளத்தைக் கட்டு, சக்தியைக் கட்டலாம்.

இந்த மாதிரி வாக்கு புதுமையில்லாமல் வேறென்ன? இது கவிதையில்லாவிட்டால் வேறெது?

லோகோபகாரி, **சென்னை, பாரதி மலர்,**
11–9–1945

குயில்:
ஒரு நெட்டைக் கனவு

புதுமைப்பித்தன்

உலகம் அசட்டுத்தன்மை, மிருகத்தன்மை, பயம், கொடுமை என்ற அசுர வர்க்கங்களின் ஏக போக மானாங்காணியாக இருக்கின்றன. அசட்டுத்தனமும் கோழைத்தனமும் இதைச் சில சமயம் போற்றுகின்றன. சில சமயம் இதைக் கண்டு பரிதபிக்கின்றன. இந்த அசட்டுத்தனத்தையும் மிருகத்தனத்தையும் உணர்ச்சியுடையவன் பொறுத்துக் கொண்டிருக்க முடியுமா?

'தனிமை கண்டதுண்டு – அதிலே சாரமிருக்கு தம்மா!'

இந்த இருளைப் போக்கி, ஒளியைக் கொண்டு வர முயலும் கவிஞனும் மலைத்து விடுகிறான். தனியிடத்திலே அவன் மனம் குமுறுகிறது, கொந்தளிக்கிறது.

நந்தவனத்தில் சாந்தி ஏற்படாதா? நந்தவனம் இயற்கையின் அன்பை ஊட்டுவதுபோல் அழகின் பெருமையைப் பரிந்து அளிக்கின்றது. கவிஞனது உள்ளம் அதை ஏற்கும் நிலையில் இல்லை. இருளின் ஒளி சிதறி மனத்தைக் கறுப்பில் மின்ன வைக்கிறது.

எங்கிருந்தோ ஒரு குயில் கூவுகிறது. அந்தக் குயிலின் ஏக்கம், சோகம் கலந்த குரல் கவிஞனது உள்ளத்தில் கலக்கிறது; இரண்டும் ஒன்றுபட்டது.

கவிஞன் இப்பொழுது சுற்றிலும் கவனிக்கிறான். அந்தச் சோகம் கலந்த குயிலின் குரலில் ஒரு நம்பிக்கை அவனுக்குத் தோன்றுகிறது. அவன் குதூஹலமடைகிறான். உலகத்தின் இன்ப ஒளி அவனுக்குத் தெரிகிறது.

சூர்யோதயம் ஒரு களிப்பை மனதிற்குத் தருகிறது. உலக இருள் அகலுகிறது. அதிலிருந்து எத்தனையோ கற்பனைகள், கனவுகள் அவனுக்குத் தோன்றுகிறது.

மறுபடியும் குயில் கூவுகிறது.

இப்பொழுது இந்த இன்ப ஒளித்திரளான இயற்கை வனப்பிலே அந்தக் குயிலின் சோகம் துணையை நாடுவதுபோல் படுகிறது. ஒரே விதமாகத் துடிக்கும் இரண்டு இருதயங்கள் பிணிக்கப்படுவதில் அதிசயமில்லை.

குயில் கவிஞனை யழைப்பதுபோல் கூவுகிறது.

கவிஞன் குயிலைத் தேடுவதுபோல் பாடுகிறான்.

அவன் உலகை மறந்துவிட்டான். குயிலும் அவனும் தவிர இந்த அகண்ட உலகில் வேறு ஒன்று இருப்பதாகத் தெரியவில்லை.

குயில் அவன் கண்களுக்குத் தென்படுகிறது. அவனை யழைக்கிறது. அந்த அழைப்பிலே ஒரு கட்டுக்கடங்காத பாசம், ஒரு விள்ள முடியாத காதல் புலப்படுகிறது. குயில் அவனை வசீகரித்தது, அவன் உள்ளத்தை அப்படியே திருடிவிட்டது. குயிலுக்கு அவன் அடிமை. அன்பில் வசப்படாமல் யார்தான் இருக்கமுடியும்? அதிலும் ஒரு கவிஞன்...

மறுபடியும் ஒரு கனவு...

குயிலைத் தேடுகிறான். என்ன ஆவேசம்! என்ன காதல்! கட்டுக்கடங்காத காட்டாறு போன்ற மோகம். முன்பு குயில் இவனை நாடியது. இப்பொழுதோ? அங்கே குயில் இருக்கிறது... குயில் மட்டுமா? ஒரு குரங்கினுடன் முன்போல் குலாவுகிறது. அதே காதல்! அதே உணர்ச்சி! கவிஞன் மனம் அப்படியே இடிந்து விடுகிறது. நீசக்குயில்! வஞ்சனையான பெண்மை; உலகத்தின் இலக்ஷியங்கள், கனவுகள் எல்லாம் வெறும் பைத்தியக்காரத்தனமா? ஒப்புக்காகக் கூறும் மோசக்காரப் பேச்சா? ஒளியாக வந்தது கானலாக மறைந்ததே! இதுவும் இருளின் ஒரு பொய்த் தோற்றமா? எல்லாவற்றையும்

ஒரேயடியாக நசித்து, ஒரே ஊழியின் இறுதிக் கூத்தாக முடித்துவிட்டால் ... மனம் குமுறுகிறது. இருள் கவ்வுகிறது. மறுபடியும் இருள் ...

மறுபடியும் ஒரு கனவு.

மறுபடியும் குரலோசை. ஐக்கியப்படாமல் இருக்க முடியுமா? காதல் ஏகச்சக்ராதிபத்தியமா? அவனால் குயிலின் பாசத்தைக் களைய முடியவில்லை. அதெப்படி முடியும்? உண்மைக் காதல் என்ன உத்தரீயமா – நினைத்த பொழுது களைந்துவிடுவதற்கு. மறுபடியும் அந்தக் குயில் தென்படுகிறது. ஆனால் இப்பொழுது... இப்பொழுது ஒரு மாடு. குரங்கின் கதி என்ன? இந்த மாட்டின் கதி என்ன? அதை எப்படி இவனால் நினைக்கமுடியும்? அவனுக்குப் போட்டியாக, எதிரியாக இருப்பவர்களை, அதுவும் மிருகங்களை, மனம் குமுறுகிறது. இப்பொழுது கொன்றால்... சற்று நேரங்கழித்துக் கொன்றால் என்ன? அவ்வளவு நேரமாவது குரலின் இனிமையைக் கேட்டால் என்ன? கொல்ல வேண்டியதுதான். கத்தியை வீசுகிறான் ... எல்லாம் மறைகிறது. இருள். இருள்.

மனதில் இடையற்ற கொந்தளிப்பு.

மறுபடியும் ஒரு கனவு ...

குயிலைத் தேடிச் செல்வதில்லை. மனங் கசந்துவிட்டது. அதை இன்னும் எப்படித் தேடமுடியும். திரும்பத் திரும்ப மனத்தைப் புண்படுத்திய குயிலை எப்படி நினைப்பது. காதலைக் களைய முடியவில்லை. உயிரைத் தின்னும் காதலை, உள்ளத்தை உள்ளூரப் பூச்சியரித்த மாதிரி வெறும் பொக்காக, பாழ்வெளியாக ஆக்கிய குயிலை நினைக்கக் கூடாது என்று அறிவு சொல்லுகிறது. உள்ளம் கேட்கிறதா? அம்மாதிரித் துன்பத்தில் ஒரு சுகத்தைக் காணும்பொழுது, குயிலிடம் ஒரு பாசம் வராமல் இருக்குமா? இப்பொழுது அறிவு கொஞ்சம் திடப்பட்டுவிட்டது. அல்லது உளம் கொஞ்சம் கோழையாகி விட்டதா? போக ஒப்பவில்லை. ஆனால் குயில் ... அது துணையை வேண்டியே தவிக்கும்பொழுது. அது நாடுகிறது. தூரத்திலே குயில். கவிஞனுக்கு அறிவின் கட்டுப்பாடு எங்கோ பறந்தது. பேசாமல் தொடர்கிறான். முந்திய இடம், முந்திய குயில் ... ஆனால் இடையில் எவ்வளவு பெரிய சோக நாடகம் நடந்து முடிந்துவிட்டது. கவிஞன் தனது உள்ளத்தின் ஆவேசத்தை, தன் காதலின் உரிமையால் ஏற்பட்ட கோபத்தைத்

தழலாகச் சண்டமாருதமாகக் குயிலின்மீது கொட்டிவிடுகிறான். இரண்டு கை தட்டினால்தானே சப்தம். இரண்டு மனம் போராடினால்தானே இறுதி. குயில் இந்த ஆவேசத்தை எதிர்க்கவில்லை. (உமது கனவு) என்று சொல்லி நம்பிக்கை யின்மையில் பழிபோடுகிறது. பிறகு ஒரு நீண்ட கனவு. ஒரு காதலின் முடிவு பெறாத இறுதி, இரத்தம், சோகம், கொலை... இருள்... குயில் அவன் கைகளில் விழுகிறது. குயிலா... கனவா! பெண்ணா! கவிதையா!... எல்லாம் மறைகிறது.

குயில் கூவுகிறது.

கவிஞன் மனதில் ஒரு நம்பிக்கை, சாந்தி.

ஊழியன், 7.9.1934

பாரதி போற்றிய குழந்தை

மு. வரதராசன்

உயர் லட்சியங்களும், அமைதியான சிந்தனையும், காய்தல் உவத்தலற்ற முடிவும், எளிய நடையும் தமிழறிஞர் டாக்டர் மு. வரதராசனின் (1912–1972) சிறப்பான இயல்பாகும். தமிழ்நாட்டில் பல சிறந்த தமிழாசிரியர்களை உருவாக்கிய பெருமை மு.வ. அவர்களைச் சாரும். பழைமைக்கும் புதுமைக்கும் சிறந்த பாலமாக விளங்கிய மு.வ. தமிழ்க் குழந்தைகளுக்குப் பாரதி கூறிய நல்லுரைகளை இங்கே நயம்பட உரைக்கிறார்.

இந்த அரிய கட்டுரை, 1958இல் நடிகர் திலகம் சிவாஜி கணேசனுடைய பொறுப்பில் எட்டயபுரத்தில் நடந்த பாரதி விழாவின்போது வெளியிடப்பெற்ற *மகாகவி மலர்* என்ற வெளியீட்டில் இடம் பெற்றிருந்தது. காலவேகத்தில் இந்த அரிய கட்டுரை மறைந்து போய் விடலாகாதென இதை இங்கே எடுத்து வெளியிடுகிறேன்.

நெஞ்சில் குடிகொண்ட அச்சத்தால் சோர்ந்து ஒய்ந்து போயிருந்த மக்களுக்கு ஊக்கமும் ஆர்வமும் ஊட்டவந்த கவிஞர் பாரதியார். கொடியவர்களின் கொடுமையைக் கண்டு அஞ்சி அடங்கிய நாட்டு மக்களுக்கு எதிர்த்து எழுமாறு உணர்ச்சி ஊட்ட வந்த கவிஞர் பாரதியார். அடுத்தடுத்து வந்த துன்பத்தால் வேறு வழியில்லை என்று சோர்ந்துவிட்ட உள்ளங்களுக்கு நம்பிக்கை ஊட்ட வந்த கவிஞர் பாரதியார். வாழ வழியின்றிச் சோம்பலை இயற்கையாகக் கொண்டுவிட்ட மக்களைத் தட்டி எழுப்பி வாழ்விக்க வந்தவர் பாரதியார். இடையூறுகள் நேர்ந்தபோது எதிர்த்து வெல்ல முடியாமல், அழுது கலங்கியிருந்த மக்களைப் போராடும் வீரர்களாக்க முயன்ற கவிஞர் பாரதியார். தாய்நாட்டையும் தாய்மொழியையும்

போற்றி வாழத் தெரியாத நிலையில் இருந்தவர்களுக்கு நாட்டுப் பற்றையும் மொழிப் பற்றையும் ஊட்டிய கவிஞர் பாரதியார். பிறப்பால் சாதி உண்டென்று நம்பி, உயர்ந்த குலம் தாழ்ந்த குலம் என்று பேசி வந்த இருண்ட உள்ளம் படைத்த மக்களுக்கு ஒளி உதவி சாதிப் பேச்சே பாவம் என்று வற்புறுத்திய கவிஞர் பாரதியார்.

வளர்ந்த மக்களுக்கு அவர்களுடைய குறையை எடுத்துக் கூறித் திருத்திவிட்டால் போதும் என்று பாரதியார் நிற்கவில்லை. அந்தக் குறைகள் வளரும் குழந்தைகளின் உள்ளத்தில் வேர் கொள்ளாதவாறு அடியோடு களைந்தெறிய வேண்டுமென்று விரும்பியவர் அவர். ஆகையால் குழந்தைகளுக்காகவும் பாடினார். குழந்தைகள் வளர்ந்து குடிமக்கள் ஆகும்போது நாட்டிற்குரிய நல்ல மக்களாக விளங்க வேண்டுமென்று ஆசை கொண்டார்.

அஞ்சி அடங்கி ஓய்ந்திருக்கும் வாழ்க்கை குழந்தைக்கும் ஆகாது என்றார்.

ஓடி விளையாடு பாப்பா – நீ
ஓய்ந்திருக்கலாகாது பாப்பா
கூடி விளையாடு பாப்பா

என்று பாடிய உணர்ச்சிக்குக் காரணம் அதுதான்.

கொடியவர்கள் கொடுமை செய்யும்போது கோழைகளாய் அஞ்சி ஒடுங்கும் சமுதாயத்தை பாரதியார் மாற்றியமைக்க விரும்பினார். அதனால் "கொடுமையை எதிர்த்து நில்" என்று புதிய ஆத்திசூடியில் அறிவுறுத்தினார். குழந்தைகளின் உள்ளத்திலேயே வீரம் விளங்க வேண்டுமென்று பாப்பாப் பாட்டில் பாடினார்.

பாதகம் செய்பவரைக் கண்டால் – நாம்
பயங்கொளல் ஆகாது பாப்பா
மோதி மிதித்துவிடு பாப்பா – அவர்
முகத்தில் உமிழ்ந்துவிடு பாப்பா

"விளையும் பயிர் முளையிலே தெரியும்", "தொட்டில் பழக்கம் சுடுகாடு மட்டும்" என்னும் பழமொழிகள் ஓர் உண்மையை விளக்குகின்றன. சமுதாயம் திருந்த வேண்டுமானால் குழந்தைப் பருவத்திலிருந்தே நல்ல மனப்பான்மை ஏற்பட வேண்டும் என்னும் உண்மையை விளக்குகின்றன; ஆகையால் துன்பத்தைக் கண்டு சோர்ந்து போவதும் சோம்பலை மேற்கொண்டு தேம்பி அழுவதும் குழந்தையின் வாழ்வில் இருக்கக் கூடாதவை என்கிறார். நம்பிக்கை கொள்ளும்படியாகவும் குழந்தைக்கு அறிவுறுத்தியிருக்கிறார்.

துன்பம் நெருங்கி வந்தபோதும் – நாம்
சோர்ந்து விடலாகாது பாப்பா
அன்பு, மிகுந்த தெய்வம் உண்டு – துன்பம்
அத்தனையும் போக்கிவிடும் பாப்பா.

சோம்பல் மிகக்கெடுதி பாப்பா – தாய்
சொன்ன சொல்லைத் தட்டாதே பாப்பா
தேம்பி அழுங்குழந்தை நொண்டி – நீ
திடங்கொண்டு போராடு பாப்பா.

தமிழ்நாட்டைப் பற்றியும் தமிழ் மொழியைப் பற்றியும் பாரதியார் குழந்தைகளுக்குக் கூறும் அறிவுரைகள் பொன் எழுத்துக்களால் பொறிக்கத்தக்கவை.

தமிழ்த் திருநாடு தன்னைப் பெற்ற – எங்கள்
தாயென்று கும்பிடடி பாப்பா
அமிழ்தில் இனியதடி பாப்பா – நம்
ஆன்றோர்கள் தேசமடி பாப்பா.

சொல்லில் உயர்வு தமிழ்ச்சொல்லே – அதைத்
தொழுது படித்திடடி பாப்பா.

தமிழ்நாட்டைத் தாய் என்று கும்பிடு என்கிறார். தமிழ் மொழியைக் கும்பிட்டால் மட்டும் போதாது; தொழுது படித்திடு என்கிறார்.

பாரதியார் சாதிக் கொடுமையைப் பற்றிக் குழந்தைக்குச் சொன்ன அறிவுரை இன்னும் போதிய பயன் தரவில்லை. குழந்தையின் உள்ளத்தில் ஆழப் பதியத்தக்க வகையில் கவிஞர் தெளிவான உணர்ச்சியோடுதான் பாடியிருக்கிறார்.

சாதிகள் இல்லையடி பாப்பா – குலத்
தாழ்ச்சி உயர்ச்சி சொல்லல் பாவம்
நீதி உயர்ந்த மதிகல்வி – அன்பு
நிறைய உடையவர்கள் மேலோர்.

போலிச் சடங்குகளும் மூட நம்பிக்கைகளுமே சமயநெறி என்று தவறாக உணர்ந்து கெட்டுப் போகாதவாறு குழந்தையின் மனத்தைக் காக்க விரும்புகிறார். இதுதான் உண்மைச் சமயம் என்று அறிவுறுத்தும் நோக்கத்தோடு நான்கு அடிகள் பாடி, பாப்பாப் பாட்டை முடிக்கின்றார்:

உயிர்களிடத்தில் அன்பு வேணும் – தெய்வம்
உண்மையென்று தானறிதல் வேணும்
வயிரமுடைய நெஞ்சு வேணும் – இது
வாழும் முறைமையடி பாப்பா.

வருங்காலச் சமுதாயத்தைச் சீர்படுத்த வேண்டும் என்ற ஆர்வத்தால் குழந்தையைப் போற்றுகின்றார். அவர் போற்றும்

குழந்தை ஓய்ந்திருக்காமல் ஓடியும் கூடியும் விளையாடும்; பாதகம் செய்பவரைக் கண்டால் பயப்படாமல் எதிர்த்து வெல்லும்; துன்பம் வந்தால் சோர்வுபடாமல் தெய்வ நம்பிக்கையோடு கடமையைச் செய்யும். சோம்பலை ஒழிக்கும். பெற்றோர்க்கு பணிந்து நடக்கும். தேம்பி அழாமல் திடங்கொண்டு போராடும். நாட்டைக் கும்பிட்டுத் தாய்மொழியைத் தொழுது படிக்கும். சாதிப்பேச்சு பாவமானது என்று கொள்ளும். அன்பால் கனிந்து, உண்மையால் ஒளிவீசும் வயிர நெஞ்சம் உடையதாக விளங்கும்.

காலத்திற்கு ஏற்ற நல்ல கருத்துகளை அழகுற உணர்த்துவதும் கவிஞருடைய கடமை ஆகும். அவ்வையார் பாடிய பழைய ஆத்திசூடி சிறுவர் படிக்கும் சிறுநூலாக இருந்தபோதிலும் பெரியவர்களின் வாழ்க்கைக்குரிய நூலாக இருப்பதை உணர்ந்தார் பாரதியார். 'அறம் செய விரும்பு' என்பதைக் குழந்தை உள்ளம் எவ்வாறு உணர முடியும்? அஞ்சி அஞ்சிச் சாகின்ற மக்களிடையே வளர்கின்ற குழந்தைகள் முதலில் அச்சமில்லாமல் வாழ வேண்டும் என்று விரும்பினார். ஆகவே அவருடைய ஆத்திசூடி 'அறம்செய விரும்பு' என்று தொடங்காமல் 'அச்சம் தவிர்' என்று தொடங்குகிறது. உடல் உரம் இல்லாமல் இளைத்து வாழும் குழந்தைகளால் வீட்டுக்கும் நாட்டுக்கும் நன்மை விளையாது என்று உணர்ந்தார். 'இளைத்தல் இகழ்ச்சி' என்றும், 'உடலினை உறுதி செய்' என்றும் தம் ஆத்திசூடியில் உணர்த்தினார். கையால் தொழில் செய்து வயிறு வளர்க்கும் மக்கள் தாழ்ந்தவர்கள் என்றும் ஒரு தொழிலும் செய்யாமலேயே பிழைப்பவர்கள் உயர்ந்தவர் என்றும் பழைய சமுதாயம் கருதியது. இந்த மாசு சமுதாயத்தை விட்டு நீங்க வேண்டுமென்று கருதிய பாரதியார்,

> உழவுக்கும் தொழிலுக்கும் வந்தனை செய்வோம் – வீணில்
> உண்டு களித்திருப்போரை நிந்தனை செய்வோம்

என்று வளர்ந்தவர்க்கு அறிவுறுத்தினார்.

'கைத்தொழில் போற்று' எனக் குழந்தைகளுக்கு அறிவுறுத்தினார். பெண் என்றால் தாழ்ந்தவள் என்று சொல்லி பெற்ற தாயின் மதிப்பையும் குறைத்தது பழைய சமுதாயம். 'தையல் சொல் கேளேல்' என்ற பழைய நிலையை மாற்ற விரும்பிய பாரதியார், 'தையலை உயர்வு செய்' எனப் பெண்ணின் பெருமையை உணர்த்தினார்.

சமுதாயம் உயர வேண்டும் என்ற நோக்கம் கொண்டு குழந்தையைப் பார்த்த பாரதியார் அந்தக் குழந்தையின் வாழ்வால் தான் பெற்ற பயன்களை மகிழ்ச்சியோடு எடுத்துரைக்கின்றார்.

குழந்தையின் வாழ்விலுள்ள இரண்டு செல்வங்கள் மழலையும் சிரிப்பும் ஆகும். இந்த இரண்டு செல்வங்களையும் பாரதியார் உளம் உவந்து போற்றுகிறார். குழந்தையின் முல்லைச் சிரிப்பு வளர்த்தவர்களின் மனதைப் பண்படுத்த வல்லதாம். விலங்கின் தொடர்பால் மக்களின் மனத்தில் சிறிது விலங்குத்தன்மை – மூர்க்கம் ஒதுங்கி உள்ளது. அது சில வேளைகளில் வெளிப்பட்டு வீட்டுப் பூசல்கள் மூலம் நாட்டுப் போர்கள் வரையில் பலவகை வடிவம் கொள்ளும். குழந்தையின் சிரிப்பு அந்த மூர்க்கத்தைத் தீர்க்கும் மருந்தாகும் என்கிறார். அதைத் தம் அனுபவம் ஆகவே கூறுகிறார்.

முல்லைச் சிரிப்பாலே – எனது
மூர்க்கம் தவிர்த்திடுவாய்

என்ற அடிகளை நினைத்து உருகும் நெஞ்சத்தோடு குழந்தையை அணுகினால் எவரும் பெரும் பயன்பெறலாம்.

குழந்தையின் மழலை மொழி உள்ளத்தின் துன்பங்களைத் தீர்க்கவல்ல மருந்து.

சொல்லும் மழலையிலே – கண்ணம்மா
துன்பங்கள் தீர்த்திடுவாய்

என்பது பாரதியாரின் அனுபவம். அந்த மழலை மொழியிலே கலைமகளையே காணும் உள்ளம் படைத்த பெருங்கவிஞர் அவர். அதனால்தான் மக்கள் பேசும் மழலையில் உள்ளாள் என்று கலைமகளை வழிபட்டார்.

மகாகவி மலர்,
எட்டயபுரம் பாரதி விழா வெளியீடு,
செப்டம்பர் 1958

சுப்பிரமணிய பாரதியார் கவிதை

மா. அனந்தநாராயணன்

சென்னை உயர்நீதி மன்றத்தில் பிரதம நீதிபதியாக இருந்து ஓய்வு பெற்றவர். சங்கீதத்தில் பரம ரசிகர், கல்வித் துறையில் ஈடுபாடு கொண்டவர், ஆங்கில நூலாசிரியர் – மா. அனந்தநாராயணன் (1907–1981) அவர்களைப் பற்றி இவ்வாறு அடுக்கிக்கொண்டே போகலாம். இவ்வளவு புகழ் தவிர, நாவலாசிரியர் அ. மாதவையாவின் தவப் புதல்வர் என்ற பெருமையும் அவரைச் சாரும். தமது தந்தையாரின் புகழ்பெற்ற *பஞ்சாமிர்தம்* மாதப் பத்திரிகையில் 1925இல் பாரதியாரின் கவிதைகளை விமர்சித்து எழுதிய நீண்ட கட்டுரை இங்கு தரப்படுகிறது.

கிரேக்க கவிவாணரான ஹோமர் இறந்த பின், அவர் பிறப்பிடத்தைப் பற்றி ஏழு நகரங்கள் தம்முள் போராடின என்றும், உயிருடன் இருந்தபோதோ அவர் பிச்சை வாங்கித்தான் பிழைக்கவேண்டியதாயிற்று என்றும் ஒரு வசனமுண்டு. பொறாமையினாலோ, மாமி மருமகள் என்னும் இயற்கை விரோதம் பற்றியோ, வாணி கடாக்ஷத்தை அடைந்தவரைத் திருமகள் ஆதரிப்பதில்லை என்பது பெரும்பாலும் உண்மைதான். ஆயினும், புலவரின் அடங்கா நாவுக் கஞ்சியும், அவர் கவித்திறனை வியந்தும் தமிழ் நாட்டு மன்னர்கள் முன் காலத்தில் பெயர்போன பாவலர்களுக்கு வள்ளல்களாயிருந்தனர். அப்படிப் பட்ட நாட்டிலே தேசியப் புலவரான ஸ்ரீமான் சுப்பிரமணிய பாரதியார், உயிருள்ள மட்டும் பலர் உபேக்ஷிக்கும் சிலர் வெறுப்புக்குமே ஆளாயினர் என்பதைக் கவனித்தால் இது கலியின் கொடுமை என்றே தோன்றும். அவர் காலஞ்சென்ற பிறகாவது, பொதுவாய் மதிக்கப்படுவதைக் கண்டுதான், நாம் ஒருவகையான ஆறுதல் கொள்ள வேண்டும்.

அவர் பாடிய சுதேச கீதங்கள், பாமர ஜனங்களின் நாவில் எக்காலத்திலும் நிலை நிற்கும்; மற்ற மத சம்பந்தமான செய்யுட்களின் அருமை, பக்தி மிகுந்தவர்க்குப் புலப்படலாம்; இவ்விரு தலைப்பிலும் அடங்காத பாக்கள், வாசிப்போர் மனப் போக்கின்படி மதிக்கப்படும்; எல்லாவற்றையும் ஒருங்கே சீர்தூக்கிப் பார்க்க முயன்றால் அபிப்பிராய பேதங்கள் விளைகின்றன.

குணம் நாடிக் குற்றமும் நாடி அவற்றுள்
மிகை நாடிமிக்க கொளல்

என்ற விதி எல்லா இலக்கிய மதிப்புக்கும் பொருத்தமானது. ஆனால், ஒரு சாரார், ‘குற்றம் என்பதைப் பாரதியார் கவிதையில் காண முடியாது; அவர் தெய்விகப் புலவர், கம்பருக்கும் சங்கப் புலவர்களுக்கும் ஒப்பானவர்’ என்று வழக்காடுகின்றனர். பாரதியார் கவி வல்லமையையும், அது மன உற்சாகத்தினால் பிறந்ததேயன்றி, வெறும் பாண்டித்தியத்தினால் பிறந்ததில்லை என்பதையும், ஒருவரும் மறுக்கவில்லை; எனினும் அவர் கவிதை பலதிறப்பட்டது என்பதை மறந்துவிடக்கூடாது. அவர் கவிகள், சில வேளைகளில் வெகு அழகாயிருக்கும்; சில வேளைகளில் அதிசாதாரணமாய் இருக்கும்; இதனால், பாரதியார் தனக்குள்ள அரியபெரிய இயற்கை வன்மையை முயற்சியினால் ஏற்றவாறு விருத்தி செய்யவில்லை என்றெண்ணவும் இடம் இருக்கிறது. கவித்திறன், கால்வாசி பிறப்பில் அமைவது, முக்கால்வாசி இடைவிடாத உழைப்பினால் பெறப்படுவது. உற்சாகம் அளிப்போர் ஒருவரும் இல்லாமற்போனதே பாரதியாரின் முயற்சிக் குறைவுக்குக் காரணமாயிருக்கலாம். மேற்கூறியவற்றால், அவர் கவிகளில் ‘குற்றம் நாடும்’ அவசியம் ஏற்பட்டிருப்பது விளங்கும்; அவற்றைப் படித்து அநுபவித்தவர்களுக்கு ‘எந்தத் தன்மை மிகுந்தது’ என்று கூறவேண்டியதில்லை.

பாரதியார் கவிதையின் முதற் ‘குணம்’ யாதெனில் புதுமை என்னலாம். தமிழ் இலக்கியத்திலே அவர் நடை புதிது; நோக்கம் புதிது; ஆனால், காலத்திற்கேற்ற நடையும் நோக்கமுமே. ஐம்பது வருஷங்களுக்குமுன் பாரதியார் வாழ்ந்திருந்தால் இவ்வாறு பாடியிருக்கமாட்டார் என்பது நிச்சயம். ஏனெனில், அப்பொழுது நம்மவர் சுதந்தர தாகத்தால் வருந்தவில்லை; ஆங்கிலக் கல்வியினால் உண்டான விரிந்த மனசும் அடிமைநிலை வெறுப்பும் தலை கிளம்பி யோங்கவில்லை. பாரதியார் காலத்தைச் சிருஷ்டிக்கவில்லை; காலம்தான் அவர் மனப்போக்கைச் சிருஷ்டித்தது.

கம்பராமாயணத்தின் ஒரு சிறு வரியினின்றும் ஐந்திற்கு மேற்பட்ட பொருள்களைப் பிழிந்துகொள்ள முயலும் புலவர்கள் மலிந்த நாட்களிலே ‘இலக்கண நடை’ என்றும், ‘செய்யுள் நடை’

என்றும் எண்ணி, உருமறைந்து அகராதியில் மட்டும் காணும் சொற்களைப் பேச்சிலும் கவிகளிலும் புகுத்தும் பலர் பொலிந்த நாட்களிலே –

பார்ப்பானை ஐயர் என்ற காலமும் போச்சே – வெள்ளைப்
பரங்கியைத் துரை என்ற காலமும் போச்சே

என்று பாடத் துணிந்தவர், புது நடையைக் கையாண்டார் என்று சொல்லவும் வேண்டுமோ? பாரதியார் சகஜீவி எனலாகும் மீனாக்ஷிசுந்தரம் பிள்ளையின் ஆயிரக்கணக்கான பாட்டுக்களின் நடையையும், பாரதியார் செய்யுள் நடையையும் ஒத்து நோக்கினால் ஏற்படும் வேற்றுமையை எவருமே கவனியாமலிருக்க முடியாது.

தமிழ் இலக்கிய வளர்ச்சியின் பிற்பாகத்தில்தான் இயற்கை அழகுகளையும் உண்மைகளையும் அமைக்காமல், அதி சாதுரியமான இல்பொருள் உவமைகளையும், அதிசயோக்திகளையும், எதுகை மோனைகளையும், சித்திரகவிகளையும் பெருக்கி உயிரற்ற நூல்களைத் தமிழ்ப் புலவர் பாடிக் குவித்தார்கள். சிலப்பதிகாரத்துக் கானல்வரிப் பாட்டுக்களையும் நைடதச் செய்யுள்களையும் ஒன்றின்பின் ஒன்றாய் வாசித்துப் பார்த்தால் இதன் உண்மை கையகத்து நெல்லிக் கனி போல் விளங்கும். எல்லாவகையிலும் சிறந்த முந்திய பழைய நடையை மீண்டும் கையாளும் கிளர்ச்சி உண்டாகுமாயின் பாரதியாரே அதன் வழிகாட்டியாயும் தீர்க்கதரிசியாயும் கருதப்படுவர்.

பாரதியார் ஒரு தமிழ்ப் பண்டிதர். "பழையன கழிதலும் புதியன புகுதலும் வழுவல கால வகையினானே" என்ற சூத்திரத்தைப் பல்முறை படித்தும் அதன் உண்மையைப் பண்டிதர்கள் சாதாரணமாய் ஒத்துக்கொள்வதில்லை. பாரதியாரோ புதிய நோக்கங்களைத் தழுவியே பாடினார். இதற்கு உதாரணம் தேடுவது மிக எளிது. ஆங்கிலத்தில் அதி பாண்டித்தியம் பெற்றுள்ள எத்தனை இந்தியர், பெண்களின் உரிமைகளைப் பற்றி மனுவின் அபிப்பிராயத்தை மறுக்கின்றனர்? பாரதியாரோ:

ஆணும் பெண்ணும் நிகர்எனக் கொள்வதால்
அறிவில் ஓங்கி இவ்வையம் தழைக்குமாம்;
பூணும் நல்லறத் தோடிங்கு பெண்உருப்
போந்து நிற்பது தாய் சிவ சக்தியாம்;
நாணும் அச்சமும் நாய்கட்கு வேண்டுமாம்;
ஞானம், நல்லறம், வீர சுதந்தரம்,
பேணும் நற்குடிப் பெண்ணின் குணங்களாம்;
பெண்மைத் தெய்வத்தின் பேச்சுக்கள் கேட்டிரோ!

என்று கூறுகிறார். 'புதிய ஆத்திசூடி'யில், "சோதிடம் தனை இகழ்" என்றும்; "ஊண் மிக விரும்பு" என்றும்; வேறு,

கடமை புரிவார் இன்புறுவார்
    என்னும் பண்டைக் கதை பேணோம்;
கடமை யறியோம்; தொழிலறியோம்,
    கட்டென்பதனை வெட்டென்போம்;
மடமை, சிறுமை, துன்பம், பொய்,
    வருத்தம், நோவு, மற்றிவை போல்
கடமை நினைவும் தொலைத்திங்கு
    களியுற் றென்றும் வாழ்குவமே

என்றும் பாடியிருக்கிறார்.

இந்தக் கருத்துக்கள் தமிழ் இலக்கியத்திற்கு முற்றிலும் நூதனமானவை.

"வாழ்வாவது மாயம், இது மண்ணாவது திண்ணம்" என்று, இக சுகத்தை வெறுத்துப் பாடிய கவிகள் தமிழில் கணக்கில்லாமல் இருக்கின்றன; ஆனால், பாரதியார், தன் குல தெய்வத்திடம் மன்றாடி இரந்த வரங்களைக் கேளுங்கள்:

காணி நிலம் வேண்டும் – பராசக்தி,
    காணி நிலம் வேண்டும் – அங்கு,
தூணில் அழகியதாய் – நன் மாடங்கள்
    துய்ய நிறத்தினதாய் – அந்தக்,
காணி நிலத்திடையே – ஓர் மாளிகை
    கட்டித்தரவேணும் – அங்கு,
கேணி யருகினிலே – தென்னைமரக்
    கீற்றும் இளநீரும்,

பத்து பன்னிரண்டு – தென்னைமரம்
    பக்கத்திலே வேணும் – நல்ல
முத்துச் சுடர்போலே – நிலாவொளி
    முன்புவர வேணும் – அங்கே
கத்துங் குயிலோசை – சற்றே வந்து
    காதிற் படவேணும் – என்றன்
சித்தம் மகிழ்ந்திடவே – நன்றாயிளம்
    தென்றல் வரவேணும்

பாட்டுக் கலந்திடவே – அங்கே ஒரு
    பத்தினிப்பெண் வேணும் – எங்கள்
கூட்டுக் களியினிலே – கவிதைகள்
    கொண்டு தரவேணும் – அந்தக்
காட்டு வெளியினிலே – அம்மா! நின்றன்
    காவலுறவேணும் – என்றன்
பாட்டுத் திறத்தாலே – இவ்வையத்தைப்
    பாலித்திடவேணும்.

நமது நாட்டில், வேறெந்த அம்சத்தில் குறைவிருந்தபோதிலும் மூட நம்பிக்கைகளுக்குக் குறைவில்லை. நம் ஏழை ஜனங்கள் 'சூன்யம்', 'பேய்', 'ஆவேசம்', 'மாரியம்மன்' முதலிய நம்பிக்கைகளால்

மிகத் துயரப்பட்டு, 'காலரா' போன்ற கொடிய தொற்று வியாதிகள் நேரிட்டால், அவைக்கேற்ற சுகாதார விதிகளை அநுசரிக்காமல், 'மாரியம்மனுக்கு'ப் பூசை புரிந்து, ஆயிரக்கணக்காய் மடிகின்றனர். செவ்வையாய்க் கல்வி பயின்றவரும், ஆங்கிலப் பட்டங்கள் பெற்றவரும்கூட எப்படியாவது தம் மூட நம்பிக்கைகளைப் பௌதிக ரஸாயன சாஸ்திர விதிகளின்படி சமரஸப்படுத்தி நிரூபிக்க முயல்கின்றனர். இவ்வித முயற்சிகள் நகைப்புக்கே இடமாகின்றனவென்பதை நாம் சொல்ல வேண்டாம். நமது தேசியக் கவியோ, மூட நம்பிக்கைகளைப் பரிதபிக்கத்தக்க விஷயங்களாகவே எண்ணினார். தமிழ்ப் புலவருள் இவற்றைக் கண்டித்தவர் இவர் ஒருவர்தான் என்கலாம். உதாரணங்களாக, 'பாரத ஜனங்களின் தற்கால நிலைமை' என்ற சிந்தில்

வஞ்சனைப் பேய்கள் என்பார் – இந்த
மரத்தில் என்பார்; அந்தக் குளத்தில் என்பார்;
துஞ்சுவது முகட்டில் என்பார் – மிகத்
துயர்ப்படுவார், எண்ணிப் பயப்படுவார்

என்றும்,

மந்திரவாதி யென்பார் – சொன்ன
மாத்திரத்திலே மனக்கிலி பிடிப்பார்,
யந்திர சூனியங்கள் இன்னும்
எத்தனை ஆயிரம் இவர் துயர்கள்!

என்றும் இவர் பாடியிருப்பதைப் பாருங்கள். தான் பிராமண குலத்தில் பிறந்தும், தீண்டாச் சாதியாரின் மீது இவர் மெய்யன்புடையவராயிருந்தார். அச்சாதியாரின் நிலைமை மற்ற ஹிந்துக்களுக்கொரு தொலையாப் பாவமென்றும், தெய்வத்துக்குப் பழியென்றும் இவர் உணர்ந்தவர். பறையர், குறவர் மறவர் முதலியோர்மீது அநுதாபப்பட்டுப் பாடிய தமிழ்ப் புலவர் இவர் ஒருவர்தான். இவர்க்கு முன் வேறெவ்விதச் சிறப்புமில்லாத ஒரு 'தேசிகர்' மாத்திரம்: "பறைச்சியாவ தேதடா? பனத்தியாவ தேதடா? இறைச்சி, தோல், எலும்பினுள் இலக்கமிட்டிருக்குதோ?" என்று பாடியிருக்கிறார். பாரதியார்:

பறையருக்கும், இங்கு தீயர், புலையருக்கும் விடுதலை!
பரவரோடு குறவருக்கும் மறவருக்கும் விடுதலை!

என்றும்,

உழவுக்கும் தொழிலுக்கும் வந்தனை செய்வோம் – வீணில்
உண்டுகளித் திருப்போரை நிந்தனை செய்வோம்;
விழலுக்கு நீர் பாய்ச்சி மாயமாட்டோம் – வெறும்
வீணருக் குழைத்துடலம் ஓயமாட்டோம்

என்றும், "மறவன் பாட்டில்"

பேராசைக்காரனடா பார்ப்பான் – ஆனால்
பெரியதுரை என்னில் உடல் வேர்ப்பான் . . .

பிள்ளைக்குப் பூணூலாம் என்பான் – நம்மைப்
பிச்சுப் பணங்கொடெனத் தின்பான் . . .

நாயும் பிழைக்கு மிந்தப்பிழைப்பு
நாளெல்லாம் மற்றிதிலே உழைப்பு
பாயும் கடிநாய்ப் போலீசுக் – காரப்
பார்ப்பானுக் குண்டிதிலே பீசு

என்றும் பாடியுள்ளார். ஆகையால், இந்தக் 'குணமும்' அவர் கவிதையில் ஒரு 'புதுமை'யாகும்.

எல்லாத் தெய்வங்களையும் வேற்றுமையின்றி வழிபடுதல் தமிழ்ப் புலவர்களுக்குள் அசாதாரணமல்ல. பல நூல்களில் ஏக தெய்வ வாதமாகும் செய்யுட்களைக் காணலாம். ஆனால், ஒரே மூச்சில் விநாயகரையும் கிருஷ்ணனையும் முருகனையும் காளியையும் அல்லாவையும் யேசுவையும் துதித்த தமிழ்ப் புலவர் பாரதியார் ஒருவர்தான் என்று சந்தேகமில்லாமல் சொல்லலாம்.

'கவிஞர்' என்று யாரைச் சொல்லலாம்? யாப்பிலக்கணம் கற்றுச் செய்யுள் புனையும் வல்லமை அடைந்த எல்லோரையும் 'கவிஞர்' என்றழைத்தால் அது கௌரவப்பட்டமே ஆகிவிடும். படிக்க மாத்திரம் தெரிந்தவனைப் 'பண்டிதன்' என்பதெப்படி? தமிழ்த் தாய் சுவாசமற்றுக் கிடக்கும் தற்காலத்திலோ இந்தக் கௌரவப் பட்டத்துக்குமே தகுதியானவர் அருகி விட்டனர். இஃது எப்படியாயினும் 'கவிஞர்' என்ற பதத்தை விளக்க வேண்டும். "கருவில் திருவுடையவர் கவிஞர்" என்கிறார் ஒருவர். கருவை உட்புகுந்து பரிசோதிக்க முடியாத வரையில் இந்தப் பாக்கியவான்களை மற்றவர்களிலிருந்து எந்தக் குணத்தினால் வேறுபடுத்தலாம்? உயர்ந்த கருத்துக்களை, ஓசை நிறைந்த, இனிய பாக்களில் அமைப்பது கவித்திறன். இயற்கை வனப்பு, காதலின் சிறப்பு, வீரசோக ரஸங்கள், மனுஷ சுபாவம் – இவைகளைத் தழுவிய மேலான எண்ணங்களும், மனசுக்கும் செவிக்கும் ஆனந்தத்தைத் தரும் செய்யுள் நடையும் ஒருங்கே அமைந்த நூல்களை இயற்றுபவர் கவிஞர். யமகம், திரிபு முதலிய எதுகை நயங்கள் மாத்திரம் கவித் திறமைக்கு அறிகுறிகளாகா. இது போலவே சிலேஷைகளும் சித்திரக் கவிகளும் பாண்டித்தியத்தைத் தான் நிரூபிக்கும். பெருங்காப்பியங்களில் இந்த விதமான 'சரக்கு' அருமையாயிருக்கும். தவிர, சாதாரணப் பேச்சில் வழங்கும் சொற்களுக்கு அதிக வன்மை யுண்டென்பதும், 'கொச்சை'யாயில்லாமல் ஆனால் எளிய நடையில் எழுதுவதே சிறப்பென்பதும் கவிச் சக்கரவர்த்திகள் நன்குணர்ந்திருந்தனர். கம்பர் காவியத்திற்குரிய காம்பீரியம் சிதைவுறாமல் பலவிடங்களில் எளிய

நடையைக் கையாண்டிருக்கிறார். கும்பகருணன் வதைப் படலத்திலே தன் செஞ்சோற்றுக் கடனைக் கழிக்கும் கும்பகருணன் காமப் பித்தனாகிய இராவணனுக்குக் கூறும் புத்திமதிகளும், அவன் போருக்கு விடைபெற்றுச் செல்லும் முடிவுரைகளும் கவிதையின் மெய்ப்பண்பு செறிந்து திகழ்கின்றன. இதன் காரணம் கடின பதங்கள் இல்லாமையே. சமையற்காரன் வேடம் பூண்ட நளன், தன்னை இன்னானென்று அறியாத தன் குழந்தைகளைக் காணும் சந்தர்ப்பத்தை, புகழேந்திப் புலவர், எழுதப் படிக்கத் தெரியாதவனும் கேட்டால் மனம் உருகும்படி நளவெண்பாவில் வருணித்திருக்கிறார். பின்வரும் வெண்பாக்களைப் படித்துப் பாருங்கள்:

(நளன் சொல்வது)

மக்களை முன் காணா, மனம் நடுங்கா, வெய்துயிரா,
புக்குஎடுத்து வீரப்புயத்து அணையா, – "மக்காள், நீர்
என்மக்கள் போல்கின்றீர்! யார்மக்கள் ?" என்று உரைத்தான்,
வன்மக் களியானை மன்.

(குழந்தைகள் சொல்வது)

"மன்னன், நிடதத்தார் வாழ் வேந்தன், மக்கள்யாம்.
அன்னைதனைக் கான்விட்டு அவன்ஏக – இந்நகர்க்கே
வாழ்கின்றோம்; எங்கள் வளநாடு, மற்றொருவன்
ஆள்கின்றான்" என்றார் அழுது.

(நளன் சொல்வது)

"உங்கள் அரசு ஒருவன் ஆள, நீர் ஓடிப்போந்து
இங்கண் உறைதல் இழுக்கன்றோ ? – செங்கை
வளவரசே!" என்று உரைத்தான், மாதவத்தால் பெற்ற
இளவரசை நோக்கி எடுத்து.

(குழந்தைகள் சொல்வது)

"நெஞ்சால், இம் மாற்றம் நினைந்துஉரைக்க, நீஅல்லாது
அஞ்சாரோ, மன்னர், அடுமடையா! – எஞ்சாது,
தீமையே கொண்ட சிறுதொழிலாய்! எம்கோமான்
வாய்மையே கண்டாய் வலி."

(நளன் சொல்வது)

"மன்னர் பெருமை மடையர் அறிவரோ!
உன்னை அறியாது உரைசெய்த – என்னை
முனிந்து அருளல்" என்று முடிசாய்த்து நின்றான்,
கனிந்துஉருகி நீர்வாரக் கண்.

'புகழ் ஏந்தி' என்னும் பெயர் இவர்க்கு ஏற்றதேயாம்!

உவமைகளை உபயோகிப்பதிலும் இயற்கைக்குப் பொருத்தமே சிறந்த குணம். ஆகாயத்தைத் தாமரை இலைக்கும், நக்ஷத்திரங்களைத் தெளித்த ஜலத் துளிகளுக்கும், சந்திரனை இலையின் மீது வைத்த

பழஞ்சோற்றுக்கும், சந்திரனிலுள்ள களங்கத்தைச் சோற்றின்மேல் ஊற்றிய பழங்குழம்புக்கும் ஒப்பிட்டவர் சாதுர்யமுடையவர்தான்; ஆனால், இந்த வர்க்கத்தைச் சேர்ந்த நுட்பமான உவமைகளை, தனிப்பாடல்களில் அன்றி, ஒரு காவியத்தில் கையாண்டால், ஹாஸ்ய விஷயமாய் முடியும். உவமைப் பொருத்தத்திற்கும் அழகிற்கும் கம்பரை மேம்பட்டவர் ஒருவருமில்லை. அசோக வனத்திலே சிறைப்பட்ட சீதை, ஏக்கத்தினாலும் துன்பத்தினாலும் உடல் மெலிந்திருந்த கோலத்தை அவர் சுந்தர காண்டத்தில் வருணிக்கிறார்:

வெயிலிடைத்தந்த விளக்கென்ன ஒளியிலா மெய்யாள்

தேவு தெண்கடல் அமிழ்துகொண்டு, அனங்கவேள் செய்த
ஓவியம் புகையுண்டதே ஒக்கின்ற உருவாள்.

இந்த உவமானங்களின் பொருத்தமும் நயமும் சிறப்பும் அளவற்ற சந்தோஷத்தையும் ஆச்சரியத்தையும் தருகின்றன.

ஆகையால், முக்கியமான கவிதா லக்ஷணங்கள் ஆவன: உயர்ந்த கருத்துக்கள்; ஓசை நிறைந்த, சீர் சிதையாத, எளிய நடை; வழக்குச் சொற்களின் மலிவு; உவமை அழகு. பாரதியார் கவிதையில் இந்த லக்ஷணங்கள் எல்லாம் பொருந்தி யிருத்தலைக் கவனிப்போம்.

உவமைகளைக் கையாளுவதில் பாரதியாரைப் போல் சிறந்தவர் தற்காலக் கவிஞர்களில் எவருமில்லை யென்று தடை யின்றிச் சொல்லலாம். பாரதியாரின் கற்பனாசக்தி சாதாரணமான தன்று. இதனால், சிறிய, தனிப்பட்ட உவமைகளன்றி, நீடித்த உருவக நூல்களை இயற்றும் திறமையும் பாரதியாருக்குண்டு. இப்படிப் பட்ட வசனநூல் 'ஞானரதம்'; செய்யுள் நூல் 'குயிற் பாட்டு'. பிற்கூறியதின் வெளிப் பொருள், அழகான உருக்கமான ஒரு குயிலைப் பற்றிய கதை. இந்தக் கதையை, பாரதியார் வேண்டுகோளின்படி, "வேதாந்தமாக விரித்துரைக்க" வல்லவர் ஒருவரிருந்தால், அவர் மஹா மேதாவியாவர்.

'கண்ணன் பாட்டு'ம் பாரதியாரின் உருவக வன்மையை நன்கு விளக்கும். கண்ணபிரானைத் தாயாகப் பாவித்துப் பாடிய "கண்ணன் – என் தாய்" என்ற சிந்து முழுதும் ஒரு நிகரற்ற உருவகத் தொடர்ச்சியாம்:

உண்ண உண்ணத் தெவிட்டாதே – அம்மை
    உயிர் எனும் முலையினில் உணர்வுஎனும் பால்
வண்ணமுற வைத்தெனக்கே – என்றன்
    வாயினில்கொண் டூட்டும்ஓர் வண்மை யுடையாள்.
கண்ணன் எனும் பெயருடையாள் – அவள்
    கட்டி நிறை வான்எனும் தன் கையில் அணைத்தே,

மண்ணெனும் தன் மடியில் வைத்தே – பல
    மாயமுறும் கதை சொல்லி மனம் களிப்பாள்.

இன்பம் எனச் சில கதைகள் – எனக்கு
    ஏற்றம் என்றும் வெற்றி என்றும் சிலகதைகள்;
துன்பம் எனச் சில கதைகள் – கெட்ட
    தோல்வி என்றும் வீழ்ச்சி என்றும் சிலகதைகள்;
என்பருவம், என்தன் விருப்பம் – எனும்
    இவற்றினுக் கிணங்க, என் உளம் அறிந்தே
அன்பொடவள் சொல்லி வருவாள் – அதில்
    அற்புத முண்டாய்ப் பரவசம் அடைவேன்.

பாரதியாரின் சிறிய உவமைகளும் கவனிக்கத்தக்கவை. மகா யுத்தத்தில் எல்லா நாடுகளிலும் சின்னதும், பலங்குறைந்ததுமான பெல்ஜியம், தான் கொடுத்த வாக்கைக் காப்பாற்றுவதின்பொருட்டு, படைச்செருக்குற்ற ஜெர்மனியைத் தன்னந்தனியே முதலில் எதிர்த்தது, பாரதியாருக்கு அதிக உற்சாகத்தை அளித்தது. ‘வெல்ஜியம் நாட்டிற்கு வாழ்த்து’ என்ற கவியில் அவர் மிக அழகான உவமை யொன்றை அமைத்திருக்கிறார்.

அறத்தினால் வீழ்ந்து விட்டாய், அன்னியன் வலியனாகி
மறத்தினால் வந்துசெய்த வன்மையைப் பொறுத்தல்செய்யாய்,
முறத்தினால் புலியைக் காக்கும் மொய்வரைக் குறப்பெண் போலத்
திறத்தினால் எளியை யாகிச் செய்கையால் உயர்ந்து நின்றாய்.

வேறு காதற்பாட்டொன்றில் காதலன் காதலியை நோக்கி,

வட்டங்க ளிட்டும் குளம் அகலாத
மணிப் பெரும் தெப்பத்தைப் போல – நினை
விட்டு விட்டுப்பல லீலைகள் செய்தும், நின்
மேனி தனை விடலின்றி

என்கிறான். பின்வரும் உவமையும் பலவிதத்தில் சிறந்தது.

ஆங்கொரு கல்லை வாயிலிற் படி என்று
    அமைத்தனன் சிற்பி; மற்றொன்றை
ஓங்கிய பெருமைக் கடவுளின் வடிவென்று
    உயர்த்தினான்; உலகினோர் தாய் நீ!
யாங்கணே எவரை எங்கனம் சமைத்தற்கு
    எண்ணமோ, அங்கனம் சமைப்பாய்.

பாரதியாரின் எளிய நடையைப் பற்றிப் பேச வேண்டியது ஒன்றுமில்லை! ஏனெனில், வேறெந்த நடையும் அவர் உபயோகிக்க வில்லை. ‘செந்தமிழ் நாடு’, ‘பாப்பாப் பாட்டு’, ‘முரசு’, ‘சுதந்திரப் பள்ளு’ முதலிய செய்யுள்களில் சாதாரண வழக்கில் காணப்படாத வார்த்தைகளேயில்லை. அப்படியிருந்தும் ஓசையினிமையும் கருத்துயர்வும் பொருந்தியிருப்பதுதான் கவித்திறன்.

வழக்குச் சொற்களைப் பாரதியார் வெகு பொருத்தமாக உபயோகித்தார். ஆங்கிலத்திலே *‘idiomatic’* என்ற சொல்லால்

குறிப்பிடும் குணம் பாரதியார் கவிதையில் முக்கியமானது. இவ் விதச் சொல் வன்மையைச் சில உதாரணங்களால் காட்டுவோம். (தனிப் பதங்களே யன்றித் தொடர்களை உபயோகித்திருத்தலும் காண்க.)

> கோளுக்கு மிகவும் சமர்த்தன் – பொய்மைக்
> குத்திரம் பழி கூசாச் சழக்கன்
> ஆளுக் கிசைந்தபடி பேசித் – தெருவில்
> அத்தனை பெண்களையும் ஆகாத டிப்பான்.
>
> பட்டப்பகலிலே பாவிமகள் செய்தியைப்பார்!
> கண்ணாலங்கூட இன்னுங்கட்டி முடியவில்லை;
> மண்ணாக்கி விட்டாள்! என் மானம் தொலைத்துவிட்டாள்!
> 'நிச்சய தாம்பூலம்' நிலையா நடந்திருக்கப்
> பிச்சைக் கிறுக்கிசெய்த பேதகத்தைப் பார்த்தாயோ!
>
> உள வென்றும் நட்பென்றும் கதைக்கிறான்...
>
> பானையிலே தேளிருந்து பல்லால் கடித்த தென்பார்.
> வீட்டிலே பெண்டாட்டிமேல் பூதம் வந்ததென்பார்
> பாட்டியார் செத்துவிட்ட பன்னிரண்டாம் நாளென்பார்.
>
> சிரித்துஉரை கூறியும் செள்ளென விழுந்தும்.
>
> வெறும் வாய் மெல்லும் கிழவிக்கு, அஃதோர்
> அவலாய் மூண்டது.
>
> யந்திர சாலையென்பர், எங்கள் துணிக ளென்பர்,
> மந்திரத்தாலே யெங்கும் – கிளியே – மாங்கனி வீழ்வதுண்டோ.

தாமாகச் சொற்றொடர்களைப் புனைவதிலும், சுருக்கமாகவும் சாதுர்யமாகவும் வருணிப்பதிலும் பாரதியார் தேர்ச்சியுள்ளவர்.

"சிற்றடிச் சீனம்", "தோள் நவத்த துருக்கம்" முதலிய சொற்றொடர்களையும்,

> குரங்கன் ஓடியிருப் பதோர் உண்மையையும் மாடனிடம்
> யாரோ உரைத்துவிட்டார். ஈரிரண்டு பாய்ச்சலிலே
> நீரோடுமேனி நெருப் போடுங் கண்ணுடனே
> மாடனங்கு வந்து நின்றான்.
>
> கவிதைக் கனிபிழிந்த
> சாற்றினிலே பண், கூத்தெனும் இவற்றின் சாரமெல்லாம்
> ஏற்றி அதனோடே இன்னமுதைத் தான்கலந்து,
> காதல் வெயிலிலே காயவைத்த கட்டியினால்
> மாதவளின் மேனிவகுத்தான் பிரமன்

என்று வரும் வாக்கியங்களையும் நோக்குக.

பஞ்சாமிர்தம், வைகாசி – ஆனி, 1925

கவிதை ரஸாயனம்

திருலோக சீதாராம்

தமிழ்நாட்டில் பாரதி கருத்துக்களைப் பரப்பியவர்களின் முன்னணியில் நின்றவர் கவிஞர் திருலோக சீதாராம் (1917–1973). சொல்லின் செல்வர்; சுவையின் தலைவர். எதைச் சொல்ல வந்தாலும் அழுத்தம் திருத்தமாக, சுவை கூட்டி, கேட்போர் புரிந்து, ரசித்து மகிழும்வண்ணம் சொல்லும் திறன் படைத்திருந்த கவிஞர் திருலோக சீதாராம், பாரதி வழிவந்த கவிஞர்களுள் சிறந்த ஒருவராவர்.

பாரதி நூல்கள் தமிழ் மக்களின் பொது உடைமை ஆக வேண்டும் என்பதற்காகப் பெருமுயற்சி எடுத்து வெற்றியும் கண்டவர் திருலோகம்.

விழுப்புரம் அருகே பரிக்கல் கிராமத்தில் இராம. சடகோபன் நடத்திய *தியாகி* பத்திரிகையில் உதவியாசிரியராகப் பத்திரிகைத் தொழிலுக்கு வந்து, பிறகு *தென்னாற்காடு தூதன்* என்ற பத்திரிகை நடத்திப் பார்த்து, பின்னர் துறையூரில் அ.வெ.ர. கிருஷ்ணசாமி ரெட்டியாருடன் *கிராம ஊழியன்* பத்திரிகையில் பணிபுரிந்து வந்தார். பின்னர், திருச்சியில் *சிவாஜி* பத்திரிகையில் உதவியாசிரியராக இருந்து, பின்னர் அதன் அதிபராகவும் ஆசிரியராகவும் ஆகி, *சிவாஜி*யைச் சீரும் சிறப்புமான இலக்கியப் பத்திரிகையாக மாற்றினார்.

திருலோக சீதாராமின் சிறந்த நூல் 'கந்தர்வ கானம்' என்ற காவியமாகும்.

வியப்பும் விழைவும்

திசைவெளியைக் கவிந்து நிற்கும் வான் விரிவில் என்னதான் இருக்கிறதோ! ஏதோ பெருவியப்பு ஒன்று இருக்க வேண்டும். இல்லாவிட்டால் உலகுயிர் யாவும் வானின்ப நாட்டம் கொண்டு இயங்காவன்றோ!

மண் விண்ணை நோக்குகிறது; கடல் நீர் ஆவியாகி மேலே ஏறுகிறது; அமுங்கிய காற்று விடுபட்டு வெளியில் பாய்கிறது. வானை நோக்கிக் கைகள் தூக்குகிறது தீ. எனினும் இவற்றால் வானைத் தீண்ட முடிவதில்லை. கண் பிறழ்வின்றிக் குனிந்து கீழே பார்க்கும் வானத்தின் மையல் விழிகளிலிருந்து நிரந்தரமான அழைப்பு மட்டும் இன்னமும் இருந்துகொண்டே இருக்கிறது.

நெடிய பாதை

மேலிருந்து தாழ வருகின்ற அருட்கரம் ஒன்றைப் பற்றி ஏற முயல்வது போன்று மண்ணிற் காலூன்றி மண்டி எழுகிறது மலை. நெருங்க நெருங்க விலகிச்செல்லும் தொடுவானம் நம்மைச் சோர்வுறுத்துவது போல் கண்ணுக்குத் தெரியாத அந்த அருட்கரத்தை நழுவ விட்டதனால் போலும் மலை ஒரு நிலைக்கு மேல் உயர முடியாமல் நின்றுவிடுகிறது. மலையின் பௌதிக வலிமை அவ்வளவுதான். எனினும் மண்ணின் ஆவல் அம்மலை முகட்டில் சிறு செடியாகத் தளிர்த்து மேலும் மூன்றடி உயரம் தலை தூக்கிப் பார்த்துத் தள்ளாடுகிறது. அச்செடியின் கிளையிலிருந்து புறப்பட்ட சிறு பறவை, விண்ணைத் தொட்டே தீருவதென்று விரதம் பூண்டதுபோல் தன் புன் சிறை விரிக்கிறது. வெளியில் திரிந்திளைத்துப் பின் மண்ணின் மடிக்கே திரும்புகிறது. எனினும் மண் தனது தாபம் தணியாமல் மேலும் மேலும் கருவுயிர்க்கிறது. கோடி கோடி உயிர்ப்பொருள்கள் யுகாந்திரமாகத் தோற்றமுற்று இந்த நெடிய பாதையைத் தொடர்கின்றன.

இரண்டில் ஒன்று

அருளின் அழைப்பும் ஆருயிர்த் தவிப்பும் நிரந்தரமாக இருந்து கொண்டிருந்தால் இதன் முடிவுதான் என்ன? வானத்தின் கதவுகள் யாராலும் திறக்கக்கூடாதவாறு அடைத்துக் கிடக்கின்றனவா? அல்லது மண்ணின் கடன் நிமிரவே முடியாதா? இரண்டில் ஒன்று தீர்ந்து போகும்வரை அமைதிக்கு இடம் இல்லை. நாம் விண்ணில் கால் மிதித்து ஏற வேண்டும்; அல்லது வானகம் இங்கு தென்பட வேண்டும்.

கண்ணில் தெரியும் பொருளைக் கைகள்
கவர்ந்திட மாட்டாவோ – அட
மண்ணில் தெரியுது வானம் – அது நம்
வசப்படல் ஆகாதோ!

வானத்தில் வேலி

‘மண்ணிலே வேலி போடலாம் – வானத்திலே போடலாமா?’ போடலாம் என்கிறான் ராமகிருஷ்ண முனி. ‘மண்ணைக்

கட்டினால் வானைக் கட்டியதாகாதா? மண்ணிலும் வானந்தானே நிரம்பியிருக்கிறது' என்கிறார் பாரதி. வானகத்தை இவ்வுலகில் இருந்து தீண்டும் வல்லமையைத்தான் ஞானம் என்கின்றனர். அந்த சகவாஸத்தைப் பிறர் அறியுமாறு புலப்படுத்த முயல்வது கலை.

கண்டவர் விண்டிலர்; விண்டவர் கண்டிலர் என்று நிச்சய மாகக் கூறுகிறது நமது வேதாந்தம். எப்படியாவது ஒரு கோடி காட்டி விடலாம் என்ற நம்பிக்கை தருகிறது கலை. விண்ணைத் தொட்டு விடாமல் சுட்டிக் காட்டுகின்ற நீண்ட விரல் போல் நிமிர்ந்து நிற்கும் கோபுரம் நமது நம்பிக்கையின் அறிகுறி.

இசையுலகில் விந்தைகளைத் தனது குரலில் சிலம்புகின்ற பாடகன் உன்னதமான நிலையொன்றில் தனது குரலை நிறுத்திக்கொண்டு பாவனையால் பரவெளிக்கு மேலே தனது கைகளை விரித்துக் காட்டி ஒரு போக்குக் காட்டிவிடுகிறான். செய்தி நமக்குக் கிடைத்துவிடத்தான் செய்கிறது. அவன் தனது குரலின் வலிவின்மையைத் தனது பாவனையால் நிறைவு செய்து காட்டுகின்ற வரம்பில் அவனது குரல் ஒடுங்கி எல்லையற்ற மோனம் முகிழ்க்கிறது. அவனது குரலைப் பற்றிச் சென்ற நாமும் தொடர்ந்து ஒலியற்ற மோனத்தின் இசைப் பெருக்கைக் கேட்டு விடவே செய்கிறோம். கலையின் சாகஸமே இதுதான். இதற்கு மேல் நமது புலன்களுக்குப் புரியும் பாஷையில் பேச முடியாது என்ற எல்லைக் கோட்டில் கலையின் வடிவம் முழுமை பெறும் போது கலைக்கோபுரத்தின் ஸ்தூபி தோன்றுகிறது. அது சுட்டிக் காட்டுகின்ற திசையில் வியப்புடன் ஏதோ மகாரகசியம் ஒன்றைக் கண்டு கொள்கிறோம்.

சிருஷ்டி ரகசியம்

படைப்பு நமது கண்ணுக்குத் தெரியும். அதாவது படைப்புற்ற பருப்பொருள் படைப்பு நமது கண்ணுக்குத் தெரியாது; அதாவது படைப்பு உருவான விந்தை. கலை நமது கண்ணுக்குத் தெரியும். அதாவது கலைப்பொருளின் பரிமாணம், கலை நமது கண்ணுக்குத் தெரியாது; அதாவது கலைஞன் உள்ளத்தில் கலை உருவான மாயம்.

கலையின் வடிவம் கவர்ச்சி மிக்கது. அது நமது புலன்களைக் கவ்வுவது. கலையின் கண்ணொளி நமது உணர்ச்சிகளை மையல் கொள்ளச் செய்வது. கலையின் குரல் ஒலி நமது அறிவுடன் ரகசியம் பேசுவது. அக்குரலின் செய்தி தருகின்ற உண்மையொளி நமது ஆன்ம பரவசமாவது. எனவே கலை நமக்குத் தருவது ஒரு

பேரனுபவம். கலைஞன் தனது ஆனந்த அனுபவத்தைத் தனது கலையில் வைத்து நமக்கு வழங்குகிறான். கலை ஒரு அற்புதம்.

ஐந்தும் அதற்கு மேலும்

இன்ப வருக்கம் அனைத்தும் நிறைவாகி இருக்கின்ற பெட்டகம் என்று பெண்மையைக் குறிப்பிடுகின்றார் வள்ளுவர். "கண்டு, கேட்டு, உண்டு, உயிர்த்து, உற்று அறியும் ஐம்புலனும் ஒண்டொடிக் கண்ணேயுள" என்பது அவர் வாக்கு. எல்லாமாகிக் கலந்து நிறைகின்ற ஒண்மையை நமக்கு உணர்த்துகின்ற கலைக்கு இணையான இன்பம் யாதொன்றுமில்லை. இலக்கியம் இவ்வகை இன்கலைத் தொகையில் இணையற்றதொன்று. உணர்வு நிலையைத் தொட்டுப் பரவசமூட்டும் சக்தி அதற்கு இருக்கிறது. இலக்கிய வகுப்பில் கவிதை முடிமணி போன்றதோர் மாயம்.

கலையின் ரசாயனம்

> கள்ளையும் தீயையும் சேர்த்து – நல்ல
> காற்றையும் வான வெளியையும் சேர்த்துத்
> தெள்ளு தமிழ்ப் புலவோர்கள் – பல
> தீஞ்சுவைக் காவியம் செய்து கொடுத்தார்.

என்று கவிதையின் ரசாயன விந்தையைப் பாரதி விளக்குகிறார். கலைகள் யாவுமே இவ்வித ரசாயன முறையில்தான் உருவாகின்றன. கலைப்பொருளின் பரிமாணமும் வகையும் வேறுபடுவதனால் அடிப்படை மாறுபடுவதில்லை. மண்ணைக் குழைத்து வசக்கி இளக்கித் தமது விரல் வளைவுகளில் பிடித்து எடுத்து உருக்கொடுக்கும் குயவன் பற்பல பாண்டங்களைப் படைப்பது போல் கலைஞர்களும் தங்கள் படைப்பைச் சிற்பம், சித்திரம், இசை, கவிதை என்று காட்டுகின்றனர். அவ்வளவுதான். கள்ளும் தீயும் காற்றும் வானும் என்ற கூட்டுச் சரக்குகளின் கலை உருவாகின்ற மாயம்தான் உணர்ந்து மகிழத்தக்கது.

பிரபஞ்சம்

கலைகள் தோற்றமுறுவதற்கு ஆதாரமாக இருப்பது இப்பெரும் படைப்பு. பிரபஞ்சம் நமது புலன் வாயில்கள் வழியே உட்புகுந்து காட்சிகளாகச் சிதறுகிறது. இக் காட்சித் துணுக்குகள் நமது மானதத் திரையில் பதிவாகின்றன. நமது எண்ணங்கள் இவ்வதிர்ச்சியால் நிழலாடுகின்றன. அப்பொழுது இடையிடையே கால் வீசியெழுகின்ற ஒளியில் வியப்பும் திகைப்பும் மாறிமாறித் தோன்றுகின்றன. இப்புதிர்களை விடுவிக்க வேண்டுமென்ற

முனைப்பு நம்மில் திளைக்கிறது. இந்த நிலைவரையில் மானிடர் அனைவரும் ஒரே தரத்தினர்தாம்.

இப்படித் தோன்றிய முனைப்பு தவமுயற்சியாகிச் சித்திகள் பெறுவோர் ஞானியர் என்றும், தங்கள் சித்திகளின் செய்தியை நமக்கு உணர்த்தும் தந்திரம் கற்றோர் கலைஞர் என்றும் ஆகின்றனர். ஞானி ஒருவன் கலைஞனாக இருக்க வேண்டியதில்லை. ஆனால் சிறந்த கலைஞன் ஞானியாகத்தான் இருக்க முடியும். மெய்ம்மையின் ஞான ஒளியில்லாத கலை உண்மையிற் கலையன்று; கலையைப் போன்ற பொய்த் தோற்றமுடையதேயாகும். கானல் நீர் போன்று.

புலன்காட்சி

இந்தப் பிரபஞ்சம் சாதாரண மனிதருக்குத் தனது இதயத்தைத் திறந்து காட்டிவிடுவதில்லை. பொருள் விளங்காத ஒரு பெரும் புதிராகவே தோற்றுகிறது. ஒன்றையொன்று ஒவ்வாத– பொருந்தாத முரண்படவும் செய்கிற பற்பல காட்சி பேதங்களும் நிகழ்ச்சிகளும் சேர்ந்த அலங்கோலம் இவ்வுலகு. நெடிய மலையும் கிடுகிடு பள்ளமும், பாலையும் பைம்பழனமும், மண்பரப்பும் ஆழ்கடலும், புலியும் மானும், இன்பமும் துன்பமும், வெற்றியும் தோல்வியும், இரவும் பகலும், இருளும் ஒளியும், அன்பும் வன்பும் என்ற இரட்டைகள் அல்லது துவந்துவங்களாகத் தோற்றுவது.

தெளிந்த லட்சியத்துடன் அமர்ந்து ஒழுங்காக ஒருவன் இதைப் படைத்திருப்பானா என்பதே சந்தேகம். படைப்போன் தனது தொழிற்சாலையின் கழிவுப்பொருள்களையெல்லாம் எடுத்துத் தனது சாளரங்களின் வழியே வெறும் வெளியில் வீசியெறிந்துவிட்டதனால் குவிந்துபோன குப்பை மேடு போலத் தோன்றுகிறது இவ்வுலகம்.

இதற்கு மேல் இவ்வுலகுக்குப் பொருள் தெரியவில்லை நமக்கு.

திருக்காட்சி

கலைஞனுக்கு இப்பிரபஞ்சம் காட்டுகின்ற காட்சி முற்றும் வேறானது. உலகியல் பொருள்கள், நிகழ்ச்சிகள், உணர்ச்சிகள் இவற்றின் வேறுபாடுகள் அனைத்திலும் ஊடுருவி நிற்கின்ற இங்கிதம்–அல்லது அழகு ஒன்றுதான் அவனுக்குப் புலனாகிறது. அவனுக்கு உலகம் ஒரு விளையாட்டுக்கூடம். நிகழ்ச்சிகள் சுவை மிகுந்த கதைகள்.

கண்ணனெனும் பெயருடையாள் – எனைக்
கட்டி நிறைவான் எனும் தன் கையில் அணைத்து
மண்ணெனும் தன் மடியில் வைத்துப் பல
மாயமுறும் கதை சொல்லி மனம் களிப்பாள்

என்று கலைஞனுடைய மானத வாழ்வின் மாண்பைப் பாரதி நமக்குக் காட்டுகிறார். தண்ணமுதம் போல ஒளி பரந்து ஒழுகும் சந்திரன் – மோனத்திலிருந்து ஒரு மொழியுரையாது விளையாடவரும் மலை – நாடெங்கும் ஓடி விளையாடிவரும் நதிகள் – இவையெல்லாம் தனக்கு விளையாடுவதற்கென்றே கண்ணன் எனும் தாய் சமைத்துக் கொடுத்த விளையாட்டுப் பொம்மைகள் தானாம்.

ஏற்றமென்றும் வெற்றியென்றும் சிலகதைகள் – கெட்ட
தோல்வியென்றும் வீழ்ச்சியென்றும் சிலகதைகள்
என் பருவம் என்றன் விருப்பம் – எனும்
இவற்றினுக் கிணங்க என் உளம் அறிந்தே
அன்போடவள் சொல்லி வருவாள் – அதில்
அற்புதம் உண்டாய்ப் பரவசமடைவேன்.

உலகத்து நிகழ்ச்சிகளும் இன்ப துன்பங்களும் சுவைமிக்கக் கதைகளாம். படைப்புச் சக்தியின் விளைவு பேரழகு. பராசக்தி யின் பிள்ளை முருகன். படைப்பின் எல்லையற்ற சக்தி இயக்கத்தையும் அதில் அழகையும் காண்கின்ற கலைக்கண்கள் தமிழனுடையது. தமிழ்க் கடவுள் என்று முருகனைப் போற்றுகின்ற மனப்பான்மையில் எவ்வளவு பொருள் பொதிர்ந்திருக்கிறது.

மாறுபடப்பல வேறு வடிவோடு தோன்றுவான் – எங்கள் வைரவீ
பெற்ற பெருங்கனலே வடிவேலவா ?

தோற்றங்கள் யாவினும் கலைஞன் காண்பது அழகு அழகு அழகு அல்லாது வேறில்லை.

அழகெனும் கள்ளையுண்டு பித்தேறி நிற்கும் கலையுள்ளம் ஒன்றுதான்.

எத்தனை கோடியின்பம் வைத்தாய் – எங்கள்
இறைவா, இறைவா, இறைவா

என்றும்

அத்தனையும் உலகமும் வர்ணக்களஞ்சியம்
ஆகப் பலபல நல்அழகுகள் சமைத்தாய் எங்கள்

பரமா, பரமா, பரமா

என்றும் பாட முடியும்.

நிலாவையும் வானத்து மீனையும் காற்றையும் நேர்ப்பட வைத்து, ஆங்கே குலாவும் அமுதக் குழம்பைக் குடித்துக் கோலவெறி பிடித்தல்தான் கலையின் கூட்டுச் சரக்குகளில் **முதலாவதான 'கள்'.**

தீ வளர்ப்போம்

கண்ணிலும் செவியிலும் உள்ளத்திலும் வந்து தூண்டுகின்ற அழகின் ஊற்றுக் கால்களையே பார்த்துவிட வேண்டுமென்ற தாபம் அழகுணர்ச்சியின் விளைவாகக் கவிஞன் உள்ளத்தே மூண்டுவிடுகிறது. கள்ளைப் பருகி நாடி நரம்புகளெல்லாம் கனலேற நிற்கின்ற நிலை. அழகு கவர்ச்சிப் பொருளாக இருந்து இப்பொழுது கண்ணும் முகமும் களியேற்றும் காதற் கனலாக மூண்டுவிட்டது. அழகின் உயரங்களுக்கெல்லாம் தாவிப் பிடிக்க வேண்டுமென்ற தாபத்தில் கவிஞன் தனது மனதிற்குக் கட்டளையிடுகின்றான்.

தாரகை என்ற மணித்திரள் யாவையும்
சார்ந்திடப் போ மனமே
ஈரச்சுவையதில் ஊறிவரும் அதில்
இன்புறுவாய் மனமே.

அழகை ரசிக்கத் தொடங்கி அழகிற் கலந்துவிட விருப்பம் எழுந்து விட்டது.

சீரவிருஞ்சுடர் மீனொடு வானத்துத்
திங்களையும் சமைத்தே
ஓரழகாக விழுங்கிடும் உள்ளத்தை
ஒப்பதோர் செல்வமுண்டோ.

உருவழகைத் தொட்டும், ஒலியழகைக் கேட்டும், காட்சியழகைக் கண்டும் மகிழ்வுற்று அழகின் கொள்ளையில் முயங்கிக் கிடக்கும் வேகம்தான் கலையின் ரசாயன சரக்கில் **இரண்டாவதான 'தீ'.**

காற்றின் பிடரி

இப்பொழுது கலைஞன் வரம்பில்லாத வரம்பில் வளைய வருவதற்குப் புறப்பட்டு விட்டான். பறந்து செல்வதற்குச் சிறகுகள் வேண்டும்.

பன்றியைப் போலிங்கு மண்ணிடை
சேற்றில் படுத்துப் புரளாதே ... ...
... ... மூவுலகும் சூழ்ந்தே
நன்றுதிரியும் விமானத்தைப் போல் ஒரு
நல்ல மனம் படைத்தோம்.

பௌதிகத் தோற்றங்கள் – அவற்றின் மாறுபாடுகளைக் கடந்து நிற்கும் அழகு – அழகின் பெருக்கை வாரிப்பருக வேண்டுமென்ற தாபம், அத்தாபத்தின் வழி மூண்டெழுந்த உள்ளம்.

தென்னையின் கீற்றைச் சலசலக்கச் செய்து வரும் காற்றைக் குதிரை கொண்டு ஏறித் திரிகின்ற உள்ளம் பெற்றுவிடுகின்ற கவிஞன் பௌதிகம் கடந்த கற்பனையை இப்பொழுது தனது இறகுகள் ஆக்கிக்கொண்டு பறக்கும்போது அவனுக்குக் காற்றின் வலிமையே கை வருகிறது. ஆகா, அதோ ஒரு சிட்டுக்குருவி. அதுவும் இப்படித்தான் தன்னைப் போல வானில் வட்டமிட்டுச் சிறகடிக்கிறதோ! ஆனால் அதற்கு உடல் லாகவம் அதிகம். தனது உடல் சுமை மண்ணுக்கு இழுக்கிறதே. உணர்ச்சியைக் கொண்டுதான் பறக்க வேண்டும். கண்ணின் ஒளி வட்டம் அளவுக்கு உட்பட்டது கற்பனை வட்டம் பெரிது. செவியின் ஒலி இன்பம் சிறிது. கற்பனைக் காதுகளில் ஒலியின் பெருக்கமே கேட்கும் வரம்புக்குட்பட்டியங்கும். மானிடன் வரம்பிகந்த வெளியில் பறந்து திரிவதற்கு ஏற்ற கடிவாளமில்லாத குதிரை கற்பனை. காற்றென்று பாரதி கூறும் **மூன்றாவது பொருள் கற்பனையல்லாது வேறில்லை.**

வானொளி

எட்டுத் திசையும் ஏறித்திரிந்து மட்டுப்படாதெங்கும் கொட்டிக் கிடக்கின்ற வானொளியை வாரிக்கொண்டு வரும் கவிஞன் இதோ தனது கலையைப் படைத்து நமக்குத் தருகிறான். படைப்பின் ரகசியம் வானத்தின் செய்தி ஒன்று கிடைத்தவுடன் கவியுள்ளத்தில் கவிதையும் உருவாகி விடுகிறது. நாம் காணுகின்ற காட்சி வேதங்களின் விந்தையழகையும் அவ்வழகின் அடிப்படைக் கருத்தையும் கண்டறிந்து கவிஞன் கூறுகிறான்.

காக்கைச் சிறகினிலே நந்தலாலா – நின்தன்
கரியநிறம் தோன்றுதையே நந்தலாலா
பார்க்கும் மரங்களெல்லாம் நந்தலாலா – நின்தன்
பச்சை நிறம் தோன்றுதையே நந்தலாலா
கேட்கும் ஒலியில் எல்லாம் நந்தலாலா – நின்தன்
கீதம் இசைக்குதடா நந்தலாலா.

மண்ணிற் காலூன்றி எழுந்த கவிதைக் கோபுரமும் வளர்ந்து உயர்ந்து வளர்ந்து விட்டது. கலைஞன் அதற்கு ஸ்தூபி ஒன்றை அமைக்கிறான். பெரிய பீடம் எழுந்து கொஞ்சம் கொஞ்சமாகக் கூம்பிச் சென்று ஒரு புள்ளியில் வானைச் சுட்டிக் காட்டி விட்டுத் தன் வடிவத்தின் எல்லையைப் பெற்றுவிடுவது போலக்

கவிதையின் சுட்டு விரல் இதோ நமக்கு ஒரு குறிப்பையும் காட்டிவிட்டு முற்றுப்பெறுகிறது.

தீக்குள் விரலை வைத்தால் நந்தலாலா – நின்னைத்
தீண்டுமின்பம் தோன்றுதடா நந்தலாலா.

தீயில் விரலை வைத்துப் பார்க்க நமக்குத் தைரியம் கிடையாது. ஆனாலும் அந்த இன்பம் ஒருவாறு நமக்குப் புலனாகத்தான் செய்கிறது.

ஆதாரமில்லாத கழையின் மேல் வேகமாக ஏறிச் சென்று அதன் உச்சி முனையில் சுழன்று திரியும் ஒருவன் மிகவும் லாகவமாக – சற்றும் அஞ்சுதலின்றி செய்கிறான். கீழே ஆடாமல் காலூன்றி நிற்கும் நமக்குத்தான் தொடை நடுங்குகிறது. எனினும் அவனுடைய சாகஸத்தை மறுக்க முடியுமா?

கள்ளையும் தீயையும் சேர்த்து – நல்ல
காற்றையும் வான வெளியையும் சேர்த்துத்

தீஞ்சுவைக் கவிதையியற்றிய தமிழ்க் கவிஞர் மரபில் பாரதியின் ஸ்தானம் எவ்வளவு மாண்புடையது. அந்த மாண்பைப் போற்றி மகிழும் ரஸத்தேர்ச்சி நமக்கு இருந்தால் அதுவே போதும்.

பாரதி ஜயந்தி, 1955, டிசம்பர்,
பாரதி தமிழ்ச் சங்கம்,
கல்கத்தா

பாரதியும் விஞ்ஞானமும்

பெ.நா. அப்புஸ்வாமி

தமிழ்நாட்டு எழுத்தாளர்களில் வயதில் முதியவர் என்பது மட்டுமன்றி, எழுத்துத் துறையிலும் மிக முன்னதாகப் பிரவேசித்தவர் என்ற இரட்டைப் பெருமையுடையவர் பெ.நா. அப்புஸ்வாமி (1891–1986). தமிழில் விஞ்ஞானத்தைப் பரப்புவதையே பணியாகக் கொண்டு தமிழை வளர்த்தவர் அவர். அத்துடன் பழந்தமிழ் இலக்கியத்தை அழகான ஆங்கிலத்தில் மொழிபெயர்த்து உலகுக்களித்தவர். மேலும், குழந்தைகளுக்கான நூல்கள் எழுதுவதிலும் மிகுந்த புகழெய்தியவர். இவ்வாறு பல துறைகளிலும் சிறப்பாகத் தமிழ்த் தொண்டு செய்த பெ.நா. அப்புஸ்வாமி, பாரதியாரின் பாடல்களில் சிலவற்றையும் ஆங்கிலத்தில் மொழிபெயர்த்துள்ளார்.

'பாரதியும் விஞ்ஞானமும்' என்ற இக்கட்டுரையில் அவர் பாரதியார் எவ்வாறு விஞ்ஞான வளர்ச்சியை விரும்பினார் என்று காட்டுகிறார். *லோகோபகாரி* 1940 பாரதி மலரில் வெளிவந்த இக்கட்டுரையைத் தமிழ் மக்கள் கவனத்துக்கு மீண்டும் கொண்டுவருவதில் பெருமை கொள்கிறேன்.

நாட்டின் முன்னேற்றத்தைக் கருதும் ஒவ்வொருவனும் விஞ்ஞானத்தினால் நாட்டுக்கு ஏற்படக்கூடிய நன்மைகளைப் பற்றிச் சிந்திக்காமல் இருக்க முடியாது. விஞ்ஞானம் நல்லதா? கெட்டதா? அதைப் படைத்தது அருள் நிரம்பிய கருணைத் தெய்வம்தானா அல்லது மானிடர்களை மயக்கி, மாயத்தில் ஆழ்த்தி, நன்மை தீமைகளை அறிய வொட்டாது தடுத்து மனித இனத்துக்கே தீங்கிழைக்க முயலும் சைத்தான் வேண்டுமென்று படைத்த படைப்பா அது?

இவ்வாறான வீண் எண்ணங்களை எண்ணிக்கொண்டிருப்பதினால் இப்போது யாதொரு பயனும் இல்லை. கூரிய கத்தியைப் போன்றது விஞ்ஞானம். கத்தி நல்லதா, கெட்டதா? கத்தியின் குணம் கத்தியை உபயோகப்படுத்துபவனைப் பொறுத்திருக்கிறதே தவிரக் கத்தியை மட்டும் அது பொறுத்ததன்று. கத்தியால் உயிரைப் போக்கலாம். உயிரைக் காக்கவும் செய்யலாம். நற்குணமுடையவன் கையில் அது சிறந்த கருவியாக விளங்கும். ஆனால், கெட்ட மனம் படைத்த தீயவன் ஒருவன் கையில் அது ஏறி விட்டாலோ அதனால் விளையக்கூடிய தீங்குகளுக்கும் கொடூரங்களுக்கும் கணக்கு ஏது? கலப்பை என்னும் உழுகலம் மக்களுக்கு உணவளிக்கும் நற்காரியத்தோடு பிணைப்புண்டது. நன்மைக்கும் நற்செயல்களுக்கும் நல்விளைவுகளுக்குமே அறிகுறியாக உள்ளது. இவ்வாறுதானே யாவரும் எண்ணுவார்கள்? அப்படி எண்ணுவதும் நியாயம்தான். ஆனால், அதையும்கூட ஒரு சந்தர்ப்பத்தில் படைக்கலமாக பலராமன் வழங்கினான் என்ற கதையைக் கேட்டதில்லையா? தற்கால வாழ்விலும் எத்தனையோ பேர்கள் மண்வெட்டியாலும் கடப்பாரையாலும் உயிர்க் கொலை செய்யவில்லையா?

ஆதலால் சக்தி பொருந்திய விஞ்ஞானத்தைக் குறை கூறாமல் – குறை கூறினாலும் பயனில்லை; ஏனெனில் அது உலகத்திலே நிலையாக நிலைத்துவிட்டது – விஞ்ஞான விஷயங்களை நன்கு அறிந்து, அவற்றை நல்ல முறையிலே பயன்படுத்தி, நாட்டின் வளத்தையும் நாட்டு மக்களின் நலத்தையும் சீராக அமைத்துக்கொள்ள வேண்டும். இதுதான் அறிவாளிகளின் கடமை. விஞ்ஞானத் துறைகளில் ஈடுபடாத நாடு முன்னேற்றம் அடையாது. அது இருக்கும் நிலையில் தங்கி நிற்கும் என்று சொல்வதற்கும் இல்லை. நாகரிக ஏணியிலும் உலக மதிப்பிலும் அது பின்போக்காகச் செல்லத் தொடங்கி, உலகத்தாரின் அவமதிப்புக்கு உள்ளாகி, என்றும் நீங்காத அடிமைத்தனத்திலேயே ஆழ்ந்து கிடக்கும்.

இவ்வாறான எண்ணங்களைப் பாரதி கொண்டிருந்தார். தம்முடைய நூல்களில் அடிக்கடி இவற்றை வெளியிட்டிருக்கிறார். நவீன விஞ்ஞான சாஸ்திரங்களிலே அவருக்குப் பூரணமான நம்பிக்கை உண்டு. அதனால் அவர்,

> சாஸ்திரம் பெரிது. சாஸ்திரம் வலியது. அஷ்டமகா சித்திகளும் சாஸ்திரத்தினால் ஒரு வேளை மனிதனுக்கு வசப்படலாம்.

என்று சொல்லுகிறார். அவற்றை நமது நாட்டில் அனைவருக்கும் கற்றுக் கொடுப்பது அவசியம் என்று நினைத்து, அந்த அவசியத்தைப் பல இடங்களில் வற்புறுத்துகிறார்.

> ஐரோப்பிய ஸயன்ஸின் ஆரம்ப உண்மைகளைத் தக்கக் கருவிகள் மூலமாகவும் பரீக்ஷைகள் மூலமாகவும் பிள்ளை களுக்குக் கற்பித்துக் கொடுத்தல் மிகவும் அவசியமாகும். பிள்ளைகளுக்குத் தாங்களே 'ஸயன்ஸ்' சோதனைகள் செய்து பார்க்கும் வழக்கத்தை ஏற்படுத்திக் கொடுக்க வேண்டும். வியாபார விஷயங்களுக்கு ரஸாயன சாஸ்திரம் மிகவும் பிரதானமாகையால், ரஸாயனப் பயிற்சிலே அதிக சிரத்தை காண்பிக்க வேண்டும்.

விஞ்ஞானத் துறைகளிலே நாம் இவ்வளவு பின்னணியில் நிற்கிறோமே. மேலை நாடுகள் யாவும் அவற்றில் அத்துணை முன்னேற்றம் அடைந்திருக்கின்றனவே; நம்மால் அவர்களை எட்டிப் பிடிக்க முடியுமா என்று அஞ்சுவோனுக்குத் தைரியம் சொல்லுகிறார்.

> தமிழா, பயப்படாதே! ஊர் தோறும் தமிழ்ப் பள்ளிக்கூடங்கள் போட்டு ஐரோப்பிய சாஸ்திரங்களை எல்லாம் தமிழில் கற்றுக்கொடுக்க ஏற்பாடு செய்.

ஆனால், இத்தகைய காரியம் வாய்ப்பேச்சால் ஆகாது. ஊன்றி ஆராய்ந்து உண்மையாக உழைத்தாலன்றி இது கைகூடாது. வெறும் பேச்சுப் பேசுகிறவர்கள் மெய்யான தேசபக்தர்கள் அல்லர். அவர்கள் வெறும் நடிப்புச் சுதேசிகள் என்று அவர்களை இகழ்ந்து கூறுகிறார். இகழ்ச்சியின் சிகரம் தான் காதல் கொண்ட பெண் இகழ்வதல்லவா? அதனாலே தான் தோல்வியுற்ற இராவணன் இலங்கை திரும்பும்போது தலை குனிந்தவண்ணமாய் வருகிறான். அப்போதுள்ள அவனுடைய மனநிலையைச் சித்தரித்துக் காட்டும் கம்பர்,

> வானகு கயிலை வெற்பை நகு நெடு வயிரத் தோளான்
> நானகு பகைஞ ரெல்லா நகுவரென் றதற்கு நாணான்;
> வேனகு நெடுங்கட் செவ்வாய் மெல்லியன் மிதிலை வந்த
> சானகி நகுவ ளென்றே
> நாணத்தாற் சாம்புகின்றான்

என்று தான் காதலித்துக் காதலைக் கோரும் பெண்ணாகிய ஜானகி தன்னை இகழ்வாளே என்பதையே குறித்து மனம் வாடுவதாகக் காட்டியிருக்கிறார். அதைப் போலவே பாரதியும்

நடிப்புச் சுதேசிகளை இகழும் வார்த்தைகளைக் காதற்பெண்கள் வாயில் வைக்கிறார்.

யந்திரசாலை யென்பர்
எங்கள் துணிக ளென்பர்
மந்திரத்தாலே யெங்கும் – கிளியே
மாங்கனி வீழ்வ துண்டோ.

உப்பென்றும் சீனி யென்றும்
உள்நாட்டுச் சேலை யென்றும்
செப்பித் திரிவாரடீ – கிளியே
செய்வ தறியாரடீ.

இந்தப் பாட்டுக்களிலே இகழ்ச்சி எப்படித் தொனிக்கிறது பார்த்தீர்களா?

இவர்களைத் தவிர மற்றொரு வகைச் 'சுதேசிகள்' மீதும் பாரதிக்கு அடங்காத கோபம் உண்டு. அவர்கள் குறை கூறும் சொல்லில் உண்மை சிறிது கலந்து கிடக்கிறது என்பதுதான் பாரதியின் கருத்து. வசைச் சொல்லில் உண்மை கலந்து கிடந்தால் தானே அதன் காரம் அதிகம்; அது மிகவும் நன்றாக உறைக்கும்? தன் மகன் ஒருவன் தனக்கு வேண்டியன செய்யாமல், தன்னைக் குறை கூறுவதாக வருந்துகிறார் தமிழ்த் தாய். அவன் சொன்ன சொல் அவளுடைய நெஞ்சில் கிடந்து உறுத்துகிறது; அதைப் புண்படுத்திக்கொண்டேயிருக்கிறது. அச்சொல்லால் துடிதுடிக்கிறாள். ஆனால், அவன் சொல்லியது முற்றிலும் பிசகு அன்று. ஆதலால், கோபமும் வருத்தமும் ஒருங்கே கொண்ட தமிழ்த் தாய் தன்னுடைய அருமை மக்களைப் பார்த்து, 'அந்தக் கெட்ட மகன் என்னைக் குறை கூறினான். அந்தக் குறையை நீங்கள் உடனே நீக்குங்கள்' என்று கெஞ்சுகிறாள், வற்புறுத்து கிறாள். ஆத்திரத்தோடு உத்தரவு இடுகிறாள். இது பாரதி கண்ட காட்சி. அதைச் சொல்லுகிறார் கேளுங்கள்:

இன்றொருச் சொல்லினைக் கேட்டேன் – இனி
ஏது செய்வேன்? எனதாருயிர் மக்காள்.
கொன்றிடல் போலொரு வார்த்தை – இங்கு
கூறத் தகாதவன் கூறினன் கண்டீர்

'புத்தம் புதிய கலைகள் – பஞ்ச
பூதச் செயல்களின் நுட்பங்கள் கூறும்
மெத்த வளருது மேற்கே அந்த
மேன்மைக் கலைகள் தமிழினில் இல்லை.

'சொல்லவும் கூடுவ தில்லை – அவை
சொல்லும் திறமை தமிழ்மொழிக் கில்லை;
மெல்லத் தமிழினிச் சாகும் – அந்த
மேற்கு மொழிகள் புவிமிசை யோங்கும்.'

> என்றந்தப் பேதை உரைத்தான் – ஆ
> இந்த வசை யெனக் கெய்திட லாமோ.
> சென்றிடுவீ ரெட்டுத் திக்கும் – கலைச்
> செல்வங்கள் யாவுங் கொணர்ந் திங்குச் சேர்ப்பீர்!

இந்த அவசியத்தை அவர் அடிக்கடி சொல்லுகிறார்.

> காட்டும் வையப் பொருள்களின் உண்மை
> கண்டு சரித்திரம் சேர்த்திடு வீரே

> பிறநாட்டு நல்லறிஞர் சாத்திரங்கள்
> தமிழ் மொழியிற் பெயர்த்தல் வேண்டும்;

> இறவாத புகழுடைய புதுநூல்கள்
> தமிழ் மொழியில் இயற்றல் வேண்டும்.

உலோகநூல் கற்றுயர்

வானநூற் பயிற்சி கொள்

குறைகளை வரிசையாக அடுக்கி மனத்தைத் தளரச் செய்வது தலைவர்களுக்கு உரிய காரியம் அன்று. அவற்றை உணர்ந்து, அவற்றை நீக்குவதற்கு உரிய உபாயங்களைத் தேடி, மக்கள் மனத்திலே கிளர்ச்சியையும் ஊக்கத்தையும் தோன்றச் செய்து, காரியத்தை முடிப்பதே அவர்களுடைய கடமை. கவியின் கடமையும், அவன் செய்யக்கூடிய உதவியும் அதுவே. ஆகையால், பாரதி ஒரு தீர்க்கதரிசியாக விளங்கி, சங்கநாதம் போன்ற குரலில் மக்களை எழுப்பி அவர்களுக்குத் தைரியம் அளிக்கிறார்.

பூ மண்டல முழுதிலும் பெரிய விழிப்பொன்று வரப்போகிறது. அதற்காதாரமாக ஹிந்துஸ்தானம் கண்ணை விழித்து இருபதாண்டுகளாயின. ஹிந்துஸ்தானத்துக்குள் தமிழ்நாடு முதலாவது கண் விழித்தது. ஆனால், இன்னும் புத்தி சரியாகத் தெளியாமல் கண்ணை விழிப்பதும் கொட்டாவி விடுவதுமாக இருக்கிறது.

நமது நாட்டின் பழங்காலப் பெருமைகளைப் பெரிதாகக் கொண்டாடிப் புகழ்ந்து நம்மை உற்சாகப்படுத்துகிறார்.

பூர்வ காலத்தில் பலவகை கணித சாஸ்திரங்களும் இயற்கை நூல்களும் பாரத நாட்டிலேதான் பிறந்து பின்பு உலகத்தில் பரவியிருப்பதாகச் சரித்திர ஆராய்ச்சியிலே தெரிகிறது.

நமது பூர்வீகர் சயின்ஸ் தேர்ச்சியிலே நிகரில்லாது விளங்கி னார்கள். அந்தக் காலத்து லௌகிக சாஸ்திரம் நமக்குத் தெரிந்த மாதிரி வேறு யாருக்கும் தெரியாது. இந்தக் காலத்து ஸங்கதிதான் நமக்குக் கொஞ்சம் இழுப்பு.

அதே சமயத்தில் நாம் தற்காலத்தில் சற்றே பின்வாங்கித்தான் இருக்கிறோம் என்பதையும் நினைப்பூட்டுகிறார். மேலை நாடு களில் இத்துறைகளிலே முன்னேறியிருக்கிறார்கள். அத்தகைய முன்னேற்றத்தை நாமும் பெறவேண்டியதற்கு உரிய முயற்சிகளைச் செய்ய எத்தனையோ பேர்கள், திறமையுள்ளவர்கள் ஆவலோடிருக் கிறார்கள் என்கிறார்.

> பஞ்ச பூதங்களின் இயற்கையைப் பற்றின ஆராய்ச்சிகளிலே நம்மைக் காட்டிலும் ஐரோப்பியர் முன்னேறி நிற்பது தெரிந்த விஷயம். ஆதலால் ஐரோப்பாவில் வழங்கும் லௌகிக சாஸ்திரங்களைத் தமிழில் எழுதவேண்டுமென்று பண்டிதர் மிகவும் ஆவலோடு இருக்கிறார்கள். ஏற்கெனவே சில பகுதிகளின் ஆரம்பம் தமிழில் மொழிபெயர்த்திருக்கிறது. இந்த முயற்சி மேன்மேலும் வளரும். வளர்ந்து தீரவேண்டும்.

அப்பேர்ப்பட்ட அவசியமான காரியம் அவர்களிடத்தே ஆவலோடு மட்டிலும் நின்றுவிடவில்லை. செயலிலும் சிறிதளவு வந்திருக்கிறது. ஆனால், வந்த அளவு போதாது. இன்னும் மேன்மேலும் அவை வரவேண்டும் என்பதை உணர்த்துகிறார்.

> அந்த சாஸ்திரங்களையெல்லாம் ஏககாலத்தில் தமிழில் எழுதி முடிப்பதற்காக ஒரு பண்டித சங்கம் ஏற்படக்கூடும். நமது ராஜாக்களுக்கும் ஜமீன்தார்களுக்கும் செட்டி களுக்கும் நல்ல புத்தியுண்டாகித் தமிழில் நவீன சாஸ்திரம் சேர்ப்பதாகிய காரியத்தை அவர்கள் தக்க பண்டிதர்களின் உதவி கொண்டு, விரைவில் நிறைவேற்றி மேன்மை பெறக்கூடும்.

பாரதி சொல்லிய காரியங்கள் நடந்தேறி வருகின்றன. அவன் ஆசைப்பட்டபடியே, ‘ராஜாக்களும் ஜமீன்தார்களும் செட்டிகளும்’ ஓர் அளவில் இம்முயற்சியில் ஈடுபட்டிருக்கிறார்கள். இன்னும் மேன்மேலும் முயலுவார்கள் என்பது உறுதி.

இப் புதிய நூல்களை மொழிபெயர்க்கும் முறைகளைப் பற்றியும் கற்பிக்கும் முறைகளைப் பற்றியும் அவர் சொல்லி யிருக்கிறார்.

> பௌதிக சாஸ்திரங்கள் கற்றுக்கொடுப்பதில் மிகவும் தெளிவான எளிய நடையில் பிள்ளைக்கு மிகவும் ஸுலபமாக விளங்கும்படி சொல்லிக் கொடுக்க வேண்டும்.

இவற்றின் முதற்படி இன்னது என்று குறிப்பிடுகிறார்.

> இதற்கெல்லாம் முன்னதாகவே பண்டிதர்கள் செய்து வைக்க வேண்டிய அடிப்படைக் காரியம் ஒன்றுண்டு. கூடியவரை,

சாஸ்த்ர பரிபாஷையை நிச்சயப்படுத்தி வைத்தால், பிறகு மொழிபெயர்ப்பு தொடங்குவோர்க்கு அதிக சிரமமிராது. ஸங்கடமிராது.

பாரதி 'பண்டிதர்கள்' என்று குறிப்பிடுவது தமிழ்ப் பண்டிதர் களை மட்டும் அன்று, விஞ்ஞான சாஸ்திரப் பண்டிதர்களையும் கூடவே சேர்த்துத்தான். இவ்விருவகைப் பண்டிதர்களும் ஒன்று சேர்ந்தாலன்றி இந்தக் காரியம் நடைபெறுவது கஷ்டம். வெறும் தமிழ்ப் பண்டிதர்கள் மட்டும் ஒன்றாகக் கூடினால் அவர்கள் பழைய தமிழ்ச் சொற்களைத் தேடிப் பிடித்துத் துலக்கிக் கொடுப்பார்கள். ஒருபுறம் துலக்கும்போதே மற்றொரு புறத்தில் துரு ஏறிக்கொண்டுவரும். பொருள் விளங்காது. விஞ்ஞான சாஸ்திரப் பண்டிதர்கள் மட்டும் ஒன்றாகச் சேர்ந்தாலோ தமிழ்த் தெய்வம் இருக்கிற இடமே தெரியாமல் போய்விடக்கூடும்.

விஞ்ஞான சொற்களைத் திரட்ட அவர் ஓர் உபாயம் சொல்லிக் கொடுக்கிறார். கட்சிகள் மிகுந்த இந்தக் காலத்திலே அதைச் சொல்லக்கூடப் பயமாயிருக்கிறது. அவர் சொல்வதை நாம் ஒப்புக்கொள்ள வேண்டும் என்பதில்லை; ஆனாலும் அவர் சொல்லியதைத் தெரிந்துகொள்ளலாம் அல்லவா?

> இயன்ற இடத்திலெல்லாம் பதார்த்தங்களுக்குத் தமிழ்ப் பெயர்களையே உபயோகப்படுத்த வேண்டும். திருஷ்டாந்த மாக 'ஆக்ஸீஜன்', 'ஹைட்ரஜன்' முதலிய பதார்த்தங்களுக்கு ஏற்கெனவே தமிழ்நாட்டில் வழங்கப்பட்டிருக்கும் பிராண வாயு, ஜலவாயு என்ற நாமங்களையே வழங்க வேண்டும். தமிழ்ச் சொற்கள் அகப்படா விட்டால் ஸம்ஸ்கிருத பதங் களை வழங்கலாம். பதார்த்தங்களுக்கு மட்டுமேயன்றி கிரியைகளுக்கும் அவஸ்தைகளுக்கும் (நிலைமைகளுக்கும்) தமிழ், ஸம்ஸ்கிருத மொழிகளையே வழங்குதல் பொருந்தும். இந்த இரண்டு பாஷைகளிலும் பெயர்கள் அகப்படாத இடத்தில் இங்கிலீஷ் பதங்களையே உபயோகப்படுத்தலாம். ஆனால், குணங்கள், செயல்கள், நிலைமைகள் – இவற்றுக்கு இங்கிலீஷ் பதங்களை ஒருபோதும் வழங்கக்கூடாது. பதார்த்தங்களின் பெயர்களை மாத்திரமே இங்கிலீஷில் சொல்லலாம்; வேறு வகையால் உணர்த்த இயலாவிடின்.

"ஆங்கிலேயரும் பிற ஐரோப்பிய நாட்டினரும் சாஸ்திரச் சொற்களைக் கிரேக்க பாஷையிலிருந்தும் லத்தீன் பாஷையிலிருந்தும் எடுத்துக்கொண்டிருக்கின்றனர். நம்முடைய தேசத்தில் நாம் எளிய ஸம்ஸ்கிருத பதங்களைக் கொண்டு அச் சொற்களை அமைக்கலாம். அப்படி அமைத்தால் நாட்டினர் அனைவரும்

ஒரே வகையான சங்கேதச் சொற்களை வழங்குவதற்கு அது அனுகூலமாயிருக்கும்' என்பது பாரதியாரின் கொள்கை. ஆனால், இத்தகைய ஒற்றுமை போதுமா? உலகத்தார் அனைவரோடும் ஒற்றுமை இந்த வகையிலாவது பாராட்டக் கூடாதா என்னும் விஷயங்களை அறிவாளிகள் சிந்திப்பது அவசியமாகும்.

விஞ்ஞானத் துறையிலே பெண்களும் ஈடுபட வேண்டும், அவ்வாறே ஈடுபடுவதற்கும் அவர்கள் ஆவலோடு இருக்கிறார்கள் என்கிறார்.

உலக வாழ்க்கையி னுட்பங்கள் தேரவும்
ஓது பற்பல நூல் வகை கற்கவும்
இலகு சீருடை நாற்றிசை நாடுகள்
யாவுஞ் சென்று புதுமை கொணர்ந்திங்கே
திலக வாணுத லார்நங்கள் பாரத
தேச மோங்க உழைத்திட வேண்டுமாம்

சாத்திரங்கள் பற்பல செய்வராம்

விஞ்ஞானம் கொடிது; தீங்கிழைப்பது; அதனால் தீது என்று சிலர் குறை சொல்லுகிறார்கள். மென்மையே உருவெடுத்தவராய், அன்பே மனமாகப் படைத்தவராய் உள்ள பெண்கள் விஞ்ஞானத் துறையிலே இறங்கினால் வல்நெஞ்சினரான ஆடவர் விஞ்ஞான அறிவைக் கொண்டு இழைக்கும் தீங்குகளைத் தடுத்து, அந்த அறிவை நல்ல வழியில் செலுத்துவதற்கு அப்பெண்கள் நிச்சயமாக முயலுவார்கள். அப்போது விஞ்ஞானம் தெய்வத்துக்கு உகந்த விஷயமாக இருக்கும் என்கிறார்.

காத்து மானிடர் செய்கை யனைத்தையும்
கடவுளர்க் கினிதாகச் சமைப்பராம்.

இத்தனை வகையாக மக்களைத் தூண்டி ஊக்குவித்த பாரதி, தானும் கச்சைக் கட்டிக்கொண்டு, 'உங்களை ஏவிவிட்டு, நான் மட்டும் பின் நிற்கமாட்டேன். நானும் கூடவே உங்களோடு உழைக்கிறேன்' என்பதுபோலச் சொல்லுகிறார்.

காசி நகர்ப்புலவர் பேசு முரைதான்
காஞ்சியிற் கேட்பதற்கோர் கருவி செய்வோம்

வேலை செய்யும்போதேகூட உழைப்போருக்கும், தன்னுடைய நெஞ்சுக்குமே தைரியம் சொல்லுகிறார். இனி முன்னேற்றம் பெறுவோம் என்கிறார்.

இப்போது 'ஸயின்ஸ்' பயிற்சியில் இவ்வளவு தீவிரமான மேன்மை பெற்று வருகிறோம்; காலக்கிரமத்தில் தலைமை பெறுவோம்.

இவ்வாறு முயலுவோராகிய நாம் சிறந்த நாட்டைச் சேர்ந்தவர், சிறந்த பரம்பரையில் தோன்றியவர். ஆகையால் நாம் இப்போதுள்ள கீழ்நிலை மாறி நாம் மேன்மையுறுவது உறுதி என்று தீர்க்கதரிசனச் சொல்லைத் தைரியமாகக் கூறுகிறார்.

தந்தை யருள் வலி யாலும் – இன்று
சார்ந்த புலவர் தவவலி யாலும்
இந்தப் பெரும்பழி தீரும் – புகழ்
ஏறிப் புவிமிசை யென்று மிருப்பேன்.

இவ்வாறு தமிழ்த் தாயின் வாயிலாகக் கூறும் பாரதி கண்ட கனவை நனவாக நிறைவேற்றி வைப்பது பாரதியைக் கொண்டாடும் நாம் அனைவரும் செய்யவேண்டிய கடமை. அதுவே நம்முடைய தமிழ்த் தாய்க்கு நாம் செய்ய வேண்டிய திருப்பணியும் ஆகும்.

லோகோபகாரி, சென்னை,
பாரதி மலர், 1940

பாரதி கண்ட சமாதானம்

ப. ஜீவானந்தம்

பொதுவுடைமைத் தோழர் ப. ஜீவானந்தம் (1907 – 1963), பாரதியாரது பாடல்களில் நெஞ்சைப் பறிகொடுத்தவர். பாரதியாரின் சமுதாய உணர்ச்சி, தர்மாவேசம், மனிதாபிமானம், உலகம் பரந்த பார்வை முதலியவற்றில் ஈடுபாடு கொண்ட ஜீவா, பாரதியின் கருத்துகளில் இழையோடிய புதுமைக் குரலைத் தமிழகத்துக்கு எடுத்தோதிவந்தவர்.

கம்பன் முதலிய தமிழிலக்கிய மேதைகளின் பரம்பரைச் செல்வத்தையும், முற்போக்குப் பொதுவுடைமை வாழ்வையும் இணைத்த பாலமாக விளங்கிய தோழர் ஜீவானந்தம், பாரதியார் எவ்வாறு உலகில் நீடித்த சமாதானத்துக்கு வழிகாட்டுகிறார் என்று விளக்குகிறார்.

பாரதி தான் தொட்டுப் பார்த்த பொருள்களை யெல்லாம் மூலவேரின் அடிநுனிவரை சென்று தொட்டுப் பார்த்திருக்கிறான். சமாதானத்தைப் பற்றியும் அப்படித்தான்.

அமைதிச் சூழ்நிலையும் இணக்க வாழ்வும் பிரபஞ்ச வாழ்வைத் தழுவி நிற்க வேண்டும் என்பது அவனது சமாதானக் குறிக்கோள். இதைப் பற்பல கோணங்களிலிருந்து பற்பல விதமாகச் சித்திரித்துக் காட்டுகிறான்.

அவன் 'ஜெயபேரிகை' கொட்டுகிறான் அல்லவா? எப்படிக் கொட்டுகிறான்? நோக்கும் திசையெல்லாம் நாமன்றி வேறில்லை என்ற பேரெண்ணத்தில் ஆனந்தமாக மிதந்துகொண்டு கொட்டுகிறான். காக்கை, குருவிகளெல்லாம் தன் சாதி; கடல் மலைகளெல்லாம் 'தன் கூட்டம்' என்று தெளிந்த காட்சியில் ஜெயபேரிகை கொட்டுகிறான்.

'வேதம்', 'வேத வாழ்வு' என்று சொல்லப்படுபவை யெல்லாம் பாரதி ஒப்புக்கொள்கிற வேதமோ வேத வாழ்வோ அல்ல.

வியனுல கனைத்தையும் அமுதென நுகரும்
வேத வாழ்வினைக் கைபிடித்தோம்

என்று தான் கண்ட 'வேத வாழ்வை'க் காட்டி ஜெயபேரிகை கொட்டுகிறான். அவனுடைய அறிவியல் வாழ்வு வியனுலகத்தை— இந்தப் பிரபஞ்சத்தை அமுதென நுகர வேண்டுமென்று அறிவுறுத்துகிறது. அதுதான் வெற்றி என்று முழங்குகிறது.

நிலையான சமாதானத்தை எட்டிப்பிடிக்கும் பாரதியின் 'நுண்மாண் நுழைபுலம்' நம்மை வியப்பிலும் திகைப்பிலும் ஆழ்த்துகிறது. பிரபஞ்ச முழுவதையும் அமுதமாக அனுபவிக்க வேண்டும் என்ற அந்தப் பெருவாழ்வின் பேரெண்ணத்தைச் சிந்தித்துப் பாருங்கள்! நிரந்தர சமாதானத்தின் மூல வேர் முழுவதும் நமக்குத் தென்படும்.

இனி என்னோடு வாருங்கள்! வந்து பாரதியின் 'விநாயகர் நான்மணி மாலை' என்ற பிள்ளையார் தோத்திர நூலை எடுங்கள்! அதிலுள்ள பாடல்கள் முழுவதையும் மேலோட்டமாக ஒரு பார்வை பாருங்கள்! பிறிதோரிடத்தில் தனது கவிதையைப் பற்றி —

சுவை புதிது, பொருள் புதிது, வளம் புதிது சொற் புதிது

என்று பாடியிருப்பதை இந்தப் பாடல்களில் தெளிவுபடுத்துகிறான். அத்தகைய பாடல்களில் ஒரு அகவற்பாவில் சில வரிகளைப் பாருங்கள்:

பேசாப் பொருளைப் பேச நான் துணிந்தேன்.
கேட்கா வரத்தைக் கேட்க நான் துணிந்தேன்;
மண் மீதுள்ள மக்கள் பறவைகள்
விலங்குகள் பூச்சிகள் புற்பூண்டு மரங்கள்:
யாவும் என் வினையால் இடும்பை தீர்ந்தே
இன்ப முற்றன்புடன் இணங்கி வாழ்ந்திடவே
செய்தல் வேண்டும், தேவ தேவா!
ஞானாகாசத்து நடுவே நின்று நான்
'பூமண்டலத்தில் அன்பும் பொறையும்
விளங்குக; துன்பமும் மிடிமையும் நோவும்
சாவும் நீங்கிச் சார்ந்த பல்லுயிரெலாம்
இன்புற்றுவாழ்க' என்பேன். இதனை நீ
திருச்செவி கொண்டு திருவுளம் இரங்கி,
'அங்ஙனே ஆகுக' என்பாய் ஐயனே!

பிள்ளையாரிடம் பாரதி வரம் கேட்கும் புதுமையே புதுமை! விந்தையாக அவன் பேசாததைப் பேசி கௌரவத்தைக் கேட்பதுதான் என்ன? எல்லா உயிர்களும் இன்புற்றிருக்க

வேண்டும் என்று புதுமையாகச் சொல்கிறான். பூவுலகில் அன்பும் சாந்தியும் கொடிகட்டிப் பறக்க வேண்டும் என்கிறான். துன்பமும் மிடிமையும் நோவும் சாவும் கூண்டோடு தொலைய வேண்டும் என்று கேட்கிறபொழுது, மனித வர்க்கத்தை முக்கியமாகக் கண்முன் நிறுத்தி, வரங்கேட்கிறான். சாவு என்னும்பொழுது அகாலச்சாவு, நோய்ச்சாவு, போர்ச்சாவு ஆகிய சாவுகள் நீங்கி மக்கள் வாழ வேண்டுமென்று பாடுகிறானேயன்றி இயற்கை எய்துதலிலிருந்து நீங்க வேண்டுமென்று குறிப்பிடுகிறானில்லை.

இங்கு பக்திப் பாடலின் வழி பாரதி தனது சமாதானப் பார்வையை நமக்கு ஊட்டுகிறான்.

இனி, பாஞ்சாலி சபதத்திற்குப் புறப்படுவோம். அங்கு சூதாடி நாட்டை இழக்கும் கட்டத்தில் தருமன் செய்கையை "சீச்சீ! சிறியர் செய்கை" என்று பாரதி கண்டிக்கிறான் என்பது பாரதி அன்பர்களுக்குத் தெரியும். இங்குக் கவி கூற்றாகப் பாரதி ஒரு உண்மை சொல்கிறான்.

நாட்டுமாந்தரெல்லாம் – தம் போல்
நரர்களென்று கருதார்
ஆட்டு மந்தையாமென் – றுலகை
அரசர் எண்ணி விட்டார்.

அரசர்கள் கசாப்புக்காரர் வேஷம் போடுகிறபொழுது யுத்தப் பேய் சமாதானத்தை விழுங்கி ஏப்பம் விடுகிறது. மக்களை 'ஆட்டு மந்தைகளாக' மன்னர்கள் மதிப்பதனால்தான் நாடுகளைப் பிடிப்பதும், நாடுகளைப் பணயம் வைப்பதும், நாடுகளை நாசம் செய்வதும் நடைபெற்று வருகின்றன என்று பாரதி எடுத்துக்காட்டுகிறான்.

அப்பால் பாரதியின் புதிய ஆத்திசூடிக்குச் செல்வோம். வருங்கால மக்களான சிறுவர்களுக்குப் புத்தம் புதிய ஆத்திசூடி பாடுகிற பாரதி, பழைய ஔவை ஆத்திசூடியிலுள்ள "போர்த் தொழில் புரியேல்" என்ற சொல்லை நினைக்கிறான். எதார்த்தச் சூழ்நிலையையும் சுதந்திரப் போராட்டத்தையும் மனதிற் கொண்டு புதிய ஆத்திசூடியில், "போர்த்தொழில் பழகு" என்று திருத்திப் பாடுகிறான். இதே பாரதி, உணர்வின் உச்சாணிக் கொம்பிலிருந்துகொண்டு கற்பனைச் சிறகடிக்கத் தொடங்கிய பொழுது என்ன பாடுகிறான் தெரியுமா?

தின்னவரும் புலிதன்னையும் அன்போடு
சிந்தையிற் போற்றிடுவாய் – நன்னெஞ்சே!

என்று 'பகைவனுக் கருள்வாய்' என்ற பாட்டில் பாடுகிறான்.

இனி நாம் செல்ல வேண்டியது பாரதியின் மகாத்மா காந்தி பஞ்சகத்திற்கு. பாரதி காந்தியடிகளைப் பார்க்கிறான். அப்பெரியாரின் சாத்வீக அன்பு வழியை அரசியல் துறையில் பார்க்கிறான். அதே பொழுதில் நடந்து முடிந்த முதலாவது உலக யுத்தத்தையும், அதன் விளைவாக உயிருக்கும் உடைமைக்கும் ஏற்பட்ட படுபெரும் நாசங்களையும் நினைக்கிறான். வாழ்வுக்கு உயிர் மூச்சான சமாதானத்தின் தேவையைத் தெளிகிறான். பாடுகிறான். அண்ணலின் திருப்பெயரைச் சூடி சமாதான நெறியைப் பாடுகிறான்.

தன்னுயிர் போலே தனக்கழி வெண்ணும்
பிறனுயிர்த் தன்னையும் கணித்தல்;
மன்னுயிரெல்லாம் கடவுளின் வடிவம்,
கடவுளின் மக்க ளென்று ணர்தல்;
இன்ன மெய்ஞ்ஞானத் துணிவினை மற்றாங்கு
இழிபடு போர், கொலை தண்டம்
பின்னியே கிடக்கும் அரசிய லதனில்
பிணைந்திடத் துணிந்தனை, பெருமான்!

பெருங் கொலை வழியாம் போர்வழி இகழ்ந்தாய்;
அதனினும் திறன் பெரிதுடைத்தாம்
அருங்கலை வாணர் மெய்த் தொண்டர் தங்கள்
அறவழி என்று நீ அறிந்தாய்;
நெருங்கிய பயன் சேர் ஒத்துழையாமை
நெறியினால் இந்தியாவிற்கு
வருங்கதி கண்டு பகைத் தொழில் மறந்து
வையகம் வாழ்க நல் லறத்தே!

காந்தி அண்ணலின் சாத்விக நெறியை, அரசியல் துறையில் சிறந்த நெறியை எடுத்துக் காட்டுகிறான். "போர்வழி, பெருங் கொலைவழி" என்று இகழ்கிறான். வையகம் பகைத் தொழில் மறந்து நல்லற வழியில் வாழ வேண்டும் என்கிறான்.

இறுதியாக, பாரதி ஊருக்கு நல்லது சொல்லிப் பாடும் முரசுப் பாட்டைக் கேட்கச் செல்வோம். நிலையான சமாதானத்திற்கு வழிகாட்டுவதை இந்தப் பாட்டில் ஊன்றிக் கவனிக்க வேண்டும். இந்தப் பாடலில் சண்டைக் கூறுகளையும் சமாதான வழிகளையும் நிகரற்ற விதத்தில், தெளிவும் எளிமையும் போட்டிபோடும் வகையில் பாரதி தீட்டிக் காட்டியிருக்கிறான். படியுங்கள்.

சாதிக் கொடுமைகள் வேண்டாம் – அன்பு
தன்னில் செழித்திடும் வையம்.

பெண்கள் அறிவை வளர்த்தால் – வையம்
பேதைமை யற்றிடும் காணீர்.

பாருக்குள்ளே தெய்வம் ஒன்று – இதில்
பற்பல சண்டைகள் வேண்டாம்.

வண்ணங்கள் வேற்றுமைப் பட்டால் – அதில்
மானுடர் வேற்றுமையில்லை.

நிக ரென்று கொட்டு முரசே – இந்த
நீணிலம் வாழ்பவ ரெல்லாம்.

அன்பென்று கொட்டு முரசே – அதில்
ஆக்க முண்டாமென்று கொட்டு.

அன்பென்று கொட்டு முரசே – மக்கள்
அத்தனை பேரும் நிகராம்.

அன்பென்று கொட்டு முரசே – அதில்
யார்க்கும் விடுதலையுண்டு.

உடன் பிறந்தோர்களைப் போலே இவ்
வுலகில் மனிதரெல்லோரும்;
இடம் பெரிதுண்டு வையத்தில் – இதில்
ஏதுக்குச் சண்டைகள் செய்வீர்?

பாருக்குள்ளே சமத்தன்மை – தொடர்
பற்றும் சகோதரத் தன்மை
யாருக்கும் தீமை செய்யாது – புவி
எங்கும் விடுதலை செய்யும்.

வயிற்றுக்குச் சோறிட வேண்டும் – இங்கு
வாழும் மனிதருக் கெல்லாம்
பயிற்றுப் பலகல்வி தந்து – இந்தப்
பாரை உயர்த்திட வேண்டும்.

ஒன்றென்று கொட்டு முரசே – அன்பில்
ஓங்கென்று கொட்டு முரசே
நன்றென்று கொட்டு முரசே – இந்த
நானிலமாந்தருக் கெல்லாம்.

கருத்துக்களைச் சுமக்க முடியாமல் சுமந்து நிற்கும் மேற்படி அடிகளைத் திரும்பத்திரும்ப மனம் ஒன்றிப் படிக்க வேண்டும். பாரதி கண்ட சமாதானத்தின் அகண்டாகாரக் காட்சி மேலும் மேலும் புலனாகும்.

மகாகவி மலர்,
எட்டயபுரம் பாரதி விழா,
செப்டம்பர் 1958

கருத்தும் கவியும்

டி.கே. சிதம்பரநாத முதலியார்

ரசிகமணி டி.கே.சிதம்பரநாத முதலியாருக்குத் (1882–1954) தமிழ்க் கவிதையே உயிர், தமிழ்க் கவிதையே மூச்சு, தமிழ்க் கவிதையே பேச்சு. விழித்த நேரமெல்லாம் தமிழ்க் கவிதை இன்பத்தில் தாமும் மூழ்கிப் பிறரையும் மூழ்கவைப்பதையே தொழிலாகக் கொண்டிருந்தார் ரசிகமணி.

வக்கீல் தொழிலுக்குப் படித்து, சட்டத்தைத் துறந்து சிறிதுகாலம் ஹிந்துமத தர்ம பரிபாலன அறங்காவலராகப் பணியுமாற்றி, அனைத்தையும் துறந்து, தமிழின்பமே பேரின்பமாக வாழ்ந்தவர் டி.கே.சி. கல்கி, ராஜாஜி முதலிய பல பெரியவர்கள் இவரால் கவரப்பெற்றுத் தமிழின்பம் நுகர்ந்தார்கள்; மற்றும் பல இளைஞர்களும் தமிழன்பர்களானார்கள்.

கம்பனிடம் அளவற்ற பிரேமை பூண்ட ரசிகமணி கம்பராமாயணத்தில் கவிதை நயமில்லாத இடைச் செருகல்கள் பல இருக்கின்றனவென்று கம்பனில் சிறந்த கவிதைகளாக ஒரு தொகுப்பும் தந்துள்ளார்.

பாரதியாரது 'வலிமையற்ற தோளினாய்' பாடலைப் பற்றிய வேறு எவரும் சொல்லியிராத ஒரு புதுக் கருத்தை இக் கட்டுரையில் தெரிவிக்கிறார் ரசிகமணி.

கோடானுகோடி பிறவிகளுக்குள் எல்லாம் புகுந்து வந்தபோதிலும் நாம் ஒவ்வொருவரும் தனிப் பண்பு படைத்த சிருஷ்டிதான்.

அப்படியேதான் கலைசம்பந்தமான ஒவ்வொரு சிருஷ்டியும். மயிலாப்பூர்க் கோபுரம், தஞ்சாவூர்க் கோபுரம் திருச்செந்தூர்க் கோபுரம், இவைகளின் நிமிர்ந்த கம்பீரமான உருவம் பிறப்பதற்கு இதர தேசங்களிலிருந்து அங்கொரு சாயல், இங்கொரு படைப்பு, இன்னும் முடிச்சுகள் குழிவுகள் கூர்மைகள்

எல்லாம் நாலாவட்டத்தில் வந்து உதவியிருக்கும். இவைகளில் சில தெரிந்து வந்து உதவின. தெரியாமலேயே வந்து உதவியனவும் உண்டு. எப்படி வந்தன, எப்போது வந்தன என்று கணக்கிட்டுச் சொல்வது முடியாத காரியம்.

காவியம் எதை எடுத்துக்கொண்டாலும், எவ்வளவு புராதன காவியமாய் இருந்தாலும் வால்மீகியானாலும் சரி, ஹோமர் ஆனாலும் சரி எத்தனையோ இதர தேசத்து விஷயங்களும் கற்பனைகளும் பாவங்களும் உள்ளூறிக் கிடக்கவே செய்யும். ஆனாலும் மேலே சொன்ன கோபுரங்கள் எப்படி பூகோளத்தில் தனித்த சிருஷ்டிகளாக நிமிர்ந்து நிற்கின்றனவோ அப்படியே தான் காவியங்களும் தனித்த சிருஷ்டிகளாகத் தலைசிறந்து விளங்குகின்றன.

கவிஞர் சுப்பிரமணிய பாரதியார் ஆங்கிலக் கவிகளை ஆர்வத்தோடு சிரத்தை எடுத்துப் படித்துப் பார்த்தவர்தான். ஆனால் பள்ளிக்கூடத்தில் ஆசிரியர்களிடம் ஆங்கிலக் கவிகளைக் கற்றுப் பரீக்ஷை எழுதி மார்க்கு வாங்கினவர் அல்ல. உயர்ந்த கவிகளைத் தானாகவே கற்று விஷயங்களை அறிந்துகொண்டவர் அவர். அது காரணமாக ஆங்கிலக் கவிஞர்கள் அனுபவித்த விஷயங்களைத் தாமும் ஒத்து அனுபவித்தவர்.

விஷயத்தைத்தான் அனுபவித்தார் என்று சொல்ல வேணும். கவியின் பாவம், உருவம் எல்லாம் தெரிந்துவிட்டது என்று சொல்ல வேண்டியதில்லை. ஆங்கிலேயர் அல்லாத அயலாருக்கு பாவம், உருவம் முதலிய கவியின் அம்சங்கள் சாமானியமாய்த் தெரிந்துவிடும் என்று சொல்வதெல்லாம் படாடோபம் அல்லது உபசார வழக்குதான். இதை எல்லாம் வெளிப்படையாகச் சொல்லுபவர்தான் பாரதியார். இப்படி சொல்லுவதை அவருடைய செய்யுள்களில் இன்றும் காணலாம்.

இப்போது பாரதியார் அனுபவித்த ஆங்கிலக் கவி ஒன்றைப் பார்க்கலாம்.

டெனிசன் பிரபு என்ற கவிஞர் 1809ஆம் வருடம் பிறந்து எண்பத்து மூன்று வயதுவரையும் தீர்க்காயுளுடன் இருந்தவர். ஆங்கில அரசாங்கத்து சமஸ்தானப் புலவராகவும் நெடுநாள் இருந்தவர். ஆங்கிலேயர் அவருடைய கவிகளை மிகவாகப் பாராட்டிவந்தார்கள். அவருடைய கவிகளிலெல்லாம் சிறந்தது நண்பர் ஒருவர் இறந்து போக, ஆற்ற முடியாத துயரத்துக்கு ஆளாகிப் பாடிய 'இன் மெமோரியம்' என்ற சரம கவிக் கோவை என்று சொல்வார்கள்.

அதில் ஒரு கவியைப் பார்ப்போம்.

யாருக்கும் ஒரு துயரம் மனசைத் தாக்கினால் சம்பந்தம் இல்லாத பிற துயரங்களும் தாக்க வருவது இயல்பு. தன் ஆருயிர் நண்பன் (ஆர்தர் ஆலன்) இறந்தது பற்றி வந்த துயரத்தால் டெனிசனுக்கு சம்பந்தமில்லாத வேறு துயரங்களும் வந்து மனசைத் தாக்குகின்றன.

தாக்குகிற நேரம் வருஷத்தின் கடைசி நாளான டிசம்பர் மாசம் 31ஆம் தேதி, இரவு மணி 12. பழைய வருஷத்தின் இறுதியையும் புதிய வருஷத்தின் பிறப்பையும் குறிப்பதற்காக இங்கிலாந்திலுள்ள கிறிஸ்தவ கோயில்களில் மணி அடிப்பதுண்டு. பற்பல கோயில்களிலுமிருந்து மணியோசை வந்து ஒரே முழக்கமாக முழங்குகிறது. பனி, குளிர், நிசப்தம் இவைகளுக்கு ஊடே உருவிப் பாய்ந்த மாதிரி மணி முழக்கம்.

ஐயோ மக்கள் எல்லோரும் துயருக்கே ஆளாய் இருக்கிறார்களே; விமோசனம் உண்டென்று சொல்லுவதற்கு இடம் இல்லாமல் அவர்கள் அறிவு எவ்வளவாக மங்கியிருக்கிறது. சென்று போகிற வருஷத்தோடு அவைகளும் தொலைந்து ஆனந்தமும் அறிவும் புது வருஷத்தோடு தலை எடுக்கக் கூடாதா என்று கவிஞர் எண்ணுகிறார். அவருடைய காதில் மணி ஓசைகள் வந்து தட்டுகின்றன. கவியின் சாராம்சம் இது.

1. ஓ, கண்டா மணிகளே! முழங்குங்கள்!
உங்கள் முழக்கம் வானத்தையே எட்ட வேண்டும்.

2. அங்கு துன்பச் சாயலான மேகம் ஓடுகிறது,
விண்மீனின் ஒளி கூட மயங்கிய வண்ணமாய் நிற்கிறது.
இந்த மேகமும் ஒளியும் தொலையும்படி கண்டா மணிகளே
முழங்குங்கள்.
இந்த நள்ளிரவில் பழைய ஆண்டானது சாகப் போகிறது –
அது சாகும்படி
நன்றாய் முழங்குங்கள்.

அடடா, புதியவையாய் உயிர் உள்ளவையாய் எத்தனையோ உண்மைகள் பிறக்கின்றன. அவைகளை ஒழிப்பதற்கு உயிர் அற்ற விஷயங்களைப் பழையன என்ற ஒரு காரணத்தினால் பெருமை கொடுத்து முன்னணிக்குக் கொண்டு வருகிறார்களே! அரசியல், பொருளியல் கலையியலிலுந்தான் இந்த ஈவிரக்க மற்ற தொழிலும் பிரசாரமும் நடக்கிறது. உலகம் என்றைக்குச் சீர்திருந்தப் போகிறதோ என்ற துயரம்.

3. பழையன கழிய முழங்குங்கள்!
புதியன புகவும் முழங்குங்கள்!
இதயத்தை உறையச் செய்யும் உறைபனி ஒழிய வேண்டும்.

பழைய ஆண்டு ஒழிகிறது,
ஒழியட்டும்.
பொய் போகவும்; பொய் யல்லாத மெய் வரவும் முழங்குங்கள்

கருத்தும் கவியும்

4. வறுமையும் துயரமும் பாவமும் ஒழிக.
   அன்பின்மையும் இரக்கமின்மையும் ஒழிக
   துயர் கொண்ட என் புன் கவி ஒழிக.
   இன்பமயமான உயர்கவி வருக.
   முழங்குங்கள் கண்டாமணிகளே!

இன்னொரு செய்யுளின் சாராம்சத்தையும் பார்ப்போம்.

5. தொன்மை தொன்மை என்னும் வியாதி நீங்குக.
   தனக்கு தனக்கு என்று இதயத்தை ஒடுக்கும் பொன்னாடை ஒழிக.

   பூர்வமாக வந்துள்ள ஆயிரக்கணக்கான சச்சரவும் போரும் ஒழிக.
   அன்பும் அமைதியும் நிறைந்து ஆண்டு ஆண்டாய் ஆயிரம் வருக,
   கண்டாமணிகளே
   முழங்குங்கள் முழங்குங்கள் முழங்குங்கள்

டெனிசன், செய்யுள் ரூபமாகக் கவியைச் சுட்டிக் காட்டிய மாதிரிதான் இருந்தது மேலே கண்ட தமிழ் வசனம். ஆனாலும் உருவகம் விளி முறை வைப்பெல்லாம் நேர்நேராகத்தான் அமைந்திருக்கிறது.

டெனிசன் கவியை பாரதியார் மூலத்தில் வாசித்தார். மூலத்தில் உள்ள சோகம் எப்படியோ பாரதியாருக்கு ஆங்காரத்தை உண்டுபண்ணி விட்டது. ஆங்கார பாவம் தமிழ்ச் செய்யுளாக உருவம் எடுத்தது. மக்கள் கோழைகளாய் இருக்கிறார்கள்; உடல் உணர்வு எல்லாம் சோர்ந்து போயிருக்கிறது என்பது சாதாரண உணர்ச்சிதான். டெனிசனுக்குப் புலப்பட்டது, நமக்கும் புலப்பட்டதுதான். ஆனால் தனியான பாவத்தோடு பாரதியாரின் மனக்கண் முன் நிற்கிறது. நாட்டின் கீழான தன்மை எல்லாம் ஒழியவேண்டும் என்கிறார் பாரதி.

வலிமையற்ற தோளினாய் போ போ போ
மார்பிலே ஒடுங்கினாய் போ போ போ
பொலிவிலா முகத்தினாய் போ போ போ
பொறி யிழந்த விழியினாய் போ போ போ

வேண்டாதவன் வீட்டுக்குள் எப்படியோ வந்து உட்கார்ந் திருக்கப் பார்த்து அவனை, "போ வெளியே போ, போய்விடு" என்று பிடரியைப் பிடித்துத் தள்ளித் தெருவுக்கே துரத்தின மாதிரி இருக்கிறது.

"போ போ போ" என்று தாளத்தில் வார்த்தையை வைத்த வுடன் துரத்தும் காட்சி நம் கண்ணுக்கு வந்துவிடுகிறது.

ஒலியிழந்த குரலினாய் போ போ போ
ஒளியிழந்த மேனியாய் போ போ போ
கிலிபிடித்த நெஞ்சினாய் போ போ போ
கீழ்மை என்றும் வேண்டுவாய் போ போ போ

அடிமைப் பதவி வேண்டுமென்றே சதா பாவலா போட்டுக் கொண்டிருக்கும் ஜன்மமே, கண்முன் நில்லாதே போய்த் தொலை என்ற கோப பாவம் பொங்குகிறது.

சரியான அடிமை அடா நீ! உன் தாய் பாஷை உனக்கு ஆகவா செய்யும்! மாட்டாது! வேறொரு பாஷைக்குமே நீ அடிமை என்பது தெரிய வேண்டாமா!—என்று கதறுகிறார் கவி.

வேறு வேறு பாஷைகள் கற்பாய் நீ
வீட்டு வார்த்தை கற்கிலாய் போ போ போ
நூறு நூல்கள் போற்றுவாய் மெய் கூறும்
நூலில் ஒத்(து) இயல்கிலாய் போ போ போ

நீ படிக்கிற புத்தகம் எல்லாம் பொய் மயம். அவைகளுக்கு வழிபாடெல்லாம் செய்வாய். உண்மையைச் சொல்லும் நூல்களையோ புறக்கணிப்பாய். ஏதோ வாசிக்க நேர்ந்து விட்டால் அதெல்லாம் அனுஷ்டானத்துக்கு அல்ல சார் என்று சொல்லி நழுவப் பார்ப்பாய். வேண்டாத வியாக்கியானம் செய்து உண்மையைப் பொய்யென்று சாதிக்கப் பார்ப்பாய். இப்படியெல்லாம் பேசிப் பெரிய கலைகளையும் வாழ்க்கையையும் குட்டிச்சுவர் ஆக்கிவிட்டுப் பிறர் இகழ்ச்சிக்குத்தானே உன் வாழ்க்கை இலட்சியமாய்ப் போய் விட்டது!—என்று தலையில் அடித்துக்கொள்ளுகிற பாவம்:

மாறுபட்ட வாதமே ஐந்நூறு
வாயில் நீள ஓதுவாய் போ போ போ
சேறு பட்ட நாற்றமும் தூறும் சேர்
சிறிய வீடுகட்டுவாய் போ போ போ

ஆங்கார தேவதையின் தாண்டவத்தைப் பார்த்தோம். இனி அன்பும் அருமையும் சேர்ந்து ஆடும் தாண்டவம்.

நல்ல காலம் பிறந்து நம்மவருக்கு அறிவு மேம்பட்டு சத்தியத் தில் ஆர்வம் உண்டாகி, மக்கள் கண்ணுக்கொரு விருந்தாக எதிர்காலத்தில் நிற்கிறார்கள். எப்படி வரவேற்கிறார் பாருங்கள்!

முன்னம்! போ போ போ என்கிறார் கவி. இப்போது,

ஒளிபடைத்த கண்ணினாய் வா வா வா
உறுதி கொண்ட நெஞ்சினாய் வா வா வா
களிபடைத்த மொழியினாய் வா வா வா
கடுமை கொண்ட தோளினாய் வா வா வா
தெளிவு பெற்ற மதியினாய் வா வா வா
சிறுமை கண்டு பொங்குவாய் வா வா வா
எளிமை கண்டிரங்குவாய் வா வா வா
ஏறு போல் நடையினாய் வா வா வா

கருத்தும் கவியும்

உண்மையைச் சொல்லும் நூல்களையே ஆதரிப்பாய் பொய்யை எழுத இதோ நான் என்று கச்சைக் கட்டமாட்டாய்! பொய்ப் பிரசாரம் செய்யும் நூல்களைப் பாடமாக வைக்கவே மாட்டாய். அக்கினிக்கு இரையாக்கி விடுவாய். அப்பேர்ப்பட்ட நல்ல ஆன்மாவைப் பார்த்து 'அப்பா வா!' என்று அழைக்கிறார்.

மெய்மை கொண்ட நூலையே அன்போடு
வேதமென்று போற்றுவாய் வா வா வா
பொய்மை கூறல் அஞ்சுவாய் வா வா வா
பொய்மை நூல்கள் ஏற்றுவாய் வா வா வா

ஏதோ ஒரு சாபங் காரணமாகவே இந்தக் கீழான நிலையில் இருக்கிறோம். (எப்போது காரணம் கற்பிக்க முடியவில்லையோ, சாபம் என்றுதானே சொல்லிவிட வேண்டும்.) இந்தப் பாழாய்ப் போன சாபம் நீங்கும்படி மனவலியும் உடல் வலியும் படைத்த எதிர்காலம் பெற்றெடுத்த மகனே, வருவாயாக! – என்று ஆலிங்கனம் பண்ணுவதற்குக் கைகளை நீட்டுகிற பாவம்.

நொய்மையற்ற சிந்தையாய் வா வா வா
நோய்க ளற்ற உடலினாய் வா வா வா
தெய்வ சாபம் நீங்கவே நங்கள் சீர்த்
தேச மீது தோன்றுவாய் வா வா வா

ஒரே விஷயத்தைத்தான் டெனிசனும் சொன்னார். பாரதியாரும் சொன்னார். சோகந்தான் பாவம், டெனிசனிடம் நம்பிக்கை பாவமும் கொஞ்சம் இருக்கிறது. ஆனால் பாரதியார் பாவம் முற்றிலும் வேறு. உருவம், துள்ளல், தாளம் எல்லாம் வேறு. மூலத்துக்கும் பாரதியார் பாடலுக்கும் சம்பந்தமே இல்லை என்று சொல்லும்படி அவ்வளவு வேறுபட்டது. ஏதோ டெனிசன் எழுதிய ஆங்கிலக் கவி பாரதியாரை அந்த விஷயங்கள் சம்பந்தமாகச் சிந்திக்கச் செய்தது அவ்வளவுதான். உணர்ச்சி எழுந்ததும் அதற்குத் தக்கவாறாகத் தமிழ்ச் செய்யுள் வந்து உதவியதும் பாவங்களின் புதுமையும் வேகமும் எல்லாம் தனி. 'போகின்ற பாரதம்', 'வருகின்ற பாரதம்' என்ற இரண்டு கவிகளும் பாரதியின் சிறந்த பாடல்களைச் சேர்ந்தவை. உண்மையான சிருஷ்டிகளே, தமிழ் மகளின் தனியான நடனங்கள்தான்.

_லோகோபகாரி_, சென்னை.
பாரதி மலர், 7–9–1940

பாரதி நடந்த பாதை

அ. சீனிவாசராகவன்

இலக்கியத்தைச் சுவைப்பதற்காகவே பிறந்து வாழ்க்கையே இலக்கியப் பணியாக வாழ்ந்தவர் பேராசிரியர் அ. ஸ்ரீநிவாசராகவன் (1905 – 1975). ஆங்கிலப் புலவர், மேனாட்டு இலக்கியங்களைக் கரைத்துக் குடித்த விமர்சகர், பண்டைத் தமிழ் இலக்கியத்திலும் அது போலவே தற்காலத் தமிழிலக்கியத்திலும் மனதைப் பறிகொடுத்தவர் அவர். அழகுச் சுவை மிகுந்தவர். எண்ணுவது, சொல்லுவது, செய்வது யாவுமே அழகுறச் செய்து முடிக்கும் திறனுடைய கல்விமான்.

நாகப்பட்டினத்தில் பிறந்து, திருநெல்வேலி மாவட்டத்தை இரண்டாவது அகமாகக் கொண்ட அ.சீ.ரா. தமது நவநீதமான இலக்கிய உரைகளால் ஆயிரக்கணக்கான மாணவ மாணவியரையும், பிறரையும் இலக்கிய நயம் உணரச் செய்தவர். திருநெல்வேலியில் பணி புரிந்து, பின்னர் தூத்துக்குடியில் வ.உ.சி. கல்லூரி முதல்வராகப் புகழொடு விளங்கியவர் அ.சீ.ரா. இக்கட்டுரை, கவிஞரின் பலதரப்பட்ட சிறப்புகளைக் கட்டுரையாசிரியருக்கே உள்ள தனி நயத்துடன் எடுத்துரைக்கிறது.

பாரதியார் பிறந்த எட்டயபுரத்தில் மூன்று பாதைகள் சந்திக்கின்றன. ஒன்று விளாத்திகுளம் போகிறது. இன்னொன்று தெற்கே சென்று, கிழக்கே தூத்துக்குடியை நோக்கித் திரும்புகிறது. மூன்றாவது பாதை, மேற்கே கோவில்பட்டியை நாடிக் கரிசல் காட்டு நடுவே வளைந்து செல்கிறது. எட்டயபுரத்திற்குப் போவது என்றால் இம் மூன்று சாலைகளில் ஏதாவது ஒன்றின் வழியாகப் போய்த்தான் ஆக வேண்டும். ஆனால் இம் மூன்று பாதைகளின் வழியாகவும் ஒரே காலத்தில் பிரயாணம் செய்ய முடியுமா? அப்படிச் செய்தால்தான் எட்டயபுரத்திற்குப் போகக் கூடும் என்றிருந்தால் நாம் அங்கே போய்ச் சேருவோமா? ஏது, எனக்குத் தோன்றவில்லை!

சில ஆண்டுகளுக்கு முன் பாரதி விழாவின்போது எட்டயபுரத்தில் நின்றுகொண்டிருந்த என் மனத்தில் இந்த விசித்திரமான வகையில் கேள்விகள் உதயமாகவே என்னைப் பார்த்துச் சிரித்துக்கொண்டே திரும்பினேன். ஓவென்றிரைந்து வந்த மேல் காற்று, என்னைச் சுற்றிச் சுழன்று பரிகாசமாக நகைத்துச் சென்றது ... அடேடே நம்முடைய பைத்தியக்காரத்தனம் ... இந்தக் காற்றுக்குத் தெரிந்து விட்டதே... என்று எண்ணியவனாய் காற்று வந்த திசையை நிமிர்ந்து நோக்கினேன். அங்கே மேல் வானம் முழுவதும் அந்தியின் செந்தழல் துள்ளிப் புரண்டு கொண்டிருந்தது. பாரதியின் வார்த்தைகள் நினைவில் எழுந்தன.

காற்றுத் தேவன் தோன்றினான் ......
அவன் தோன்றிய பொழுதிலே வான் முழுவதும்
பிராண சக்தி நிரம்பிக் கனல் வீசிக்கொண்டிருந்தது.

இப்படித்தான் என்றோ ஒருநாள் இந்த எட்டயபுரத்திலே, மேல் காற்றின் ஆரவாரத்தின் நடுவில் என்னைப் போல நின்று கொண்டு அந்தி வானத்து நெருப்பைப் பார்த்ததும் இவ்வார்த்தைகளைப் பாரதியார் எழுதினாரோ என்று எண்ணினேன். இருக்கலாம், ஆனால் ...

பளிச்சென்று வேறொரு எண்ணம் தோன்றியது. பாரதியார் எட்டயபுரத்தில் மாத்திரம் நின்றிருந்தால் இப்படிப் பேசி இருக்க முடியாது. முடியும் என்றால் எட்டயபுரத்தில் மாலை மயக்கும்போது நிற்கும் ஒவ்வொருவரும் பாரதியைப் போல் அல்லவா பேசி இருக்க வேண்டும். ஏன் பேசவில்லை? பாரதியார் நின்றது எட்டயபுரத்தில் அல்ல. கவிதைப்புரத்தில். அங்கேயும் மூன்று பாதைகள் சந்திக்கின்றன. ஆனால் ஒரே காலத்தில் இம்மூன்று பாதைகளின் வழியாகவும் நடந்து வந்தால்தான் அந்த இடத்தை அடைய முடியும். அது என்ன, ஐயா, அப்படி ஓர் இடம்? பாதைகளின் பெயராவது தெரியுமா?

கொஞ்சம் பொறுங்கள். எப்போதாவது கடற்கரையில் அமர்ந்து பாரதியாரைப் போல்,

நீல நெருக்கிடையே நெஞ்சு செலுத்தி
நேரம் கழிவதிலும் நினைப்பின்றியே,
சாலப் பல பலநற் பகற் கனவில்
தன்னை மறந்த லயந் தன்னில்

நாம் இருந்ததுண்டா? நீலம் நமக்கு வெறும் நீலந்தான். கடலோ, ஓயாமற் சலிக்கும் நீர்ப்பரப்பு, அவ்வளவுதான். அதன் நீல நெருக்கிடை நெஞ்சு செலுத்தித் தன்னை மறந்த லயந்தன்னில் மூழ்கும் சக்தி நமக்குக் கிடையாது. பாரதியாருக்கு இருந்தது.

காலை வெயில் வீட்டு முற்றத்தில் விழுந்து நம்மை நோக்கித் தாவி வரும்போது,

தங்கம் உருக்கித் தழல் குறைத்துத் தேனாக்கி
எங்கும் பரப்பிய தோர் இங்கிதம்!

ஆக நமக்குத் தோன்றுகிறதா? இல்லை. ஆனால் பாரதியாருக்கு அவ்வாறுதான் தோன்றியது.

புல்லை நகையுறுத்திப் பூவை வியப்பாக்கி
மண்ணைத் தெளிவாக்கி நீரில் மலர்ச்சி தந்து
விண்ணை வெளியாக்கி விந்தை செயும்

அற்புதமாகவும் பட்டது. மழை... எட்டுத் திசையும் இடிய... எங்ஙனமோ வந்து சேர்ந்த வியப்பாக அவருடைய கண்ணுக்குக் காட்சி அளித்தது. சூர்யாஸ்தமனம் அவருடைய உள்ளத்தில் விவரிக்க முடியாத எழுச்சியை விளைத்தது. சூர்யாஸ்தமனமா இது?

தீயின் குழம்புகள் – செழும் பொன் காய்ச்சி
விட்ட ஓடைகள் – வெம்மை தோன்றாமே
எரிந்திடும் தங்கத் தீவுகள் – பாரடீ
நீலப் பொய்கைகள் – அடடா, நீல
வன்ன மொன்றி லெத்தனை வகையடீ!
எத்தனை செம்மை, பசுமையும் கருமையும்
எத்தனை – கரிய பெரும் பெரும் பூதம்,
நீலப் பொய்கையின் மிதந்திடும் தங்கத்
தோணிகள், சுடரொளிப் பொற்கரையிட்ட
கருஞ் சிகரங்கள்!...
தங்கத் திமிங்கிலம் தாம் பல மிதக்கும்
இருட்கடல் – ஆஹா, எங்கு நோக்கிடினும்
ஒளித்திரள், ஒளித்திரள், வன்னக் களஞ்சியம்.

என்று பாரதியார் பேசும்போது சூர்யாஸ்தமனம் ஏதோ வெறும் இயற்கை நிகழ்ச்சியாக மட்டும் இராமல் பரவசத்தில் நம்மை ஆழ்த்தும் தெய்வ சக்தியாகி விடுகிறது.

இப்படியாகக் 'குப்பையிலே மலர் கொஞ்சும் குருக்கத்திக் கொடி'யிலிருந்து 'முதுச்சுடர் போல முன்னே வரும் நிலவு' வரையில் பார்க்கும் பொருள் ஒவ்வொன்றையும் அழகின் ஒரு திவலையாகப் பாரதியார் கண்டார். அழகின் அலைகள் நடனம் புரிகின்ற பேரரங்கமாகவே பிரபஞ்சம் முழுவதும் அவருக்குத் தோன்றியது. ஆகவே,

இவ்வுலகம் இனியது. இதிலுள்ள வான் இனிமை யுடைத்து காற்றும் இனிது,
தீ இனிது, நீர் இனிது, நிலம் இனிது,

ஞாயிறு நன்று, திங்களும் நன்று
வானத்துச் சுடர்களெல்லாம் மிக இனியன
மழை இனிது, மின்னல் இனிது, இடி இனிது.

என்று பேசிக்கொண்டே போனவர் எத்தனை கோடி இன்பம் வைத்தாய் இறைவா! யாரால் இவற்றைக் கணக்கிட முடியும்? என்று அந்த அழகு வெள்ளத்தில் தன்னை மறந்தார். காக்கை 'கண்ணுக்கினிய' கருநிறக் காக்கை ஆயிற்று. மன்னப் பருந்து வட்டமிட்டுப் பின் நெடுந்தொலை ஏகியது. அதோடு பாரதியாரின் உள்ளமும் சென்றது. சின்னஞ் சிறிய குருவி – அது சிவ்வென்று விண்ணிடைப் பாய்ந்தது. பாரதியாரின் மனமும் செளந்தர்ய ஆகாசத்தில் துள்ளியது. அவர் நின்ற இடத்திலிருந்து எதைத் தொட்டாலும் அங்கே அழகு தோன்றியது. கற்பனை என்ற தரிசன வேதியால் மண்ணையெல்லாம் அழகின் மாமாயமாக அவர் அமைத்தார். இதனால் புல்லிலே வயிரப்படை பிறந்தது. பூதலம் முழுவதும் அமுதமாக மாறியது. அவர் போன வழி தெரிகிறதல்லவா? அது அழகு என்னும் பாதை.

இப்பாதை கவிஞன் விரும்பும் போதெல்லாம் விரும்புகின்ற இடத்தில் எல்லாம் இவ்வுலகின் ஊடே வளைந்து செல்கிறது என்றாலும் அதன் தொடக்கமும் முடிவும் அது பாதையாக இயங்குகின்ற பான்மையும் கவிஞன் உள்ளத்தில்தான். 'அழகே உண்மை' என்று ஆங்கிலக் கவிஞன் கீட்ஸ் சொன்னான். அதைக் கவிஞர்களாலேயே அனுபவ பூர்வமாக ஒப்புக்கொள்ள முடிகிறது.

இராம லக்ஷ்மணர்களுடைய பாதம் பட்டவுடன், "தாயெறி கனலும் கற்கள் கள்ளுடை மலராக" மாறிவிடுகின்றன என கம்பர் சொல்லவில்லையா? அதுபோல் கவிஞனுடைய பார்வை விழுந்தவுடன் பொருள்கள் அழகு பெற்று விடுகின்றன. கவிஞனுடைய மனத்திலிருந்து பெருக்கெடுத்தோடும் அழகுணர்வு அவன் காணும் பொருள்களுக்குச் செளந்தர்ய முலாம் பூசிவிடுகிறது. பிரபஞ்சத்தின் அழகுதான் கவிஞன் பாடுவதற்குக் காரணம் என்று சொல்வதை விட அவன் மனமே காரணம் என்று சொல்லிவிடலாம். அதாவது, காரணம் காணாமல் மயங்கலாம்.

அடுத்த பாதைக்கு வருவோம். இது சாதாரணமாக நாம் எல்லோரும் நடக்கின்ற பாதைதான். நண்பனுக்குக் கொடிய நோய் என்றால் வேதனைப்படுகிறோம். நம்முடைய குடும்பத்தில் நம் அன்பு பட்டுக் கொழுகொம்பாக நிற்கும். ஒருவருக்கு ஏதோ தலைவலி என்றால் நாமும் படாத பாடு படுகிறோம். அதுபோலவே நாம் அன்பு செலுத்தும் யாராவது ஒருவருக்கு நன்மை ஏற்பட்டால் நமக்கு வந்ததுபோல் களிப்படைகிறோம். இத்தகைய

சந்தர்ப்பங்களில் வேதனையும் மகிழ்ச்சியும் நேரிடையாக உண்டாவதில்லை. மற்றவர் உணர்ந்ததை நாமும் உணர்ந்து அதிலே பங்கு கொள்கிறோம். நமக்கு உண்டான உணர்ச்சிகளாகவே அவை இயங்குகின்றன. இப்படி மற்றவர் வாழ்க்கையில் பங்கு கொண்டு அதையும் நம்முடையதாகக் கொள்ளும் சக்தி ஒவ்வொரு மனிதனுக்கும் உண்டு. ஆனால் பரிவு என்ற இந்தச் சக்தி ஓரளவுக்குத்தான் சாதாரண மனிதனிடம் காணப்படுகிறது. அவனுடைய அன்பு எவ்வளவு தூரம் செல்லுகிறதோ அவ்வளவு தூரந்தான் பரிவு என்னும் இந்தப் பாதையும் செல்கிறது. அது மாத்திரமில்லை; போகும் வரையிலுங்கூட இந்தப் பாதை முழுவதும் செம்மையாக இருக்கிறதா என்றால் இல்லை. பொறாமை என்ற முட்புதர்கள் இடையிடையே முளைத்துப் பாதையை அலங்கோலப்படுத்துகின்றன. வெறுப்பு என்ற சேறு, தன்னலம் என்ற படுகுழி, அலட்சியம் என்ற வேலி இவையெல்லாம் சேர்ந்து பரிவுப் பாதையைச் சீர்குலைக்கின்றன. எங்கேயோ உலகத்தின் மற்றொரு மூலையில் ஒரு நாட்டு மக்களுக்கு நல்லதோ பொல்லாததோ நடந்தால் நமக்கென்ன என்று இருந்துவிடுவதுதான் சாதாரண மனிதன் செய்வது. ஆனால் பாரதியாரின் நிலை வேறு. அவருக்கு மனித உலகில் நடைபெறும் ஒவ்வொரு நிகழ்ச்சியும் அவருடைய சொந்த வாழ்க்கையில் ஏற்படும் சம்பவமாகப் பரிணமித்து விடுகிறது.

மண்ணுலகத்து நல்லோசைகள் காற்றெனும்
  வானவன் கொண்டு வந்தான்
பண்ணில் இசைத்து அவ்வோசை அனைத்தையும்
  பாடி மகிழ்ந்திடுவோம்

என்று பாடுகிறார் பாரதியார். ஏன்? தினசரி வாழ்க்கையின் ஒவ்வொரு அம்சத்திலும் ஈடுபடும் மனம், மனித குலம் முழுவதையும் அணைக்கின்ற எல்லையற்ற பரிவு இவை பாரதியாரிடம் பூரணமாக இருந்தன. வேறுவிதமாகச் சொல்லப் போனால் கவிதைப் புனத்திற்குப் போகும் பரிவு என்ற பாதையின் வழியே பாரதியார் நடந்தார்.

இதனால்தான் நமது நாடு அடிமைப்பட்டுக் கிடந்தது, அவருடைய மனத்தில் தீ மூட்டியது.

நாங்கள் முப்பது கோடி ஜனங்களும்
  நாய்களோ, பன்றிச் சேய்களோ?

என்று சீறினார்.

பஞ்சமும் நோயும் நின் மெய்யடியார்க்கோ

என்று வருந்தினார். சுதந்திர தேவியின் ஒளிபெறாத தேசமும் ஒரு தேசமா என்று முழக்கினார். இது போலவே நாட்டு மக்களின்

பல்வேறு வகையான குறைகளும் அவருக்கு வேதனையைத் தந்தன. கல்வி அறிவில்லாமல், ஒற்றுமையில்லாமல் இந்திய மக்கள் இருக்கிறார்களே என்று ஏங்கினார்.

ஐந்து தலைப் பாம்பென்பான் – அப்பன்
ஆறுதலை என்று மகன் சொல்லிவிட்டால்
நெஞ்சு பிரிந்திடுவார் – பின்பு
நெடுநாள் இருவரும் பகைத்திருப்பார்.

இப்படியும் உண்டா என்று புழுங்கினார். பயம் வேறு இவர்களை வாட்டுகிறதே என்று கலங்கினார்.

அஞ்சி அஞ்சிச்சாவார் – இவர்
அஞ்சாத பொருளில்லை – அவனியிலே
வஞ்சனை பேய்கள் என்பார் – இந்த
மரத்தில் என்பார் அந்தக் குளத்தில் என்பார்.

சிப்பாயைக் கண்டஞ்சுவார் – ஊர்ச்
சேவகன் வருதல்கண்டு மனம் பதைப்பார்,
துப்பாக்கி கொண்டொருவன் – வெகு
தூரத்தில் வரக்கண்டு ஒளிப்பார்.

என்ன ஜனங்கள், என்ன ஜனங்கள்! இவர்களுக்கு விடுதலை எப்போதோ? என்று மனமுடைந்தார். எங்கேயோ கண் காணாத பீஜித் தீவில் இந்தியப் பெண்கள் அவதிப்படுகிறார்கள் என்று கேள்விப்பட்டுத் துடிதுடித்தார். போரிலே பெல்ஜியம் வீழ்ந்ததை எண்ணி வருந்தி அதன் வீரத்தை நினைத்து,

முறத்தினாற் புலியைத் தாக்கும் மொய்வரைக் குறப்பெண் போலத்
திறத்தினால் எளியை யாகிச் செய்கையால் உயர்ந்து நின்றாய்.

எனப் பூரித்தார். ருஷிய மக்களின் சுதந்திர வேகத்தில் பங்கு கொண்டு,

மாகாளி பராசக்தி உருசிய நாட்டினில்
    கடைக்கண் வைத்தாள் அங்கே
ஆகாவென் றெழுந்தது பார்யுகப் புரட்சி
    கொடுங்கோலன் அலறி வீழ்ந்தான்.

என்று தோள்தட்டினார். மனிதகுல முழுதையுமே தானாகப் பாவிக்கும் அளவுக்கு அவருடைய பரிவு விசாலமாக அமைந்தது.

இந்தப் பாதையின் வழியே முன்னேறினால்,

காக்கை குருவி எங்கள் ஜாதி – நீள்
    கடலும் மலையும் எங்கள் கூட்டம்
நோக்கும் திசையெலாம் நாம் அன்றி – வேறில்லை
    நோக்க நோக்கக் களியாட்டம்.

என்ற சமரச ஞானம் தானாகவே உதயமாகிறது. தத்துவ உணர்வு நிரம்பிய ஞானப்பாதை இதிலிருந்து சமைகிறது. இதன் வழியாகவும் பாரதியார் நடந்தார்.

> உள்ளதெலாம் ஓர் உயிரென்று தேர்ந்தபின்
> உள்ளம் குலைவதுண்டோ – மனமே?
> வெள்ளம் மெனப்பொழி தண்ணருள் – ஆழ்ந்தபின்
> வேதனை யுண்டோடா?

என்ற வேதாந்த முடிவையும் சாந்தியையும் நோக்கி அவரால் செல்ல முடிந்தது. வேதாந்தம் என்றவுடன் இக்கால இளைஞர் உலகம் மருள்கிறது. "வேதாந்தமா, அது யாருக்கு வேண்டும்? உலகம் பொய் என்று பேசி அதை விட்டு ஓடுகின்ற பயங்கொள்ளியா எங்கள் பாரதி? யாரிடம் ஐயா கதைக்கிறீர்? தமிழ் நாட்டின் சுதந்திரக் குரலை, அரசியலிலும் சமுதாயத்திலும் பொருளாதாரத் துறையிலும் உரிமைக் கிளர்ச்சியை, எல்லோரும் சமம் என்ற உணர்வை, ஏழை என்றும் அடிமை என்றும் எவனும் இல்லை என்ற மந்திரத்தை வழங்கி இம்மண்ணிலேயே வாழ்வாங்கு வாழ வழிவகுத்த எங்கள் கவிஞனை வேதாந்தி என்று பேசலாமா? உங்கள் வேதாந்தி,

> இரும்பைக் காய்ச்சி உருக்கிடுவீரே
> இயந்திரங்கள் வகுத்திடுவீரே
> கரும்பைச் சாறு பிழிந்திடுவீரே
> கடலில் மூழ்கி நன் முத்தெடுப்பீரே

என்று பாடுவாரோ? காணிநிலம் வேண்டும் என்று துடித்து அங்கு பாட்டுக் கலந்திடவே ஒரு பத்தினிப் பெண்ணையும் வேண்டுவாரோ?

> சிந்து நதியின் மிசை நிலவினிலே
> சேர நன்னாட்டிளம் பெண்களுடனே
> சுந்தரத் தெலுங்கினில் பாட்டிசைத்துத்
> தோணிகள் ஓட்டி விளையாடி வருவோம்.

என்று கும்மாளி போடுவாரோ? போம் ஐயா, போம்! வேதாந்தியாம், வேதாந்தி! வேதாந்தத்தை வேறு எங்கேயாவது போய்த் தேடும். பாரதியின் கவிதைக் கடையிலே அந்தச் சரக்கு இல்லை" என்று இளைஞர் பலர் பேசுவதைக் கேட்டிருக்கிறேன்.

வேதாந்தத்தைப் பற்றிய தவறான கருத்தினாலும் பாரதியாரைப் பற்றி நடுநிலைமையோடு எண்ணாத குறையினாலுமே இப்படிப்பட்ட வாதங்கள் விளைகின்றன. பரிவென்னும் பாதையில் நடக்கின்ற கவிஞன் எத்தனையோ மனித அனுபவங்களைத் தன்னுடையன என்று கருதி அவற்றைப் பாடுகிறான். இந்த உடல் ஊத்தைச் சடலம்; உப்பிட்ட பாண்டம்; வரையோட்டுக்குக்கூட

உதவாது; உலகம் நிலையானது; புலன்களோ மெய்யறிவை அழிக்கும் விஷப்பாம்புகள்; அவை தீண்டுவதால் ஆசைவாய்ச் சென்ற சிந்தையராகி அல்லற்படுகிறோம்; மனமோ மாயை படியுந்திரை; பிரபஞ்சமோ மாயை—இப்படியாகக் கருதுகின்ற மக்கள் இருக்கின்றார்கள். இவர்ளோடும் பரிவோடு ஒன்றி அவர்கள் கருத்தின் குரலாகக் கவிஞன் ஒருவன் அமையலாம். பாரதியாரும் இதைச் செய்திருக்கிறார்.

பொய்யுறு மாயைப் பொய்யெனக் கொண்டு
புலன்களை வெட்டிப் புறத்தில் எறிந்தே
ஐயுறவின்றிக் களித்திருப்பார் அவர்
ஆரியரா மென்றிங் கூதேடா சங்கம்!

உலகத்தை ஒதுக்கிய துறவியின் வார்த்தைகளாகத் தோன்றும் இவை பாரதியார் பாடியவை.

மோகத்தைக் கொன்றுவிடு – அல்லால் என்தன்
மூச்சை நிறுத்திவிடு
தேகத்தைச் சாய்த்துவிடு – அல்லால் அதில்
சிந்தனை மாய்த்துவிடு.

இதுவும் பாரதியாரின் பாட்டுதான்.

ஆனால் இக்கருத்துக்கள்தாம் வேதாந்தம் என்று நினைப்பது தவறு. இவ்வுலகம் இறைவனால் படைக்கப்பட்டது; ஆகவே உண்மையானது என்ற தத்துவமும் வேதாந்தத்தின் ஒரு கிளைதான். அது போலவே உலகம் மாயை என்ற கொள்கையை ஒட்டி புலன் ஒடுக்கத்தை வற்புறுத்தி ஓரிரு பாடல்கள் பாரதியார் பாடிவிட்டார் என்பதற்காக அவரை உலகத்தை ஒதுக்கும் நியாயவாதி என்று சொல்லிவிட முடியாது. அவருடைய பாடல்கள் அனைத்தையும் ஒருங்கே பார்த்து ஒரு முடிவுக்கு வருதல் வேண்டும். பாரதியார் பேசுகிறார், கேட்போம்:

நாட்டுமக்கள் நலமுற்று வாழவும்
நானிலத்தவர் மேனிலை எய்தவும்
பாட்டினிலே தனி இன்பத்தை நாட்டவும்
பண்ணிலே கவி கூட்டவும் வேண்டி, நான்
மூட்டும் அன்புக்கனலொடு வாணியை
முன்னுகின்ற பொழுதிலெலாங் குரல்
காட்டி அன்னை பராசக்தி ஏழையேன்
கவிதை யாவும் தனக்கெனக் கேட்கின்றாள்.

இங்கே மனித அனுபவத்தின் மேல் படிந்து செல்லும் பரிவுப் பாதை ஞானத்தை நோக்கித் திரும்புகிறது. இன்னும் கேட்போம்:

மழைபொழிந்திடும் வண்ணத்தைக்கண்டு நான்
வானிருண்டு கரும்புயல் கூடியே
இழையு மின்னல் சரேலென்று பாயவும்
ஈரவாடை இறைந்தொலி செய்யவும்
உழையெல்லாம் இடையின்றி யிவ்வானநீர்
ஊற்றுஞ் செய்தி உரைத்திட வேண்டுங்கால்,
மழையுங் காற்றும் பராசக்தி செய்கைகாண்
வாழ்கதாய், என்று பாடுமென்வாணியே.

இங்கே அழகுப்பாதை ஞானத்தில் கலக்கிறது.

சொல்லினுக் கெளிதாகவும் நின்றிடாள்
சொல்லை வேறிடஞ் செல்ல வழிவிடாள்.

இங்கே மெய்ப்பொருளைக் கவிதையாக்கும் முயற்சியில் தவிர்க்க முடியாமல் ஈடுபட்டு, சொற்கடந்த பொருளைச் சொல்லால் நாடும் கவிஞனுடைய கலக்கத்தைக் காண்கின்றோம்.

இதனால் உலகைக் கண்டு வெகுண்டு பாரதியார் ஓட முயன்றார் என்று நான் சொல்லவில்லை. நான் சொல்வதைப் பற்றி என்ன கவலை? பாரதியாரையே கேட்போம். அவர் சொல்லுகிறார்:

உடல் நன்று, புலன்கள் மிகவும் இனியன.
உயிர் சுவையுடையது. மனம் தேன்.
அறிவு தேன், உணர்வு அமுதம்.

ஏன் தெரியுமா?

மனம் தெய்வம், சித்தம் தெய்வம், உயிர் தெய்வம்.
காடு, மலை, அருவி, ஆறு, கடல், நிலம், நீர், காற்று
தீ, வான், ஞாயிறு, திங்கள், வானத்துச்
சுடர்கள் ... ... எல்லாம் தெய்வங்கள்.

ஏனென்றால்,

இவ்வுலகம் ஒன்று.
ஆண், பெண், மனிதர், தேவர்,
... ...
ஞாயிறு, வீட்டுச் சுவர், ஈ, மலையருவி,
இன்பம், துன்பம், பாட்டு,
வண்ணான், குருவி
மின்னல், பருத்தி இஃதெல்லாம் ஒன்று.

ஒரே மெய்ப்பொருள்தான் இவற்றில் எல்லாம் வியாபித்து நிற்கிறது.

ஆதித் தனிப் பொருளாகுமோர் – கடல்
ஆரும் குமிழி உயிர்களாம் – அந்தச்
சோதி அறிவென்னும் ஞாயிறு – தன்னைச்
சூழ்ந்த கதிர்கள் உயிர்களாம் – இங்கு
மீதிப் பொருள்கள் எவையுமே – அதன்
மேனியில் தோன்றிடு வண்ணங்கள்.

வண்ணத்து நீதியை அறிந்தால் அந்த ஆதித் தனிப் பொருளின் தன்மையையும் அறிந்துவிடலாம். ஆகவே மெய்ப்பொருளைப் பாட வேண்டும் என்ற தாகம் பாரதியாருக்கு ஏற்பட்டது. (அப்படி ஏற்பட்டது என்பதற்குக் கண்ணன் பாட்டும் சக்திப் பாடல்களும் தோத்திரப் பாடல்களும் விநாயகர் நான்மணி மாலையும் ஞானரதமும் பாஞ்சாலி சபதத்தின் பகுதிகளும் சாட்சி.)

இறைவனே இவ்
வளியிலே பறவையிலே, மரத்தினிலே,
முகிலினிலே, வரம்பில் வான
வெளியிலே கடலிடையே மண்ணகத்தே
வீதியிலே வீட்டில் எல்லாம்
களியிலே கோவிந்தா நினைக்கண்டு
நின்னொடு நான் கலப்பதன்றோ ?

என்று பாரதியார் பாடினார். புலன்கள் என்ற கள்வர் என்னுட் புகுந்து கவலைப்படுத்திட அஞ்சி நின்னையடைந்தேன், என்னைக் காப்பாற்று என்று அவர் பெரும்பாலும் பேசவில்லை.

எதற்காக அஞ்ச வேண்டும்? பார்க்குமிடமெல்லாம் நீக்கமற நிறைகின்ற பரிபூரணானந்தம். கண்ணை மூடிக் கொள்வானேன்?

நெரித்த திரைக்கடலில் நின்முகம் கண்டேன்
நீலவிசும்பினிடை நின்முகம் கண்டேன்
திரித்த நுரையினிடை நின்முகம் கண்டேன்
சின்னக் குமிழிகளில் நின்முகம் கண்டேன்.

கேட்கும் ஒலியில் எல்லாம் இறைவனுடைய கீதம் இசைக்கிறது. காதை எதற்காகப் பொத்திக்கொள்வது? தீண்டும் பொருள் எல்லாம் இறைவனைத் தீண்டும் இன்பம் கிட்டுகிறது. உடலை உணர்ச்சியற்றதாக்குவானேன்? அண்டசராசரங்கள் அனைத்தும் அவற்றின் இயக்கம். யாவும்,

காளப் பெருங் களத்தின்மீது எங்கள்
காளி நடம்.

ஆகவே பயமென்னும் பேய்தன்னை அடித்து விரட்டிவிட்டு மனிதப் பண்பின் பல்வேறு சக்திகளையும் வளர்க்க வேண்டும் என்றார் பாரதியார். வியனுலகனைத்தையும் அமுதெனப் பருகும் வேதவாழ்வினைக் கைப்பிடித்தார்.

இதனால்தான் பாரதியார் மெய்ப்பொருட் கவிஞன் ஆக முடிந்தது. கவிதை என்பது மனிதப் பண்பின் பல்வேறு அம்சங்களை, வண்ணங்களை வார்த்தை வலையில் தேக்குவது தானே? மனிதனுக்கு மனிதன் வாழ்க்கையின் அரங்கான இப்பிரபஞ்சத்திற்கும் உள்ள உறவையும் பொய்யென்று அகற்றி விட்டால் கவிதை ஏது? இவ்வுறவுகளை உண்மையென்றும்,

உண்மைக்கு உண்மையான மெய்ப்பொருளை அடைய உதவும் சாதனங்கள் என்றும் பாரதியார் கருதியதால்தான் அவர் கையில் மெய்ப்பொருள் அறிவு நிலை கவிதையாகிறது.

பொய்கை ஆழ்வாரும் பூதத்தாழ்வாரும் கடவுளைக் கண்டார்கள். இந்த வையகத்தைத் தகளியாகவும், கடலை நெய்யாகவும், கதிரவனைச் சுடராகவும் அமைத்து அந்த விளக்கொளியில் பரம்பொருளைக் கண்டதாகப் பொய்கை ஆழ்வார் சொல்கிறார். பூதத்தாழ்வாரோ அன்பே தகளியாகவும், ஆர்வமே நெய்யாகவும், இன்புருகு சிந்தை இடுதிரியாகவும் ஞானச்சுடர் விளக்கேற்றி இறைவனை அறிந்தார். பாரதியாரைப் பற்றி நினைக்கும்போது இவ்விரண்டு ஆழ்வார்களின் ஞாபகமே வருகிறது. பிரபஞ்சத்தின் சௌந்தர்ய விசாலமே பாரதியாரின் விளக்கு.

மனிதப் பண்பின் மலரான அன்பே சுடர். இந்த ஒளிகளையும் ஊடுருவி நிற்கும் ஒருமை. மனித வாழ்க்கையின் குறைகளை நிறைவாக்க எப்போதும் இயங்கி வரும் பெருங் கருணை. அண்டகோளச் சுழல் நடுவிலே அசையா நெஞ்சுடன் வாழ்வதற்காகப் பரம்பொருளைத் தொடக் கை நீட்டும் மனிதனுடைய பெருமை – இவையே இந்த உலகின் நனவின் வழியாக முன்னிய கவிதை ஒளியில் பாரதி என்ற கவிஞருக்குத் தோன்றிய பேரின்பப் பெரு நினைவு.

பாரதியார் கவிஞர். உள்ளமென்னும் எல்லையற்ற வெளியிலே செல்லும் அழகு, பரிவு, மெய்யறிவு ஆகிய மூன்று பாதைகளின் வழியாகவும் ஒரே காலத்தில் அவர் நடந்தார். கவிதைப் புரத்தை அடைந்தார். தம் அனுபவங்களை யெல்லாம் தெளிந்த உயிர்த் தமிழிலே வடித்து மண்டபம் ஒன்றை அமைத்தார். அந்தச் சத்திய மண்டபத்தில் மனிதனுடைய பண்பு வளர்கிறது. அவன் சிறுமையெல்லாம் மறைகிறது. அவனுடைய ஆற்றல் பெருகி ஆனந்தக் கடலில் சங்கமமாகிறது.

1958 எட்டயபுரம் பாரதி விழா வெளியீடு
மகாகவி மலர்

பாரதியும் ஸம்ஸ்கிருதமும்

கி. சந்திரசேகரன்

முதன்முதலாகப் பாரதியின் தேசிய கீதங்கள் மூன்றினை ஒரு சிறு பிரசுரமாக வெளியிட்டு, பல்லாயிரக் கணக்கான பிரதிகளை உயர்நிலைப் பள்ளிகளுக்கும் நூல்நிலையங் களுக்கும் இலவசமாக வழங்கி பாரதியைப் பரப்பிய வள்ளல் வி. கிருஷ்ணஸ்வாமி (1904–1988) ஐயரின் இளைய குமாரர் கி. சந்திரசேகரன் வடமொழியும் தமிழ் மொழியும் அறிந்த ரசிகர், நுண்கலைப் பிரியர்; தமிழ்நாட்டுக்குத் தாகூரை அறிமுகம் செய்துவைத்த நூலாசிரியர்களில் முக்கியமானவர்.

பாரதியார் எவ்வாறு தமிழ் போலவே வடமொழியும் ஆழ்ந்து உணர்ந்திருந்தார் என்பதையும், அவரது தமிழ் மொழிப்பற்று பிற மொழிகளின் வளத்தையும் மதித்தது என்பதையும் எடுத்துக் காட்டும் கி. சந்திரசேகரன், பாரதி கையாண்ட ஸம்ஸ்கிருத இலக்கியக் கருத்துகளைச் சுட்டிக் காட்டுகிறார்.

பாரதியின் பொற்கனவுகள் கவிதை ஊற்றாகப் பெருகிய பாக்கியம் தமிழன்னைக்கு மட்டுமே கிட்டியது. உணர்ச்சி வற்றிக் கிடந்த தமிழனுக்கு எங்கிருந்தோ தமிழின்பால் ஆர்வத்தை ஊட்டினான் பாரதி. புரட்சிக் கவிஞன் என்ற புதுமை மோகம் கொள்ளச் செய்துவிட்டான். எங்கும் எழுத்தில் ஒரு நிமிர்ந்த நடை தோன்றியது. பார்க்கும் இடமெல்லாம் உயிரின் சின்னமே தமிழில் தெரிந்தது. குறுகிய ஆயுளில் தெளிவும் அறிவும் அடைந்து, பிறரையும் வசப்படுத்திய கவியின் வாக்கு சாமானியமாகுமா?

கம்பனும் வள்ளுவனும் வான்புகழ் கொண்டதும், காளிதாசன் கவிதை புனைந்ததும் பாரதியை ஒரே அளவில் பெருமிதம் அடையவைத்தன. நெஞ்சை யள்ளும் சிலப்பதிகாரமும், வாழ்வின் இறுதிகண்டு உண்மையின் இயல்பை உணர்த்திய சங்கர பகவத்

பாதரின் வேதாந்த விளக்கங்களும் ஒருங்கே அவன் பெற்ற பண்பாட்டின் வேரை இந்திய நாகரிகத்தின் அடிப்படை லட்சியங்களில் தோய வைத்தன.

ஸம்ஸ்கிருதமும் தமிழும் இலக்கிய அநுபவத்தை அவனிடம் வளர்த்தனவே அன்றி, வேற்றுமை பாராட்டி ஒன்றை வெறுத்து மற்றொன்றை அணைத்துக்கொள்ளும்படி செய்யவில்லை. வடமொழி, தென்மொழி என இரண்டையும் தனித்தனியே பிரித்து, ஒன்றை வைத்து மற்றொன்றை அளந்து பார்க்க அவன் மனம் இசையவில்லை. ஒன்றில் கண்டதையோ காணாததையோ மற்றொன்றின் தாழ்வுக்கும் உயர்வுக்கும் அறிகுறியாக்க அவன் விரும்பியதில்லை. தமிழில் இன்று ஆராய்ச்சிகள் விளைவிக்கும் பாஷைச் சண்டைகள் எதையும் பாரதியின் பேச்சிலும் பாட்டிலும் காணமுடியாது. கம்பனை வால்மீகியை விட உயர்ந்த கவிஞனாகக் காட்டும் வெறி அவனிடம் தோன்றியதில்லை. இரண்டு மகாகவிகளைப் பந்தயப் போட்டியிட்டுப் பார்க்கும் சிற்றறிவு அவனை என்றுமே அணுகியதில்லைதான். உயர்ந்த ஒன்றை அனுபவிக்கையில் மற்றோர் இலக்கியத்தை நினைப்பதும், அவ்விதம் நினைத்ததுமே அவற்றின் தராதரங்களைப் பட்சபாதமுடன் உணரும் பழக்கமும் இலக்கிய மரபில் சிறந்த தர்மமாகக் கருதப்படுவதில்லை. வெவ்வேறு மொழிகளில் இயற்றப்பட்ட சிறந்த காவியங்களை ஒற்றுமைக் கண்கொண்டு பார்ப்பது பயன் தரலாம். பெரிய சிருஷ்டி கர்த்தாக்களைச் சாதாரணமாய் நம்முடைய குறுகிய நோக்கத்தை மட்டும் பயன்படுத்தும் முறையில் ஏற்றத் தாழ்வுக்குட்படுத்தும் ஆராய்ச்சி, இலக்கிய வாசனையற்ற முயற்சி.

பாரதி ஸம்ஸ்கிருதத்தை மிக ஆழ்ந்து உணர்ந்தான். அவனுடைய கரைகடந்த தமிழபிமானம் ஸம்ஸ்கிருதத்தைத் துளியும் குறைக்கவில்லை. அவனுடைய அரிய சிருஷ்டிகளை நன்கு ஆராயும்போதுதான் இத்தகைய உண்மைகள் நமக்கு நேருக்கு நேராகப் புலப்படுகின்றன. ‘பாஞ்சாலி சபதம்’ ஒரு தனிக் கற்பனைச் சிகரம் என்றே முதலில் தோன்றும். ஆனால் மகாபாரதக் கதையை, வியாஸ பகவானுடைய சொற்களின் சுவடு தவறாது பாரதி பின் தொடர்ந்துள்ள அதிசயத்தை ஆராய்ச்சிக் கண்கொண்டு பார்க்கையில் கவியுலகின் தன்மையே வேறு என்பது விளங்கும். பாரதநாட்டின் பழம்பெரும் இலக்கியங்களைத் துழாவினால் அற்புதக் கவி சிருஷ்டிகளில் அநேகம் பாஷை வேறுபடினும் ஒரே பாஷையாயினும் முந்திய மகாகவிகளின் பாதையைப் பின்பற்றியுள்ளவைகளாகவே விளங்கும். மணியில் வால்மீகி துவாரம் செய்திருப்பதால்தான் தானும் அதில் ஒரு நூலைப் போல நுழைய இயலுகிறது என்றான் காளிதாஸன்.

அக்காரணமே போலும் அவனுக்குள்ள மதிப்பை இலக்கிய உலகமும் இன்றுவரையில் குன்றாது பாதுகாத்து வருகிறது. 'த்வன்யா லோகம்' என்ற அரிய நூலை இயற்றிய ஆனந்த வார்த்தனர் சொன்னார்:

> **अनुगतमपि पूर्वच्छायया वस्तु तादृ-**
> **ग्सुकविरुपनिबध्नन्निन्द्यतां नोपयाति ॥**

(முந்திய கவியின் நிழல் போல் சென்றபோதிலும், சரியான கவிஞனாயின், அவனுடைய சிருஷ்டி அக்காரணத்தினால் மட்டும் ஒருகாலும் இகழ்ச்சியை அடைந்துவிடாது.) அதன் கருத்தையே உணர்த்துவதுபோல் தோன்றும் சிருஷ்டி இந்தப் 'பாஞ்சாலி சபதம்'. மகாபாரதத்தில் சபா பர்வத்தின் ஐம்பத்திரண்டாவது அத்தியாயம் தொடங்கி அறுபத்தி மூன்றாவது அத்தியாயம் முடிய நிகழும் கதையையே இங்கே சற்று விரிவாகக் காண்கிறோம். ஒரு சிறு மாறுதல்கூடக் கதைச் சம்பவங்களிலோ அல்லது சம்பாஷணைப் போக்கிலோ காணப்படவில்லை. ஆயினும் பாரதக்கதை தமிழ் வார்ப்படம் பெற்றுள்ள புதுமையை என்னென்றுரைப்பது. மேலும், சில இயற்கை வருணனைகளை இங்குதான் காணலாம். ஹஸ்தினாபுரம் வருகையில் ஓர் இயற்கைக் காட்சி தென்படுகிறது. காவியமும் ஓவியமும் கலந்த ஓர் அற்புதமாகவே இதனைத் தமிழ் இலக்கியத்தில் குறிக்க வேண்டும்.

இரு நூல்களின் இலக்கிய சுகங்களை ருசிக்க முயல்வது கால வரம்பை மீறச் செய்யும் ஒரே ஒரு சிறு அம்சத்தை மட்டும் இங்கே எடுத்துக்காட்டினால் போதும். பாரதக் கதையில் சில சுலோகங்களில் கூறப்படும் கருத்தை நன்கு விளக்க வாய்ப்புக் கிடைத்ததாலும், அந்தக் கட்டம் விரிவுடன் அமைய வேண்டிய நிமித்தத்தாலும் வியாஸர் இரண்டு மூன்று கோடுகளில் காட்டிய சித்திரத்தை வண்ணம் தீட்டி ஒளி நிழல் அனைத்திலும் அருமைக் கலைவடிவமாய் நிறுத்துகிறான் பாரதி. முதநூலினைப் பருகும்போது பெறும் இன்பத்துக்கும் பின் நூலை அனுபவிக்கையில் உண்டாகும் உவகைக்கும் வித்தியாசமிருப்பினும், அதன்அதன் உற்பத்தி நிலையையும் காலதேச சூழ்நிலையின் எல்லைக்குட்பட்ட நோக்க வேறுபாடுகளையும் அறிபவர்களுக்கே இரண்டையும் முரண்பாடுகளின்றி ஏற்கும் தூய மனோநிலை சுபமாகவே உண்டாகும்.

தமிழ்நாட்டு மரபில் திரௌபதி அம்மனை வழிபடும் ஒரு பழக்கத்தைப் பாரதி அறிவான். பாஞ்சாலியைத் தேவதைகளில் ஒருத்தியாகக் கிராமங்களில் கோயில் எழுப்பிப் பூசையிடும் சம்பிரதாயம் இன்றும் உள்ளதுதான். தீ மிதிப்பது போன்ற

கிராம மக்கள் செய்யும் விழாக் கொண்டாட்டங்களும் பாஞ்சாலியைச் சக்தி சொரூபமாய்க் கருதி வந்ததன் விளைவு என்பதையும் பாரதி நன்கு உணர்ந்தான். இவ்வித நிலைக்களனை வைத்துக்கொண்டே பாரதியின் பாஞ்சாலி இந்தக் காவியத்தில் நம்முன்னே தோற்றமெடுக்கிறாள்.

முதலில் ஒரு வருணனை, மகாபாரதத்திலுள்ளதை இங்கே கவனிப்போம். அதாவது யுதிட்டிரன் தம்பிகள் நால்வரையும் அதன்பின் தன்னையுமே பணயம் வைத்துச் சூதாடித் தோற்ற பின்னர், சகுனியின் வஞ்சகத் தூண்டுதலினால் அரசி திரௌபதியையும் வைக்க எண்ணும் இடம்.

शारदोत्पलपत्राक्ष्या शारदोत्पलगन्धया ।
शारदोत्पलसेविन्या रूपेण श्रीसमानया ॥
तथैव स्यादानृशंस्यात् तथा स्याद्रूपसम्पदा ।
तथा स्यात् पुत्रसम्पत्त्या यामिच्छेत् पुरुषस्त्रियं ॥
चरमं संविशन्ती या प्रथमं च प्रबुध्यते ।
आगोपालाविपालेभ्यस्सर्वं वेद कृताकृतम् ॥
आभाति पद्मवद्वक्त्रं सस्वेदं मल्लिकेव च ।
वेदीमध्या दीर्घकेशी ताम्राक्षी नातिरोमशा ॥
तयैवंविधया राजन् पाञ्चाल्याहं सुमध्यया ।
ग्लहं दीव्यामि चार्वङ्ग्या द्रौपद्या हन्त सौबल ॥

(புருஷன் எந்தப் பெண்ணை விரும்புகிறானோ அவள் சரத்கால நீலோத்பலம் போன்ற கண்ணையுடையவளாகவும், நீலோத்பலத்தின் மணம் கமழும் மூச்சுக் காற்றுடையவளாகவும், நீலோத்பலத்தையே சதா விரும்புகிறவளாயும், வடிவால் அலர்மங்கை ஒத்தவளாயும், கணவனுக் கிசைந்த தாட்சிண்ணியம் முதலிய குணங்கள் பெற்றவளாயும், அவனுக்கேற்ற ரூபம், சந்தானம் முதலியவைகளை உடையவளாயும், அவனுக்குப் பின் படுத்து அவனுக்கு முன் எழுபவளாயும், உலக விவகாரங்கள் அனைத்தையும் உணர்ந்தவளாயும், மலர்ந்த தாமரையை ஒத்த முகமுடையவளாயும், பனித்துளி தங்கிய மல்லிகையை ஒத்த மிருதுவான கன்னமுடையவளாயும், நீண்ட குழல், விசாலமான கண்கள், சிறுத்த இடை முதலியவைகளையுடையவளாயும் இருக்க வேண்டும். இந்த லட்சணங்கள் சற்றும் குறையாத துருபதன் மகளை, அரசே நான் பணயம் வைத்து ஆடுகிறேன்.)

பாரதி வருணித்திடும் பாஞ்சாலியைப் பார்ப்போம்.

பாவியர் சபைதனிலே – புகழ்ப்
பாஞ்சால நட்டினர் – தவப்பயனை
ஆவியிலினியவளை – உயிர்த்
தணி சுமந் துலவிடு செய்யமுதை
ஓவிய நிகர்த்தவளை – அரு
ளொளியினைக் கற்பனைக் குயிரதனைத்
தேவியை நிலத்திருவை – எங்குந்
தேடினுங் கிடைப்பருந் திரவியத்தை... அறக்
கோமகன் வைத்திடல் குறித்து விட்டான்.

பாட்டினுள் கவிஞன், தான் புகுந்துகொண்டு பேசுகிற நிலை இங்கே. முதநூலில் யுதிட்டிரன் வாய்வழி வரும் வருணனையாக நிலவுகிறது. இரண்டிலும் பொருத்தங்களுண்டு வித்தியாசங்களுமுண்டு; ரசிகர்கள் நுகர்ந்து ஆமோதிப்பார்கள்.

மற்றுமோர் இடம்.

திரௌபதி பீஷ்மாசாரியரைச் சபையில் கேள்வி கேட்கிறாள். யுதிட்டிரன் தன்னை வைத்து இழந்த பிறகு மனைவியை வைக்க எப்படி அவனுக்கு உரிமையுண்டு என்பதுதான் வினா. பீஷ்மர் மகாபாரதக் கதையில் சொல்லும் பதில் இவ்வளவே:

न धर्मसौक्ष्म्यात् सुभगे विवेक्तु
शक्नोमि ते प्रश्नमिमं यथावत् ।
अस्वो ह्यशक्तः पणितु परस्वं
स्त्रियाश्च भर्तुर्वशतां समीक्ष्य ।।
त्यजेत सर्वां पृथिवीं समृद्धां
युधिष्ठिरस्सत्यमथो न जह्यात् ।
उक्तं जितोऽस्मीति च पाण्डवेन
तस्मान्न शक्नोमि विवेक्तुमेतत् ।।
द्यूतेऽद्वितीयश्शकुनिर्नरेषु ।
कुन्तीसुतस्तेन निसृष्टकामः ।।
न मन्यते तां निकृतिं महात्मा ।
तस्मान्न ते प्रश्नमिमं ब्रवीमि ।।

(தருமத்தின் சூட்சுமத்தைப் பகுத்தறிவது சுலபமான காரியமாய் இல்லாததால் சட்டென உன் கேள்விக்குப் பதிலை அறிகிறேனில்லை. பராதீனனாயும் உரிமையிழந்தவனாயும் இருக்கையில் பிறரைப் பணயம் வைப்பதும் சரியில்லை. பெண்கள் தங்கள் புருஷர்களின் வசத்திலிருப்பதால் அப்படி வைப்பது சரிதான் என்றும் நினைக்கலாம். சங்கடமான நிலையில் சரியான பதில் தருவது கஷ்டமாய் இருக்கிறது. யுதிஷ்டிரன்

எதையும் துறப்பான்; ராஜ்யத்தையே இழக்கவும் சம்மதிப்பான்; ஆயினும் உண்மையை விடமாட்டானே! 'ஜயிக்கப்பட்டேன்' என்ற அவன் கூற்று வெளியானதில் உன்னையும் அவனுடன் சேர்த்துக்கொண்டிருப்பதால் உன் கேள்வியை என் புத்தியைக் கொண்டு ஆராய்வதற்கு இடமில்லையே! சகுனியோ சூதில் அசகாய சூரன். உன் கணவன் அவனால் ஆசை ஒழிந்தவனாகி விட்டான். மகானான யுதிட்டிரன் இதனை ஒரு பெருங்கேடாக நினையாதிருக்கையில் எப்படி உன் கேள்விக்குப் பதில் என்னால் கூற முடியும்?)

பாரதியின் பாட்டில் பீஷ்மன் பேசுகிறான்; கேட்போம்:

சூதாடி நின்னை யுதிட்டிரனே தோற்றுவிட்டான்
வாதாடி நீயவன் தன் செய்கை மறுக்கின்றாய்.

சூதிலே வல்லான் சகுனி; தொழில் வலியால்
மாதரசே நின்னுடைய மன்னவனை வீழ்த்திவிட்டான்

மற்றதனி லுன்னையொரு பந்தயமாய் வைத்ததே
குற்றமென்று சொல்லுகிறாய் கோமகளே, பண்டையுக

வேதமுனிவர் விதிப்படி நீ சொல்லுவது
நீதமெனக் கூடும்: நெடுங்காலச் செய்தியது

ஆணொடு பெண் முற்று நிகரெனவே யந்நாளில்
பேணி வந்தார் பின்னாலிலிஃது பெயர்ந்துபோய்

இப்பொழுதை நூல்களினை எண்ணுங்கால் ஆடவருக்
கொப்பில்லை மாதர், ஒருவன் தன் தாரத்தை

விற்றிடலாம் தானமென வேற்றுவர்க்குத் தந்திடலாம்
முற்றும் விலங்கு முறைமை யன்றி வேறில்லை

தன்னையடிமை யென விற்ற பின்னுந் தருமன்
நின்னையடிமை யெனக் கொள்வதற்கு நீதியுண்டு

செல்லு நெறியறியார் செய்கையிங்கு பார்த்திடிலோ
கல்லு நடுங்கும் விலங்குகளும் கண்புதைக்கும்

செய்கை அநீதி யென்று தேர்ந்தாலுஞ் சாத்திரந்தான்
வைகு நெறியும் வழக்கமு நீ கேட்பதனால்

ஆங்கவையு நின் சார்பி லாகாவகை யுரைத்தேன்
தீங்கு தடுக்குந் திறமிலேன்!" என்றந்த

மேலோன் தலை கவிழ்ந்தான்...

தன் உரிமையற்றவளாய்ப் பெண் நிற்பதைக் காணச் சகியாத பாரதியின் கோபத்தை நிச்சயம் மேலே குறித்த சொற்களில் அறிகிறோம். பழம் சாத்திரம் சொல்லுவதில் இனிப் பயனில்லை என்ற முடிவுக்கு வந்துள்ள வேகத்தையும் அவனுடைய அழுத்தமான குரல் முறையிடுகிறது. முன்னவர் இந்திரியங்களை ஜயித்த முனிவரானதால் அவர் வாக்கு உருவாகும் நிலையே வேறு.

சுய கோபதாபங்களுக்கு அதில் இடமில்லை. பாரதி மக்கள் மனோநிலையைச் சித்திரிப்பதால் இவன் நிலையே வேறு. இரண்டையும் கலைஞன்தான் செய்துள்ளான். நாமும் இரண்டிலும் உண்மையைக் கூர்ந்து கண்டு அகமகிழ்கிறோம்.

இதிகாசங்களிலிருந்துதான் பாரதிக்குக் கற்பனைகளை உருவாக்க முடிந்ததா என்றால் அவனுக்குள்ள ஆர்வம் வேத இலக்கியங்களையும் உட்புகுந்து அநுபவிக்கவே தூண்டியது நன்கு விளங்கும். ரிக் வேதம், யஜுர் வேதம் போன்ற மிகமிகப் பண்டைய நூல்களில் சூரியன், உஷஸ் போன்ற இயற்கை அதிசயங்களைக் கண்டு ஆச்சரியம் கலந்த சில வருணனைகள் வருகின்றன.

आदित्यो वै तेजः ओजो बलं यशः चक्षु . श्रोत्र आत्मा
मनो मन्युः सत्यो मित्रो वायुः आकाशः अन्नं अमृतो जीवः
विश्व कतमः स्वयंभुः

சூரியனே தேஜஸ், ஒளி, பலம், புகழ், கண், காது, ஆத்மா, மனசு, கோபம், உண்மை நண்பன், காற்று, ஆகாசம், உணவு, அமிழ்தம், உயிர், விச்வம், தானாகவும் உண்டானவனாயுமிருப்பதும் ஏற்படுகிறதல்லவா?

பாரதியின் 'ஞாயிறு' என்ற வசன காவியத் துணுக்குகளை வாசித்தால் வேதபாஷை நடையையும் வேத இலக்கியத்தின் சுடர்ப் பொறிகளையும் அவன் தனதாக்கிக்கொண்டிருப்பது தெளிவாகும். நெருங்கிய உறவு பூணும் சில கருத்துக்களைக் கீழே பார்ப்போம்.

நீ ஒளி, நீ சுடர், நீ விளக்கம், நீ காட்சி
கண் நினது வீடு
புகழ் வீரம் – இவை நினது லீலை
அறிவு நின் குறி – அறிவின் குறி நீ
உயிர் தருகின்றாய் உடல் தருகின்றாய்
வளர்கின்றாய் மாய்க்கின்றாய்
நீர் தருகின்றாய் காற்றை வீசுகின்றாய்

இன்னும் பல இடங்களில் இதே வசன காவியத்தில் அப்படி அப்படியே ரிக்குகளிலிருந்து கருத்துக்களை வடித்திருப்பதும் காணப்படும். பாரதிக்கு ஸம்ஸ்கிருத இலக்கியம், அதிலும் முழுவதும் பழமையான வேத இலக்கியம் ருசித்ததை உணரும் பொழுதுதான் அவன் பெற்றிருந்த பண்பாட்டை இன்றுள்ள சிலர் குறுகிய கண்கொண்டு அளப்பதுகூட அவனை அவமதிப்பதாக ஆகலாம் என்றே எண்ணச் செய்கின்றது.

அழகான மண மந்திரத்தின் சுவையை அறிந்த பாரதி என்னவெல்லாம் விசித்திர வேலைப்பாடுகளை அதே விஷயத்தை

வைத்துச் செய்திருக்கிறான்! விவாக மந்திரங்களில் மணமகன் கல்யாணப் பெண்ணைப் பார்த்துக் கூறுவது ஒன்று.

सा त्वं असि अमूह — நீ ரிக் ஆகிறாய்.
अमूहमस्मि सा त्वं — நான் பாட்டாக இருக்கிறேன
द्यौः अहं पृथिवी त्वं — நான் ஆகாயம் நீ பூமி
रेतोऽहं रेतोभृत् त्वं — நான் ரேதஸ், நீ ரேதஸை தரிப்பவள்
मनोऽहं अस्मि वाक् त्वं — நான் மனம், நீ வார்த்தை

'கண்ணம்மா—என் காதலி' என்ற பாட்டில் இதே மாதிரியான பல கருத்துக்களைக் காண்கிறோம். கவிஞனுக்குக் காதலை ஆண்–பெண்களின் ஒருமையான நிலையை ஒரு யோகமாய் நினைக்கத் தோன்றியது எவ்வாறு என்பதும் புலனாகிறது. பாரதியின் இந்த ஒரு பாட்டாலேயே இந்திய நாட்டின் விவாகச் சடங்குகளில் உபயோகிக்கும் மந்திரங்களின் கவிதை உணர்ச்சியூட்டும் தன்மை தெளிவாகலாம்.

வானமழை நீ எனக்கு – வண்ணமயில் நானுனக்கு
பானமடி நீ எனக்கு – பாண்டமடி நானுனக்கு
வெண்ணிலவு நீ எனக்கு – மேவு கடல் நானுனக்கு
பண்ணுசுதி நீ எனக்கு – பாட்டினிமை நானுனக்கு
வீசு கமழ் நீ எனக்கு – விரியுமலர் நானுனக்கு
பேசுபொருள் நீ எனக்கு – பேணுமொழி நானுனக்கு

கவிஞனாகப் பிறந்தவனுக்கு அவன் அறிவுக் கண்கொண்டு கண்டதும் கேட்டதும் எல்லாமே ஒன்று கலந்து அவனதாகி, கலைவடிவமெடுத்து வெளிவருகையில் ரசிகன் உள்ளம் பெறும் இன்பந்தான் என்னே! ரசிகனால் அல்லவா கவிஞனின் முழுத் திறனும் உலகுக்கு வெளியாகிறது! வெளியாகும் பொழுது கவிஞனும் ரசிகனும் ஒருவனை ஒருவன் எவ்வளவு எதிர்பார்த்து நிற்கிறார்கள் என்ற உண்மையும் சித்திக்கிறது. இருவரும் சேர்ந்துவிட்டால் உலகில் எந்தச் சாமானிய வஸ்துதான் சுவைதரும் பண்டமாகாது இருந்துவிடும்!

यद्वाप्यवस्तु कविभावकभाव्यमानम् ।
तन्नास्ति यन्न रसभावमुपैति लोके ॥

(உலகில் கவியும் ரஸிகனும் சேர்ந்துவிட்ட பிறகு எந்த வஸ்து தான் சுவைப் பண்டமாகாதிருக்க வகையுண்டு?) என்கிறார் தனஞ்சயன் என்ற அலங்கார சாஸ்திர விற்பன்னர். அழகற்றதாயினும் ரூபமுள்ளதாயினும் கீழ்ப்பட்டதும் மேம்பட்டதும் வெறுக்கப்பட வேண்டியதும் அரவணைக்கப்பட வேண்டியதும்

எல்லாமே உலகில் கவி – ரஸிகன் இவ்விருவரையும் அடைந்து விட்டால் மந்திரத்தாலே போல் எல்லாருடைய இதயங்களையும் சேர்த்துக் கட்டி இழுத்துவிடும் போலும்!

ஸம்ஸ்கிருத இலக்கியம் ஒரு பெரிய பாற்கடல். அதன் அலைகளிலிருந்து வீசிய திவலைகளையே நுகர்ந்த என் போன்றவர்களுக்குத் தமிழ்மொழியின் இன்பம் இன்னும்கூட அதிகமாய் ருசிப்பதன் ரகசியந்தான் என்னவாக இருக்கும். ஸம்ஸ்கிருதம் வாசிப்பதன் பயன் தமிழின் இன்பத்தை அதிகம் உணரச் செய்கிறது என்றால் மிகையாகாது. இல்லாவிட்டால் செந்தமிழ் நாடு என்றதும் இன்பத் தேனாகிக் காதில் பாய்ந்த பாரதிக்கு, யாமறிந்த மொழிகளிலே தமிழ் மொழி போல் எங்கும் இனிதாக வேறொன்றும் காணாத பாரதிக்கு ஸம்ஸ்கிருத பாஷையை மனமார வாழ்த்தத் தோன்றியிருக்குமா?

"ஸம்ஸ்கிருத பாஷையில் தைரியம் என்பதோர் சொல்லுண்டு. தீரனுடைய இயற்கை தைரியம். தீரன் என்ற வார்த்தையின் தாதுப் பொருளைக் கவனிப்போமானால் அறிவுடையவன் என்று அர்த்தமாகும். துணிவுடையவனுக்கும் அந்தப் பாஷையில் அதுவே பெயராக வழங்கப்படுகிறது. எனவே 'தைரியம்' என்ற சொல் அறிவுடைமை என்றும் இருவித அர்த்தங்கள் உடையது. இங்ஙனம் இவ்விரண்டு கருத்துக்களுக்கும் ஒரே சொல்லை வழங்குவது அந்தப் பாஷையின் பெருமைக்குள்ள சின்னங்களிலே ஒன்றாகும்.

உலகத்தின் வேறு எந்தப் பாஷையிலும் மேற்கூறிய இரண்டு கருத்துக்களையும் சேர்த்துக் குறிப்பிடக்கூடிய ஒரே பதம் கிடையாது. எந்த நாட்டினரைக் காட்டிலும் அதிகமாக யதார்த்தங்களைப் பரிசோதனை செய்து பார்த்த மகான்கள் வழங்கிய பாஷையாதலால், அந்தப் பாஷையிலே இவ்விரண்டு பொருள்களுக்கும் ஒரே பதம் அமைக்கப்பட்டிருக்கிறது.

இதிலிருந்து தெரியக்கூடியது யாதெனில் துணிவுள்ளவனையே அறிவுள்ளவன் என்பதாக நமது முன்னோர்கள் மதிக்கிறார்கள்."

இந்நாட்டு மரபைத் தழுவிப் பண்பட்டிருந்த தனது உள்ளத்தைப் பிழிந்து கரும்புச் சாறாகவும் கொம்புத் தேனாகவும் நமக்கு அள்ளித் தந்த பாரதியின் பண்பாட்டிலும் தைரியத்திலும் ஒரு சிறு துளியாகிலும் நமக்கு இருந்தால் இங்கமரர் சிறப்புக் காணுவோம் என்பதில் ஐயமில்லையே!

சிவாஜி

ஆண்டுமலர், 25–10–1953

மகாகவி பாரதியார்

'குகப்ரியை'

திருமதி 'குகப்ரியை', என். ஸ்வர்ணாம்பாள் சிறந்த கட்டுரையாளர், கதாசிரியை. தமிழ்ப் பத்திரிகை உலகில் முப்பதாண்டுகளுக்கு மேலாக எழுதிப் புகழ் சேர்த்தவர்.

பெண்ணுக்கு விடுதலை தேடித் தந்த பாரதியைப் பற்றி ஒரு புகழ்பெற்ற பெண் எழுத்தாளர் என்ன கூறுகிறார் என்பது சுவையானது.

உண்மைக் கவிஞன் யார்? வெறும் எதுகை மோனையுடன் கூடிய சொல்லடுக்குகளைப் பாடுவதும், ஒரு ஈற்றடியை வைத்து வெண்பாவைப் பூர்த்தி செய்வதும் பழக்கம் காரணமாகப் பலரும் செய்யக்கூடும். ஆனால் எவனது இதயத்திலிருந்து கவிதை வற்றாத ஊற்றுப்பெருக்கு போல் சிறந்த நோக்கத்துடனும் கொள்கையுடனும் ஆவேசத் துடனும் வெளிவருகிறதோ அவன் உண்மையான கவி. இதைத்தான் 'முன்னைக் கவிதை வெறி' என்கிறார் பாரதி.

அவரது வாழ்க்கையே கவிதை. அவர் பிறப்பிலேயே கவி. வாழ்விலே கவிதையைக் கண்டார். மனிதன் தெய்வவாழ்க்கை வாழ வேண்டும்; வாழ்விலே ஆத்ம ஒளி வீச வேண்டும் என்பதே அவர் கொள்கை.

அவரது கவிகளிலே கண்ணன் பாட்டும், வசனகாவியங்களிலே ஞானரதமும் மிகவும் சிறந்தவை என்று சொல்லப்படுகிறது. உற்றுப் பார்த்தால் ஏதோ சிலவற்றைத் தவிர மற்றெல்லாக் கவிகளிலுமே இதயத்திலிருந்து எழும் ஆவலும் உணர்ச்சியின் வேகமும் ததும்பி நிற்கின்றன. 'சொந்த

நாட்டில்', 'என்று தணியும்?', 'வீரசுதந்திரம்' முதலிய பாடல்களில் நெஞ்சைப் பறிகொடுக்காதவர் யார்?

அவர் அழகையே தெய்வமாய்க் கண்டார். அறிவையே தெய்வமாய்க் கண்டார். அன்பையே தெய்வமாய்க் கண்டார். அவர் ஒவ்வொரு காட்சியிலும் கண்ட தெய்வத் தன்மையையே அழகிய அருள் வாக்கினால் நமது நெஞ்சுகளிலே பதிய வைத்து விடுகிறார். வீரர் தம் தோளிலும், வியர்த்திட உழைப்பவர் தொழில்களிலும், நெல்லிடிக்கும் தோகையர் 'குக்குக்கு' எனக் கொஞ்சும் ஒலியிலும், அவர் தெய்வத் தன்மையையே கண்டார்.

முன்னோர்கள் எவ்வுயிரும் கடவுளென்றார்;
முடிவாக அவ்வுரையை நான் மேற்கொண்டேன்

என்கிறார்.

அவர் ஆண்களும் பெண்களும் சமூகத்தின் இரு கண்கள் என்னும் கொள்கையுடையவர். அவரது பாடல்கள் பெண் குலத்திற்கே ஒரு வரப்பிரசாதமென்று சொல்லலாம். சக்தியையே வழிபட்டு வந்தவராதலால், உலகிலுள்ள பெண்மணிகள் எல்லோரையும் தம் தாயென்றே கருதினார்.

மனைவி ஒருத்தியை அடிமை கொள வேண்டித்
தாய்க்குல முழுதும் அடிமைப்படுத்திடலாமோ ?

என்று கேட்கிறார். 'பெண்கள் விடுதலை கும்மி'யில்,

மாட்டையடித்து வசக்கித் தொழுவினில்
மாட்டும் வழக்கத்தைக் கொண்டு வந்தே,
வீட்டினில் எம்மிடம் காட்டவந்தார்; அதை
வெட்டி விட்டோமென்று கும்மியடி–

கற்பு நிலை என்று சொல்ல வந்தார்; இரு
கட்சிக்கும் அஃதைப் பொதுவில் வைப்போம்!

என்ற வரிகளைப் படிக்கும்பொழுது எந்த மனிதனுக்குத்தான் நெஞ்சு உருகாது?

'புதுமைப் பெண்', 'பெண்மை' என்ற கவிதைகளிலே அவரது நெஞ்சிலிருந்து கவிகள் பீறிட்டுக்கொண்டு ஆவேசத்துடன் எழுகின்றன. 'நாணும் அச்சமும் நாய்கட்கு வேண்டுமாம்!', 'விலகி வீட்டிலோர் பொந்தில் வளர்வதை வீரப்பெண்கள் விரைவில் ஒழிப்பாராம்' என்ற சொற்கள் வீரமற்ற பெண்களுக்குக்கூட வீரமளித்து உற்சாகமூட்டுகின்றன.

தமிழ் மொழியிலே முதல்முதலாக எளிய நடையையும் நகைச்சுவையையும் கவிதைகளிலும் வசனங்களிலும் அங்கங்கே

அழகுற அமைத்த பெருமை பாரதியாரையே சேரும். இலக்கிய உலகிலே அவரது நடைக்குப் பிறகு ஒரு பெரிய புரட்சியே ஏற்பட்டு விட்டது என்று சொல்லலாம். தூங்கிக் கிடந்த தமிழ் மொழிக்கு ஒரு புதிய அழகும் ஒளியும் ஏற்பட்டு விட்டன.

கவிதைகளிலே குயிற்பாட்டிலும், மற்றும்

பானையிலே தேளிருந்து பல்லால் கடித்ததென்பர்

என்பன போன்ற இடங்களிலும் அவர் நகைச்சுவையை எவ்வளவு சுலபமாகக் கையாளுகிறார்! வசனங்களிலே ஞானரதத்தில் ராயர், ராயர் வீட்டம்மா, தங்கள் சங்கத்தின் 'புளியோரைத் தொண்டர்கள்' முதலியவர்களை ஒரு நொடியிலே நமக்கு அறிமுகப்படுத்தி வைக்கிறார்.

மீனாம்பாள் என்ற கதையிலே, தமையனார், மதனியார் அவரது ஆபீஸ் வர்ணனை வரும்போது, "அண்ணாவுக்கு ஆபீஸிலே 5 வருஷத்திற்கு 5 ரூபாயும், ஆத்திலே இரண்டு குழந்தைகளும் பிரமோஷன்" என்றும், தமையன் தம்பியை "ராஜபுத்ருடு வீடு, தொங்க வெதவா" என்று திட்டும்பொழுதும் நம்மையும் மீறிச் சிரித்துவிடுகிறோம்.

தெய்வப்புலமை வாய்ந்த கவிஞனை மற்றொரு கவிஞன் புகழும் பொழுதுதான் அதன் முழு ஆனந்தத்தையும் அடைகிறோம். ஒரு சமயம், கனகராஜையர் என்ற புலவர், பாரதியாரைப் பொன்னுக்கு உவமையாக்க, அதாவது பொன்னுக்குப் புடம் போடப்போட மாற்று உயர்வதுபோல் சோதனைகள் அதிகம் ஆகப் பாரதியாரது பெருமையும் அதிகரிக்கிறது என்ற கருத்தை ஒரே பாடலாகப் பாடினார். அதைக் குறித்து, ஸ்ரீ சுத்தானந்த பாரதியார், "தங்கமாம் தமிழில் தங்கமே உரைத்தால் தங்கமல்லாமல் மற்றென்னாம்?" என்று சொன்னாராம். அது போல் தேசிக விநாயகம் பிள்ளை என்ற கவிஞர், பாரதியாரின் கவிதைப் பூங்கொத்திலிருந்து தேனைப் பருகிய வண்டே போல் மெய்ம்மறந்து, தம்மை ஒரு பட்டிக்காட்டானாகக் கற்பித்துப் பாடியிருக்கிறார்.

பாரதியாரது வீரத் திரு விழிப் பார்வையும், ஆனால் மறு வினாடியிலே பாரதியாரது வாழ்க்கையிலே அவர் அடைந்த துன்பங்களும், 'உச்சி மீது வானிடிந்து வீழ்ந்'தாலும் அச்சமின்றி அவர் இருந்த நிலையும் நமது அகக்கண் முன்னே தோன்றுகின்றன. கையில் ஒரு காசுமின்றி அவர் புதுவையிலே பட்ட கஷ்டங்களும் ஒன்றன்பின் ஒன்றாய் எதிரே வருகின்றன. நண்பர்கள் அவரது நிலையையும் மன நிலையையும் பற்றிச்

சொன்ன பல விஷயங்கள், தொடர்பற்று ஒவ்வொன்றாய் நினைவுக்கு வருகின்றன.

மகாகவிகள் வறுமையால் வாடுவது ஒரு சாபமோ? இல்லாவிட்டால் பாரதியார் புதுவையிலும் சென்னையிலுமாக வறுமையில் உழன்று தவிப்பானேன்?

அன்று பங்கிம் சந்திர மகிரிஷி வங்க நாட்டைத் தட்டி எழுப்பியது போல் இன்று தூங்கும் தமிழனைத் தட்டி உலுக்கி, "எழுந்திரு, அடா!" என்று கர்ஜித்த வீரசிங்கம், அற்பாயுளில் உருக்குலைந்து மண்ணோடு மண்ணாய் மடிந்து போவானேன்? அவர் வந்த காரியம் அடிமையுள்ளங்களிலே தேசபக்தி என்னும் விதையை விதைத்தல். அந்தத் திருப்பணி முடிந்ததும் அவர் மறைந்தார். சங்கரர், விவேகானந்தர் முதலியவர் போல.

அந்த விதை இன்று முளைத்துத் தளிர்த்துச் செடியாகி மரமாகும் தன்மையை மெல்லமெல்ல அடைந்து கொண்டிருக்கிறது. அவர் கண்ட கனவு இன்றே பலிக்கத் தொடங்கியிருக்கிறது.

***லோகோபகாரி பாரதி மலர்*, 7–9–1940**

நான் வியந்த பாட்டு

ரா.ஸ்ரீ. தேசிகன்

ஆங்கில இலக்கியப் புலமையும் தமிழிலக்கியப் புலமையும் ஒன்றுசேர்ந்த ஒரு சிலருள் ரா.ஸ்ரீ. தேசிகன் தலையாயவர். சிறந்த கல்விமான், படிப்பாளி, ஆழ்ந்த சிந்தனையாளர்; அளந்து சொல் பேசுபவர். ஆனால் வயிரம் போன்ற நெஞ்சுறுதி கொண்டவர்.

சென்னை பிரஸிடென்ஸி கல்லூரியில் ஆங்கிலப் பேராசிரியராக இருந்த ரா.ஸ்ரீ. தேசிகன் ஆழ்வார்களின் பாடல்களை மேனாட்டார் வியக்கும் படியான ஆங்கிலத் தில் பிழிந்து தந்தவர். பாரதியிடம் இவருக்குள்ள ஈடுபாடு காரணமற்றதல்ல. கட்டுரை காரணம் தெரிவிக்கிறது.

"ஆசை முகம் மறந்து போச்சே" என்ற பாரதி பாட்டின் மேன்மையை ரா.ஸ்ரீ. தேசிகன் வியந்து விளக்கும் இக்கட்டுரை 1940 'லோகோபகாரி' பாரதி மலரில் வெளிவந்தது.

பாரதியாரின் கவிதை வேர் பண்டைத் தமிழ் இலக்கியப் பாத்தியில் ஆழமாய் ஓடியிருக்கிறது. ஆனால் அதில் பூத்த மலர்களில் ஒரு நவீன சோபையைக் காண்கிறோம். அவர் மனம் கம்பன் கங்கை வெள்ளக் கவிதையில் களித்தது; வான் புகழ் கொண்ட வள்ளுவன் நூலிலே ஈடுபட்டது; நெஞ்சை அள்ளும் சிலப்பதிகாரத்தில் கரைந்தது; ஆழ்வார்களின் பக்தி ரஸம் ததும்பும் பாசுர ஊற்றுக்களிலும் இராமலிங்கத்தின் தீஞ்சுவைக் கவிதை ஓடைகளிலும் ஆடியது.

நாட்டு இலக்கியமென்பது இடையறுத லில்லாமல் ஓடுகிற ஒரு ஜீவநதி என்ற உண்மையைக் கண்டார் பாரதி. புது வெள்ளத்தை நம்பிப் பழைய தண்ணீரைத் தள்ளிவிடும் அறிவிலாக்

கூட்டத்தில் அவர் சேர்ந்தவரல்லர். பழைய தண்ணீர் ஒரு சாக்கடைத் தேக்கமாகாதபடி புது வெள்ளத்தை வரவேற்க வேண்டியதுதான். இவ்விரு சேர்க்கையில் உண்மைக் கலை ரஸம் பிறக்கும். பாரதியார் பாடல்களை வாசிப்போருக்குப் பழைய சம்பிரதாயப் பாத்திரத்தில் புதிய இன்கவி – மதுவைப் பருகுகிற உணர்ச்சிதான் வரும்.

இவருடைய தேசிய கீதங்களில் ஒரு துடிப்பையும் வேகத்தையும் பார்க்கிறோம்; சுதந்திர தாகத் தவிப்பை அவை காண்பிக்கின்றன.

தண்ணீர் விட்டோ வளர்த்தோம்? சர்வேசா! இப் பயிரைக்
கண்ணீரால் காத்தோம் கருகத் திருவுளமோ?

ஆனால் தேசிய லட்சியங்கள் கைகூடிவிட்டால், தேசீய கீதங்கள் நாளடைவில் நாட்டில் இறந்துவிடும். அவைகள் முன் போல் உள்ளத்தைத் தொடா. தேசீய கீதங்களில் ஒரு கவிஞனுடைய உண்மைக் கவித்திறமையை முற்றிலும் எதிர்பார்க்க முடியாது.

பாரதியாரின் உணர்ச்சி வேகம் தேசீய கீதங்களில் காணப் படுகிறதைவிடப் பராசக்தியைக் குறித்துப் பாடுகிற பாடல்களில் மிகுதியாய்க் காணப்படுகிறது. காளி கையில் அகப்பட்ட ஒரு மகர யாழாகத் தன்னைக் கருதி உள்ளார். அவள் தான் பாரதியின் யாழ் மூலமாகவும் பேசுகிறாள். அவளுடைய கடைக்கண் பார்வையினால் நாட்டுப் புரட்சிகளெல்லாம் எழுகின்றன. இமயமலை போல் ஜார் மூடன் விழுந்தான். அறங்கொன்று சதிசெய்தவர்கள் புயற்காற்றுச் சூறைதனில் திமுதிமென விழும் மரங்கள் போல் சரிந்திட்டனர். எல்லாம் அவள் விழி நோக்கினால்தான் நடைபெறுகின்றன. காளியின் கோரக் கூத்தில் ஆனந்த நடனத்தைப் பார்க்கிறார்.

வெடிபடு மண்டத்திடி பல தாளம் போட – வெறும்
வெளியி லிரத் தக் களி யொடு பூதம் பாடப்...

கொஞ்சித் தொடுவாய், ஆனந்தக் கூத்திடுவாய்
அன்னை, அன்னை, ஆடுங் கூத்தை நாடச் செய்தா யென்னை.

பயானக ரசத்தைக் காளியைக் குறிக்கிற பாடல்களில் அனுபவிக்கிறோம். வாடா அழகும் வீணை இசையும் கல்லைக் கனிவிக்கிற கவிரசமும் எல்லாம் கலந்து காண்கின்றன. அவருடைய அகத்துறைப் பாக்களில் கவி ஷெல்லியின் சாயைகள் பல இடங்களில் அடிக்கின்றன. அவருடைய இன்னிசைக் குரலை இவர் பாடல்களிலும் கேட்கிறோம். நுணுக்க விஷயங்களைப் பல படியாகச் சேர்த்து அழகும் வர்ணமும் வீசுகின்ற சித்திரங்களை எழுப்பும் ஆங்கில இலக்கியத்தில் தோன்றிய மாரிஸ், ராசட்டி,

(Morris, Rosetti, Pre - Raphaelities) இவர்களைப் போல இவரும் சித்திரங்களைச் சிருஷ்டிக்கிறார்.

> தீர்த்தக் கரையினிலே – தெற்கு மூலையில்
> செண்பகத் தோட்டத்திலே . . .

இப்பாட்டால் எப்படி அவர் சிறிய அம்சங்களை ஒவ் வொன்றாகச் சேர்க்கிறார் என்பது புலனாகும்.

சோலை மலரிலே காதலியின் சுந்தரப் புன்னகையைப் பார்க்கிறது; கோலக் குயிலோசையில் அவன் குரலைக் கேட்கிறது; நீலக் கடலினிலே நீண்ட குழலைக் காண்கிறது; வான மழை நீயெனக்கு, வண்ணமயில் நான் உனக்கு என்று பாடுகிறது முதலியன ஒரு புதுமையை நமக்குத் தருகிறதில்லை. கவி காளிதாஸன் உதயமானது முதற்கொண்டு இம்மாதிரி சுருதி தான் நம் செவியில் விழுந்துகொண்டிருக்கிறது. ஆனால் எந்தப் பாட்டிலும் காணப்படாத ஒரு தனி ரசம், அழகு, கருத்துத் ததும்பும் பாரதியாரின் ஒரு பாட்டு என் அகச்செவியில் சதா ஒலித்துக்கொண்டிருக்கிறது.

ஒருநாள் என் படிப்றையில் ஏதோ புத்தகங்களைப் புரட்டிக் கொண்டிருந்தேன். என் மனைவியும் குழந்தைகளும் விடுமுறை நாட்களுக்கு என் கிராமத்துக்குப் போயிருந்தார்கள். அவர்கள் கொட்டமும் கொம்மாளமும் கேட்பதற்கில்லை. அவர்கள் நகையிழந்த இல்லம் வெறிச்சென்றிருந்தது. என் தகப்பனார் என் அறைக்கு வந்து, “சரோஜி ஊருக்குப் போய் ரொம்ப நாளாச்சே, ஆசை முகம் மறந்து போச்சே” என்றார். இவ்வளவு அழகான வார்த்தை இவருக்கு எப்படிக் கிடைத்தது என்று வியந்தேன். ஆனால் அவ்வழகான தொடர் வேறு சித்தாந்தங்களை எழுப்பவில்லை. சற்று நேரங் கழித்து பிலஹரி ராகத்தில் தம்புரா சுருதிக்கிணங்க

> ஆசைமுகம் மறந்து போச்சே – இதை
> ஆரிடம் சொல்வேனடி தோழீ..!
> நேசம் மறக்கவில்லை நெஞ்சம் – எனில்
> நினைவு முகம் மறக்கலாமோ ?

என்ற பாட்டைத் தெருவிலே யாரோ ஒருவர் பாடிக்கொண்டு வந்தார். அப்பாட்டில் என் மனம் லயித்தது. அதைப் பற்றி சதா சிந்தித்தேன். பாரதி எழுதிய பாடல்கள் முழுவதையும் பருகினேன். இந்தப் பாட்டில்தான் அவருடைய உணர்ச்சி அலை சிகரத்தைப் பார்த்தேன்.

இப்பாட்டு தலைவி தன் தோழியைப் பார்த்துக் கூறுகிற பாட்டு. கலித்தொகை, வள்ளுவர் காமத்துப்பால், திருவிருத்தம்,

திருக்கோவை முதலிய நூல்களில் காணப்படுகிற தலைவன் தலைவிதான். இப்பாட்டில் தலைவனுக்கும் தலைவிக்குமுள்ள நெருங்கிய சம்பந்தத்தைக் காண்பிக்கிறார். சற்று விலகினால் மரணத் துயர் வந்துவிடும். வண்டிற்கு உயிர் – தேன், மலருக்கு உயிர் – கதிரவன் ஒளிச் சிறப்பு. பயிர் வானை நோக்கி நிற்கிறது.

தேனை மறந்திருக்கும் வண்டும் – ஒளிச்
சிறப்பை மறந்துவிட்ட – பூவும்
வானை மறந்திருக்கும் பயிரும் – இந்த
வைய முழுதுமில்லை தோழீ.

இதுமாதிரி சம்பந்தமும் நம் முன்னோர் இலக்கியத்திலேயே காணப்படுகிறது. "ஒண் பூ உயரும் கதிரவனே நோக்கும்" என்கிறார் பொய்கை ஆழ்வார். "எத்தனை வான் மறந்த காலத்தும் பைங்கூழ்கள் மைத்தெழுந்த மாமுகிலே பார்த்திருக்கும் . . ." என்று குலசேகராழ்வார் உள்ளம் கசிந்து பாடுகிறார்.

விளக் கொடிந்தால் வெளிச்சம் அவிந்துவிடும்;
வீணை முறிந்தால் இன்னிசைகள் இறந்துவிடும்

என்று ஷெல்லி பாடுகிறார். இந்தப் பாட்டின் கடைசி வரி சிலப்பதிகாரத்தில் ஆய்ச்சியர் குரவையில் காணப்படும் பாட்டை ஞாபகப்படுத்துகிறது.

கரியவனைக் காணாத கண் ணென்ன கண்ணே
கண்ணிமைத்துக் காண்பார் தங் கண்ணென்ன கண்ணே.

கண்ணன்முக மறந்து போனால் இந்தக்
கண்களிலிருந்து பயனுண்டோ ?

இப்படிச் சொல்லிக்கொண்டே போனால் இவருடைய சொந்தச் சரக்கு கொஞ்சங்கூட மிஞ்சாது போலிருக்கே என்று ஒருவர் வினவலாம். ஆசைமுகம் மறந்து போச்சே என்ற சொல் ஜன சமுதாயத்தில் நடமாடுகிற சொல்தான். உவகைகளெல்லாம் பழைய நூல்களில் காணப்படுகின்றவைகள்தாம். ஆனால் சம்பிரதாய சரக்குகளை வைத்துக்கொண்டே ஒரு புதிய சக்தியைப் பிழிந்துவிட்டார் பாரதியார். ஒரு சாதன அனுபவம் அதிலிருந்து வெளியாகிவிட்டது.

தலைவனைப் பிரிந்த தலைவிக்கு ஒரு கணம் ஒரு யுகமாய் நீண்டுவிடும். காற்று உயிரை வாட்டிவிடும். நீர்த்திவலை சுழிக்குங் கொல்லன் ஊது உலையிற் துள்ளும் பொறியெனச் சுடும். இந்த முறையில் இவர் பாடவில்லை. ஒருவிதமான மரணத்தைப் பற்றி பாடுகிறார். தலைவனைப் பிரிந்தாலே மரணம்; அம்மரண வேதனையைக்கூடத் தாங்கிவிடலாம். நாயகனுடைய உருவத்தை மனம் சித்தரிக்குமானால் ஏகாந்தத்தில்

ஒருவாறு மனச் சமாதானம் அடையலாம். அவ்வுருவைச் சிருஷ்டித்த மனமும் அழிந்து போய்விட்டது. அவனுடைய ஞாபகமே அற்றுப் போய்விட்டது என்ற சுருதியில் இப்பாட்டு ஆரம்பமாகிறது.

எப்படிக் கொஞ்சம் கொஞ்சமாகத் தலைவனுடைய உருவம் மறைகின்றது என்ற விஷயம் கீழ்ப்பாட்டில் வருகிறது. அவனுடைய மலர்ச் சிரிப்பையும் காணோமே என்று வருந்துகிறாள் தலைவி. இப்பாட்டை முதலில் வைத்தால் இதற்கு அதிக அழகு ஏற்படுமோ என்று நினைக்கிறேன். நினைவே இறந்துபோன நிலையில் வர்ணப்படத்தின் அவசியமே இல்லை. வர்ணப்படத்தைக் கொணர்ந்தது அவ்வளவு உசிதமில்லை என்று தோன்றுகிறது.

வண்ணப் படமு மில்லை கண்டாய் – இனி
வாழும் வழி யென்னடி தோழீ!

இவைகளெல்லாம் அற்ப விஷயங்கள். மிகுந்த அழகுள்ள படத்தில் சிறிய குறைபாடுகள்கூட அதிகமாகத் தோன்றும்.

இப்பாடலிலுள்ள கருத்து எந்தப் பாட்டுக்களிலும் இல்லை. மரணமென்பது சரீர அழிவில்லை. ஒருவருடைய ஞாபகத்திலும் இல்லாமற் போவதுதான் மரணமென்கிறார் சாமுவேல் பட்லர் (Samuel Butler). அவருடைய பாட்டில் ஏதோ ஒரு வெறுங் கருத்தாயிருக்கிறதே ஒழிய, கருத்து ஒளியும் வர்ணமும் பெற்றுக் கவிதையாக மாறவில்லை. பாரதி பாட்டில் இப்பெரும் நிகழ்ச்சியைக் கண்டுவிட்டோம்.

இன்பக் குரல்கள் அவிந்தாலும் கானம் சிந்தையிலே ஒலிக்கிறது. மலர்கள் கருகினாலும் மணத்தின் உணர்ச்சி போகிறதில்லை. நீ இறந்தாலும் உன் ஞாபகம் போகிறதில்லை என்று பாடுகிற கவிகள் உண்டு. ஆனால் மனம் அழிந்து கன அந்தகாரம் சூழ்ந்த மரணநிலையை ஒருவரும் வர்ணித்ததில்லை. அவ்விருள் சூழ்ந்த பாழிலிருந்து வழிந்த இப்பாட்டு அழியாத நிலை அடைந்திருக்கிறது. தேசிய கீதங்கள் அழிந்து போய்விடலாம், சக்திப் பாட்டுக்களை அன்னிய மதத்தினர் கவனிக்காமலிருக்கலாம். ஆனால் இப்பாட்டு உலகம் உள்ள வரையில் காலவெள்ளத்தில் அழியாமல் விளங்குமென்பதில் சந்தேகமில்லை.

லோகோபகாரி பாரதி மலர், 7–9–1940

அசாதாரணமானவர்

அமுதன்

பாரதியாருடன் நெருங்கிப் பழகிய பாக்கியம் பெற்றவரும், அரவிந்தரின் சீடராகி அரவிந்தாசிரம மானேஜராக விளங்கியவரும், ஆழ்ந்த சிந்தனையும் தெளிவும் சொல்லாட்சியும் கொண்ட அமுதன் – டி. ஆராவமுதன் – புதுவை அருகே ஒரு சிற்றூரைச் சேர்ந்தவர்.

அடக்கம் நிறைந்த ஸ்ரீமான், கடல் போல ஞானமிருந்தும் வார்த்தை சிந்தாதவர். மிகுந்த வற்புறுத்தலின் பேரில் 1938இல் தமது பாரதி நினைவுகளை *ஹிந்துஸ்தான் தமிழ்* வாரப் பதிப்பில் வெளியிட உதவினார். அக்கட்டுரை களிலிருந்து ஒரு பகுதி இங்கே.

பாரதியாரின் வாழ்க்கையில் நடைபெற்ற வெளி நிகழ்ச்சிகளைக் குறித்து எழுதுதல் எளிது. ஏனெனில், முதலாவது புதுவைக்கு வந்த பிறகு அவர் வாழ்க்கையில் நேர்ந்த சம்பவங்கள் வெகு குறைவே. இரண்டாவது, எந்த வீட்டில் குடியிருந்தார், அவருடைய நண்பர்கள் எவர், அவர் உலாவப் போகும் இடங்கள் எவை என்பன போன்றவற்றைக் கணக்கிட்டு ஜாபிதா தயாரித்தல் ரொம்ப கடினமல்ல.

ஆனால், எவருடைய வாழ்க்கையின் வெளி நிகழ்ச்சிகள் உள் வாழ்க்கைக்கொப்ப சமைகின்றனவோ, அப்பொழுது ஒவ்வொரு வெளி நிகழ்ச்சிக்கும் பொருள் தானாகத் தெளிவுபடுகிறது; புறச் சம்பவங்களுக்கும் விசேஷம் உண்டாகிறது; அவை நினைவில் பதிந்து விடுகின்றன; வாழ்க்கையின் முடிவற்ற பாதையில் மைல் கற்கள் போல் குறிப்பாக அமைகின்றன. இவ்விதம் அகத்துக்குப் புறம் ஒவ்விய சம்பவங்களைக் குறிப்பாக எடுத்துக் காட்டல் அவ்வளவு சுலபமல்ல.

உணர்வின் உணர்ச்சிக்கேற்றவாறே நமக்கும் கண் தெரியும். எல்லாம் புரிந்து விடுமென்பது கிடையாது. ஒருவன் இன்னொருவனை அறிய, எவனைத் தெரிந்துகொள்ள வேண்டுமோ அவனுடைய வாழ்வு உணர்வுடன் எவ்வளவு தூரத்திற்கு ஒன்றியிருக்கிறதென்பதைக் கவனித்தல் அவசியம். ஒற்றுமைக்கேற்றவாறே ஒருவருக்கும் இன்னொருவருக்கும் உள்ளது பரஸ்பரத் தெளிவு.

எனக்குத் தெரிந்தமட்டில் பாரதியாரின் உணர்வின் பரிணாமத்தைக் கவனிக்கும்பொழுது அவர் பிறவியில் கவியென்பதும், பிறகு அவர் தான் பாரததேவியின் புத்திரன் என்று நினைவு கொண்டதும், கடைசியாக தான் சக்தியின் புதல்வன் என்று கண்டுகொண்டதும் பிரதான அம்சங்களாகும்.

பிறவியில் கவியாகிவிட்ட மாத்திரத்திலேயே எதையும் அழகழகாய்ச் சொல்லவும், பொழிவு ததும்பும் எழுத்துக்களில் அமைக்கவும் திறன் உண்டாகிவிடுகிறது. வாழ்க்கையின் குறி இன்னதெனப் புலனாகாதவரை இராமனைப் புகழக்கூடிய திறனையே இராவணன்மீதும் ஏவ முடிகிறது. பாரதியாரிடம் இலக்கும் திறனும் தெய்வீகத்துடன் கலந்து ஜனித்திருந்தன. எழில் பொறித்த நோக்கத்துடன் பிறந்த கவி. ஆதிசக்தியின் அருளும் பாரத தேவியின் காதலும் ஆகிய இரட்டைச் சரட்டில் திரித்த கயிற்றில் கோக்கப்பட்ட முத்துக்கள் போன்றன அவர் எழுதிவைத்த காவியங்கள்.

தம்முடைய கவிதா சக்தியால் நமது உணர்ச்சியில் பார்வையைத் தருபவர் பாரதி. பார்த்ததை எட்டுவதற்கு உரித்தான செயல் புரியும் வன்மை படைத்த கவியை அடுத்தபடியாகத் தமிழ்த் தாய் தரவேண்டும்.

பாரதி சாதாரண மனிதனல்ல. இன்று அது எல்லாருக்கும் அவருடைய எழுத்து மூலம் வெளிச்சம். நான் அவரை "அசாதாரணம்" என்று சொல்லும்பொழுது தமிழ்நாடு, இரண்டும் இரண்டும் நாலு என்பதைச் சொல்லவும் தேவையோ என்று என்னை ஏளனம் செய்யக்கூடும். ஆயினும், "அன்று" அவருடைய அசாதாரணம் அவ்வளவு வெளிப்படையன்று. இது தமிழ்நாடு உயிர்நிலைக்கு ஐயமறத் தெரிந்த விஷயம். நெருங்கிப் பழகிய சிலருக்கும் நன்றாய்த் தெரிந்ததே.

பாரதி அசாதாரணமானவர் என்று சொல்லிவிட்டால் மாத்திரம் போதுமா? எவ்விதத்தில் அசாதாரணமானவர் என்பதை எனக்குத் தெரிந்த அளவில் சொல்ல முயல்கிறேன். உலகில் மதிப்பற்ற பலவகையான அசாதாரணங்களைக்

காண்பது சகஜம். பைத்தியக்காரர்களும் அசாதாரண வகையிற் சேர்ந்தவர்களே. நான் குறிக்கும் அசாதாரணம் வேறு வகைத்து.

விலங்குகளிடம் காணக்கூடாத ஒரு பொருள் தனித்து மனிதனிடம் காணப்படுகிறது. உடல் இரு வகுப்பிற்கும் பொது – உருவில் வித்தியாசம் காணப்பட்டபோதிலும் அவ்விதமே உயிரும் இரு வகுப்பிற்கும் பொதுவானது. விலங்கினையும் மனிதனையும் வேறுபடுத்துவது மேற்சொன்ன இரண்டுமல்லாத மூன்றாம் பொருள் – அறிவு. இதை நான் என் திண்ணைப் பள்ளிக்கூடத்து வாத்தியாரிடம் 'பகுத்தறிவு' என்று கேட்டதுண்டு.

மனிதரில் சிலர் விலங்கு போல் நடந்துகொள்வதைக் கண்டிருக்கிறோம். பஞ்சதந்திரக் கதைகள் நமக்கும் மிருகங்களுக்கும் எவ்வளவு நெருங்கிய அன்னியோன்னியம் உண்டென்பதைத் தெரிவிக்கின்றன! எனக்குக் கால்கள் இரண்டிற்கு மேல் இல்லா விடினும் என்னை எனது தந்தை சில சமயங்களில் கோபத்தினால் 'கழுதை' என்றும், சில சமயங்களினால் வாத்ஸல்யத்தினால் 'கழுதை' என்றும் அழைப்பதன் காரணம் மனித உலகில் மிருக லோகத்து வாடை வீசுவதும், மிருக லோகத்தில் மானுட உணர்வின் வாடை வீசுவதும் நிரம்ப சகஜம் என்பதால்தான். இது பெரும்பாலோர் அனுபவத்தில் நிகழ்ந்த உண்மை.

ஆயினும் மனிதனுக்கு அடுத்தபடியான தெய்வ உலகில் – ஸ்வர்க்கத்தில் – "இந்திரனார் உலகில்" – அவநம்பிக்கை ஏது? மிருகம் போல் நடப்பதற்கு எப்படி நமக்கு நாலு காலும் வாலும் தேவையில்லையோ, அவ்விதமே தெய்வம் போல வாழ்வதற்கு நான்கு கைகளாவது மூன்று கண்களாவது அனாவசியம்.

நான் பாரதியின் நினைவுகளினின்று விலகி இவ்வளவு தத்துவம் படித்தலின் காரணம் என்னவெனில் – பாரதி மனித உலகத்தைச் சேர்ந்தவர் அல்லர் என்பதைக் காண்பிப்பதின் பொருட்டேயாகும். அவருடைய அசாதாரணத்தின் முக்கிய அம்சம் இதுவேயாகும்.

அவரை அண்டியபோதெல்லாம் ஒருவிதமான அமாநுஷீக மகிழ்ச்சியும், சோர்வின்மை, கவலையின்மை முதலியனவும் என்னிடம் தோன்றியதுண்டு.

அவர் கேவலம் எழுத்தின் மகிமையால் மட்டிலும் அசாதாரணமானவர் அன்று. எழுத்தில் எளிய நடை, தெளிவு நிறைந்த சொல், பண் பொங்கும் ஒலி – இவைகள் மட்டிலும் படைத்துவிட்டால் அசாதாரணம் உண்டாகிவிடாது. உதாரண மாக, பரலி சு.நெல்லையப்ப பிள்ளை அவர்களைவிட எழுத்தில்

எளிய நடையும் தெளிவையும் தமிழ் மொழியில் ஏற்றக் கூடியவர்கள் கிடையாதென்றே சொல்லலாம். ஆனால் பாரதியிடத்திலிருந்த அசாதாரணம் இவரிடத்தில் கிடையாது. பாரதி வரப்பிரசாதத்துடன் பிறந்தவர். அவர் ஜனிப்பதற்கு முன்னாகவே வாணி தேவி பாரதி உள்ளத்தில் குடி புகுந்திருந்ததாக ஏற்படுகிறது.

பாரதி அசாதாரணமானவர் என்று இன்று நன்றாய்ப் புலனாகிறது. இன்று அவர் 'ரீதியில்' (இது நான் அவரிடம் கற்ற மொழி) பாட்டெழுதுகிறவர்கள் பலர். ஆனால் அந்தத் 'தீ'யைக் காணோம். அந்த அனலும் அந்த வேகமும் அவருடன் மறைந்துவிட்ட மாதிரி தோன்றுகிறது.

முதன்முதல் நான் அவரிடம் கேட்ட பாட்டு – 'நெஞ்சு பொறுக்குதிலையே' என்ற பாட்டாகும். அதைக் கேட்ட பொழுது என்னிடம் உண்டான புனித புத்துணர்ச்சிக்கு அளவே கிடையாது.

பாரதி அசாதாரணமானவர் – ஒரு விதத்தில் அல்ல பல விதத்தில். வானுலகிலிருந்து கீழிறங்கி மண்ணுலகில் நம்முடன் நடமாடிய தேவன். ஆகவே அசாதாரணமானவன். வான் போல் கட்டுக்கடங்காத, பரந்த உளம் படைத்திருந்தவர்; கனிந்த நெஞ்சம்; ஒளி வீசிய தெளிவாகிய அறிவு; உயிரில் எப்பொழுதும் கொழுந்து விட்டெரிந்த தீ. அடிக்கடிப் பார்ப்பதற்கரியதாகிய அசாதாரணமான பெரியார்.

பாரதி தமிழின் உயிருக்கு உயிராகியவர். தமிழ் உயிர் திரண்டு உருண்டு உருவாகியபோது பாரதி ஆயிற்று. ஆயினும் தமிழனின் இருள் கட்டுகளுக்கு விலகி நின்றவர் அவர். தமிழகத்தின் பழமையால் கட்டுப்படாது நின்று, தமிழின் பழமைக்கு மேன்மை தந்தவர்; தமிழின் புதுமையின் சிசு. நவீனத்தின் ஆவல்களைச் சொல்லமாட்டாது தவித்த தமிழனுக்கு சொல் தந்தவர். பாரதி நவீனத்தின் உயிரோட்டம். ஆகவே உயிரற்ற பழமையில் பிறந்த அசாதாரண உயிர் பாரதி. பாரதியின் சொல்லில் தெளிவுற்றோம். நாம் சொல்ல நினைத்ததைச் சொல்லத் தெரியாது தவித்தபோது நமக்குச் சொல் கொடுத்த அசாதாரணப் பெரியார் பாரதி.

ஹிந்துஸ்தான்
தமிழ் வாரப் பதிப்பு, சென்னை
1938 ஏப்ரல் 10; 1938 செப்டம்பர் 11 இதழ்கள்

உயிர் கொடுத்த கவிதை

தி.சே.சௌ. ராஜன்

தமிழ்நாட்டின் மூத்த சுதந்திரப் போராட்ட வீரர்களில் ஒருவரான டாக்டர் தி.சே.சௌ. ராஜன் (1880–1953), 1907இல் லண்டனில் வைத்திய மேல்படிப்பு படிக்கையில் வீர ஸாவர்க்கருடனும் வ.வே.சு. ஐயருடனும் புரட்சி நடவடிக்கைகளில் ஈடுபட்டார். தாய்நாடு திரும்பிய பின், காங்கிரஸ் இயக்கத்தில் ராஜாஜியின் வலது கையாக விளங்கினார். 1934இல் ஹரிஜன சேவா சங்கத்தின் தலைவராக இருந்து காந்தியடிகளுடன் தமிழ்நாட்டில் சுற்றுப் பயணம் செய்தார். 1938இல் காங்கிரஸ் பதவி ஏற்றபோது சுகாதார மந்திரியாக இருந்து கீர்த்தி பெற்றார்.

டாக்டர் ராஜன் 'வீட்டு வைத்தியம்' என்ற அரிய நூலையும், 'வ.வே.சு. ஐயர்' என்ற சிறு நூலையும், 'நினைவு அலைகள்' என்ற சுவையான வாழ்க்கை வரலாற்றையும் எழுதியவர்.

நாம் எத்தனை விதமான கவிகளைப் பார்த்திருக்கிறோம். 'இன்று எதைப் பற்றிக் கவி எழுதுவது?' என்று பேனாவும் கையுமாக பாரதி உட்கார்ந்து யோசித்திருந்தால் பாடபுத்தகமாக வருவதற்குத் தகுந்த கவி எழுதியிருப்பார்; அதை நாமும் படித்துக் குட்டிச்சுவராயிருப்போம். ஆனால் பாரதி அப்படிப்பட்ட கவி அல்ல. அவர் ஏன் பாடினார் என்றால் அவரால் பாடாமல் இருக்க முடியாது. சூரியன் பிரகாசிக்காமல் இருக்க முடியுமா?

அவர் தம் ஜீவனையே பாட்டாக உருக்கிக் கொட்டிவிட்டார். சாதாரணமாக உலக மகாகவிகள் சோற்றுக்குத் திண்டாடியே இருக்கிறார்கள். பாரதியாரும் இந்த விதிக்கு விலக்காதிருந்ததில் ஆச்சரியமில்லை.

நம் தமிழ்நாட்டிலே கவிதைத் திறன் மகா மலிவு. ஒரு சம்பவம் நடந்த க்ஷணமே அதைப் பற்றிப் பாட்டுப் புஸ்தகம் போட்டு விற்று சம்பாதித்துவிடுகிறார்கள். தமிழ் வைத்தியத்தைப் பற்றிப் படிக்க வேண்டுமானால் அதுவும் பாட்டாகத்தான் இருக்கும். ஜோஸ்யமும் பாட்டிலேதான். நம் நாட்டில் இறந்தால் கூட ஒப்பாரியைப் பாட்டாகவே பாடி விடுகிறார்கள்.

ஆனால் பாரதியாரின் பாட்டு மாதிரியே வேறு. அவர் தேசத்தில் மக்கள் படும் கஷ்டத்தைப் பார்த்து அதைத் தானே அனுபவித்து, தன் அனுபவத்தை மனமுருக்கும் பாட்டுக்களாகப் பாடியிருக்கிறார். அவர் ஸ்நானம் செய்யத் தண்ணீரில் நின்று கொண்டு, "கொண்டு வா பென்ஸிலை, எழுது பாட்டை" என்று சொல்லியிருக்கிறார். இம்மாதிரி கவிதை தேசத்துக்கு உயிர் கொடுக்கும் கவிதை. இது என்றும் அழியாது.

கம்பனும் கவி செய்தான். ஒட்டக்கூத்தனும் பாடினான். ஒட்டக்கூத்தன் எழுதித் திருத்திப் படித்தான். அவன் பெயர் இருக்கிறது; ஆனால் அவனுடைய பாட்டு எங்கே? கம்பனுடைய பாட்டு எங்கும் பிரசித்தமாயிருக்கிறது.

பாரதியாரின் கீதம் வேதம் மாதிரி. அது தானாக வந்தது. அவர் உள்ளத்தில் பிறந்து நமக்கு ஜீவனை அளித்தது.

பாரதியார் கீதம் தமிழுக்கு உயிர் கொடுத்தது. அதைப் பாடிக்கொண்டே தேசத்துக்காகத் தடியடி பட்டோம், சிறை சென்றோம். பாரதியாரின் கீதத்தைப் பார்த்து ஒரு மலையாள ஹைகோர்ட்டு நீதிபதி, "இந்த அடிகளை எவராவது பாடினால், உடனே புரட்சி ஏற்பட்டுவிடும்" என்று கூறினார்.

பாரதியை என்றும் நாம் போற்றி நம் தமிழ்மொழியை வளர்ப்பதற்குள்ள சக்தியை இறைவன் நமக்கு அளிப்பானாக!

1937 செப்டம்பர் 12
சென்னை திருவல்லிக்கேணியில் பாரதி விழாவில் பேசியது.
***ஜெயபாரதி* நாளிதழ், சென்னை 13–9–1937**

இலக்கியத் தலைவன் பாரதியார்

சங்கு சுப்ரஹ்மண்யன்

சங்கு சுப்ரஹ்மண்யன் *சுதந்திரச் சங்கு* என்ற பிரசித்திபெற்ற காலணாப் பத்திரிகை மூலம் அழியாப் புகழ்பெற்றார். தமிழ்நாட்டில் காந்தியடிகளின் உப்பு சத்தியாக்கிரகம் முதலிய இயக்கங்களுக்குப் பேராதரவு தந்த பத்திரிகை *சுதந்திரச் சங்கு*. மேலும் தமிழில் முதன்முதலாக ஒரு லட்சம் பிரதி விற்ற பத்திரிகையும் அதுவே. சங்கு சுப்ரஹ்மண்யன் சிறந்த பத்திரிகையாசிரியர் மட்டுமல்ல, சிறந்த பேச்சாளர், சிறந்த பாடகர். தமிழ்நாட்டில் பாரதி பாடல்களை அதியற்புதமாக, மயிர்சிலிர்க்கும்படி பாடிப் பரப்பிய சிலருள் தலையாயவர் சங்கு சுப்ரஹ்மண்யன். *சுதந்திரச் சங்கு*க்குப் பின் *தினமணி* பிரதம உதவியாசிரியராகவும், *ஹநுமான்* வாரப்பதிப்பு ஆசிரியராகவும் இருந்தவர், சங்கு சுப்ரஹ்மண்யன்.

பாரத நாட்டின் விடுதலைப் போராட்டத்தின்போது பாரதி பாடல்கள் எப்படியெப்படி அதிசயிக்கத்தக்க வகையில் பெருநன்மை புரிந்தன என்பதை இக்கட்டுரையில் அவர் சொல்கிறார்.

எனது குருநாதர் பாரதியாரின் திரு உடலைத் தரிசித்துப் பத்து வருடங்களுக்கு மேலாகிவிட்டது. ஆனால் அவரது பாடல்களை நான் எண்ணாத நாட்களில்லை. யான் எழுதும் வரிகளிலெல்லாம், சொல்லும் மொழிகளெல்லாம் அவரது சொற்கள் என்னையறியாமலே கலந்து வருகின்றனவாதலால் அவர் என்னோடு இன்றும் இருப்பதாகவே நான் எண்ணிக்கொண்டிருக்கிறேன்.

இன்ப நாட்களில் பெருமிதத்தை ஊட்டுவதாயும், துன்ப நினைவுகளேற்படும்போது அவைகளை

மாற்றும் மருந்தாகவும் இருப்பது பாரதியாரின் கவிதைகள். அவரது காதற் பாட்டுகளையும், 'காணி நிலம் வேண்டும்' என்பன போன்ற பாக்களையும் பாடும்போது இன்பம் பெருகுகின்றது.

'தாய்த் திரு நாடெனில்', 'இனிக் கையை விரியோம்' என்பன போன்ற அவரது வரிகளை வாய்விட்டுக் கதறிக் கூறும்போது நம் தேசபக்தி அதிகமாகின்றது.

இன்னொரு அனுபவத்தைச் சொல்லுகிறேன். அன்று கண்ணன் பிறந்த தினம் – நான் அலிபுரம் சிறையில் இருந்தேன் – என் மனத்தை அரிவாளால் பிளப்பது போன்ற ஓர் செய்தியை அன்று காலை எனக்கு வந்த கடிதத்தில் பார்த்தேன். என் மனமே மனத்தைத் தின்னத் தொடங்கிற்று – அந்தச் சிறையின் மூலை முடுக்குகளில் தனிமையும், அறையிலுள்ள நண்பர்களின் கூட்டமும் எனக்கு ஆறுதலளிக்கவில்லை.

அச்சமயத்தில் ஓர் அன்பர் என்னை அணுகினார். 'சங்கு ஸார்! இன்று ஜன்மாஷ்டமியாச்சே! கண்ணன் பாட்டுப் பாடலாகாதா?' என்றார் அவர். அவருக்காக நண்பர்கள் மத்தியில் வந்து உட்கார்ந்துகொண்டு பாடினேன். பாடப்பாட என்னைக் கவர்ந்திருந்த துயர்ப்படலம் மறைந்தது. பாரதியாரின் பாடல்கள் துயருற்ற தமிழருக்கு ஆறுதலளிக்கும் வன்மையுடையன என்பதை அன்று நான் உணர்ந்தேன்.

தமிழ் மொழிக்குப் புதிய நடையையும், புதிய இலக்கியங்களையும் சிருஷ்டித்துத் தருவதற்கு அநேக இளைஞர்கள் முயன்று வருகிறார்கள். இவ்வளவு பேருக்கும் வழிகாட்டிய குருநாதன் பாரதியார்தான். இவ்வாறாகப் பாரதியார் எங்களுக்கு இலக்கியத் தலைவனாக இருந்து வருகிறார்.

அவரது வாழ்க்கையினின்று என்னைப் போன்றவர்களுக்கு ஒரு படிப்பினை உண்டு. 'எத்தகைய துன்பங்களுற்றாலும், பட்டினி கிடந்தாலும் தேசப் பணியையும், தாய்மொழித் தொண்டையும் மறக்கலாகாது' என்பதே அந்தப் படிப்பினை.

கம்பனைப் பெற்ற நாட்டில் கவிமணம் ஓயு நாளில்
வம்பரின் மந்தை தன்னில் வளர்த்திட தேசபக்தி
உம்பர் மா உலகதாக உயர்த்திடத் தமிழகத்தை
அம்புவி வந்த வீர! அருங்கவி பாரதீயே!

வாழ்க பாரதியார்!

***சுதந்திரச் சங்கு*, சென்னை, 9–9–1931**

பாரதியின் மந்திரக் கவிகள்

ரா. நாராயணன்

ரா. நாராயணய்யங்கார் *ஜெயபாரதி* நாளிதழிலும் *ஹிந்துஸ்தான்* வாரப் பத்திரிகையிலும் ஆசிரியராக 1935 முதல் 1942 முடிய இருந்து புகழ்பெற்றவர். அதுதவிர *சுதந்திரச் சங்கு* மாத இதழுக்கும் *காங்கிரஸ்மன்* என்ற ஆங்கிலப் பத்திரிகைக்கும் ஆசிரியராகவும் இருந்துள்ளார். இவர் வக்கீல் தொழிலுக்குப் படித்து, வக்கீலாக இருந்து காந்தியடிகளின் ஒத்துழையாமை இயக்கத்தில் சேர்ந்து தொழிலை விட்டு சிறை சென்ற தேசபக்தர். *ஆனந்த விகட*னிலும், பிற பத்திரிகைகளிலும் சிறுகதைகளும் கட்டுரைகளும் விமர்சனங்களும் எழுதியுள்ள ரா.நா. தமிழ்நாட்டின் முதிய பத்திரிகையாளராக விளங்கியவர்.

உப்பு சத்தியாக்கிரக இயக்கத்தின்போதும் சிறையிலும் பாரதியின் பக்திப் பாடல்கள் தேசபக்தர்களுக்கு எப்படி சமயத்தில் எதிர்பாராதபடி உதவின என்பதை ரா.நா. இங்கு தெரிவிக்கிறார்.

1930ஆம் ஆண்டு உப்பு சத்தியாக்கிரஹம் மும்முரமாக நடந்து வருகிறது. தினசரி மாபெரும் கூட்டங்கள். கூட்டங்களில் "தொண்டர்கள் சேர வேண்டும்; சத்தியாக்கிரஹ நிதிக்குப் பணம் தரவேண்டும்" என்று தலைவர்கள் பேசுவார்கள். பேச்சு முடிந்தவுடன் சபையினர் மெள்ளக் கலைந்து செல்ல முயலுவர். அச்சமயம் என் நண்பர் திருச்சி ஸ்ரீ வி. பாலு மேடை மேல் வருவார். அவர் பாரதியார் கீதங்களை இனிமையாகவும் உணர்ச்சியுடனும் பாடுவார். ராகமாலிகையில்,

நிதி மிகுந்தவர் பொற்குவை தாரீர்!
நிதி குறைந்தவர் காசுகள் தாரீர்!
அதுவு மற்றவர் வாய்ச் சொல்லருளீர்!
ஆண்மை யாளருழைப்பினை நல்கீர்!
மதுரத் தேமொழி மாதர் களெல்லாம்
வாணி பூசைக்குரியன பேசீர்!

என்கிற பாட்டைப் பாடுவார். அவர் பாடிக்கொண்டிருக்கையில் தொண்டர்கள் உண்டியலை எடுத்துக்கொண்டு செல்வர். பாட்டு முடிவதற்குள் குறைந்தது 50 ரூபாயாவது சேர்ந்துவிடும். 20 பேர்களாவது தங்கள் பெயர்களைத் தொண்டர்களாகப் பதிவுசெய்துகொள்வர்.

ஸரஸ்வதி தேவியின் வழிபாட்டுக்காகப் பாரதியார் எழுதிய இந்தப் பாட்டு எவ்வளவு உயர்ந்த தேச கைங்கர்ய வளர்ச்சிக்கும் உபயோகப்படுகிறது என்று நினைத்து வியப்படையாதார் இல்லை.

அதே 1930இல் சத்யாக்கிரஹ இயக்கம் முற்றி அநேகமாக எல்லாரும் சிறை சென்றுவிட்டோம். திருச்சி சிறையில் சுமார் 600 சத்தியாக்கிரஹிகள் இருந்தோம். ஆந்திரர், பம்பாய்க்காரர், வங்காளிகள், மலையாளத்தார், கன்னடத்தார் எல்லோரும் ஒரே சிறையில் அடைப்பட்டுக் கிடந்தோம். சிறைக்குள் புகுந்த புது உற்சாகம் சற்று அடங்கிற்று. மெள்ள ஜாதி வகுப்புப் பூசல்கள் தலைகாட்டின. மனஸ்தாபங்களும் மாற்சரியங்களும் வளர்ந்தன. இந்த நிலையில் உள்ளே இருந்தவர்களில் பொறுப்புள்ள சிலர், எல்லோரையும் ஒன்று கூட்டினர். அந்தக் கூட்டத்தில் ஒற்றுமையின் அவசியத்தைப் பற்றிப் பலர் பிரசங்கங்கள் செய்தனர். ஆனால், பிரசங்கங்கள் பயனளிக்கவில்லை. கூட்டம் முடியும் சமயம். ஏதாவதொரு பாட்டுப் பாடி கூட்டத்தை முடிக்கலாம் என்று யோசனை பிறந்தது. ஒரு நண்பர் பாடினார்:

பகைவனுக் கருள்வாய் – நன்னெஞ்சே!
பகைவனுக் கருள்வாய்.

புகை நடுவினில் தீயிருப்பதைப்
பூமியிற் கண்டோமே நன்னெஞ்சே!
பூமியிற் கண்டோமே.
பகை நடுவினில் அன்புருவான நம்
பரமன் வாழ்கின்றான் – நன்னெஞ்சே
பரமன் வாழ்கின்றான்.

என்று ஆரம்பித்து,

> தின்ன வரும்புலி தன்னையும் அன்பொடு
> சிந்தையிற் போற்றிடுவாய் – நன்னெஞ்சே
> அன்னை பராசக்தி யவ்வுருவாயினள்
> அவளைக் கும்பிடுவாய் – நன்னெஞ்சே
> அவளைக் கும்பிடுவாய்

என்று முடிக்கையில் வித்தியாசங்களுக்குக் காரணமாயிருந்த நண்பர்களின் கண்களில் நீர் தாரைதாரையாகப் பெருகிற்று. அந்த உணர்ச்சிப் பெருக்கில் மாற்சரியங்கள் மறைந்தன. நண்பர்கள் பரஸ்பர அன்புடன் பிரிந்தனர்.

திருச்சி ஜில்லாவில் கரூர் நகரத்திலே டிராமா கொட்டகைக் கலகம். இதே சமயத்தில் கள்ளுக்கடை மறியல் தகராறும் நடந்து, பல பிரமுகர்கள் சிறைவாசம் செய்ய நேரிட்டது. அதன் பிறகு போலீசார் செய்த ஆர்ப்பாட்டத்தில் பொது மக்கள் நடுங்கிப் போய்விட்டனர். கரூரில் எவ்விதப் பொதுக் கூட்டமும் போட முடியாது. யாராவது துணிந்து கூட்டம் போட்டாலும் ஜனங்கள் அந்தக் கூட்டங்களுக்கு வர அஞ்சினர். இந்த நிலையில் கரூர் மக்களிடம் இருந்த பயத்தைப் போக்க வேண்டுமென நாங்கள் முயன்றோம். மதுரை தேசபக்தர் ஸ்ரீ ஸ்ரீனிவாசவரதன் தலைமையில் நடந்து வந்த தேசபக்த சமாஜத்தாரை வரவழைத்தோம். சமாஜ கோஷ்டியினருக்குத் தங்க இடம் கிடைக்கவில்லை. அமராவதி நதிக்கரையில் ஒரு தோப்பில் முகாம் போட்டுவிட்டு, பஜனைக் கோஷ்டியினர் நகருக்குள் சென்றனர். ஸ்ரீ ஸ்ரீனிவாசவரதன் தலைமையில் ஊர்வலம்.

> ஜயபேரிகை கொட்டடா, கொட்டடா
> ஜயபேரிகை கொட்டடா!
> பயமெனும் பேய்தனை அடித்தோம்; பொய்மைப்
> பாம்பைப் பிளந்து யிரைக் குடித்தோம்

என்கிற பாட்டை சுற்றுப்புறமுள்ள கட்டிடங்கள் அதிர ஸ்ரீ ஸ்ரீனிவாசவரதன் பாட, அவர் கோஷ்டியினர் அதே ஸ்தாயியில் அந்த அடியைத் திரும்பப் பாடினர். அதுவரையில் பயந்து வீடுகளுக்குள் இருந்த ஜனங்கள் மெல்ல வெளியே வந்தனர். ஒன்று பத்தாகி, பத்து நூறாகி, கடைசியில் பல்லாயிரக்கணக்கான ஜனங்கள் பஜனைக் கோஷ்டியைப் பின்தொடர்ந்தனர். பஜனை கோஷ்டி கடைசியில் ஒரு முஸ்லீம் தெருவை அடைந்தவுடனே ஸ்ரீ ஸ்ரீனிவாசவரதன்,

> பல்லாயிரம் பல்லாயிரம் கோடி கோடி யண்டங்கள்
> எல்லாத் திசையிலு மோரெல்லை யில்லா வெளி வானிலே
> நில்லாது சுழன்றோட நியமஞ் செய்தருள் நாயகன்
> சொல்லாலு மனத்தாலுந் தொட ரொணாப் பெருஞ் சோதி
> (அல்லா, அல்லா, அல்லா)

என்னும் பாட்டைத் தனிமையாகப் பாடினார். அதைக் கேட்கையில் முஸ்லீம் மசூதியில் தொழுகை நடத்துவது போலிருந்தது. இந்தப் பாட்டு சுற்றிலுமுள்ள முஸல்மான் நண்பர்களைப் பரவசப்படுத்திற்று. அவர்களும் கூட்டத்தில் கலந்துகொண்டனர். அன்று மாலை அமராவதி நதிக்கரையில் என்றும் கண்டிராத அவ்வளவு ஜனத்திரள் சேர்ந்திருந்தது. உண்மையிலேயே அன்று பயமெனும் பேய் அடித்துத் துரத்தப்பட்டது.

வேதாரண்யம் உப்பு சத்தியாக்கிரஹம் நடக்கும்பொழுது கோடிக்கரையில் ஜெயபாரதி ஸ்ரீ வெங்கட்ராமன் தலைமையில் ஒரு தொண்டர் படை சேவை செய்தது. தொண்டர்களுக்குத் தங்குமிடம் கொடுத்தால் தண்டனை என்று அச்சமயம் தஞ்சை கலெக்டராயிருந்த தார்ன் துரை உத்தரவு. ஆகையால் கோடிக்கரை பட்டாளத்துக்குத் தங்குமிடம் கிடைக்கவில்லை. ஒரு மாரியம்மன் கோயிலுக்கு வெளியில் அவர்கள் தங்கினர். இந்தப் படையில் ஸ்ரீ சங்கு சுப்பிரமணியமும் ஒருவர். ஒரு நாள் மாலை,

தேடியுனைச் சரணடைந்தேன் தேச முத்துமாரி
கேடதனை நீக்கிடுவாய் கேட்ட வரம் தருவாய்

என்னும் பாட்டைப் பாடினார். அடுத்த நாள் காலை இவர்கள் பாடின இடத்திற்கு மேல் இரவோடு இரவாக ஒரு பந்தல் ஏறி யிருந்தது. பந்தல் மந்திரத்தால் வரவில்லை; பாரதி பாட்டு கேட்டவர்கள் மனத்தில் ஏற்படுத்திய மாறுதல்தான் பந்தலாக வந்தது. இதுவும் ஒரு மந்திரந்தானே?

ரொம்ப நாளாகக் கதர் உடுத்தி வந்த ஒருவர் திடீரென மல் துணி கட்ட ஆரம்பித்தார். இவர் ராஜாஜியுடன் நெருங்கிப் பழகியவர். இவரது புதிய உடையை ராஜாஜி பார்த்தார். ஆனால் அவரிடம் எதுவும் கூறியதாகத் தெரியவில்லை. பின்னால் பெயர் குறிப்பிடாமல் அந்த நண்பர் மனத்தைத் தைக்கும்படியாக ஒரு கட்டுரையில் 'நெஞ்சு பொறுக்குதில்லையே' என்னும் பாரதியார் வாக்கை எடுத்தாண்டு அதன் மூலம் ராஜாஜி தம் மனவருத்தத்தைத் தெரிவித்துக்கொண்டார். அந்தக் கட்டுரையைக் கண்ணுற்ற நண்பர் அன்றே மல் வஸ்திரங்களைத் துறந்து, மீண்டும் கதர் உடையணிந்தார்; இன்றும் கதர் விரதத்திலிருந்து சிறிதும் பிறழாமல் இருந்து வருகிறார்.

இம்மாதிரி நாட்டில் பல்வேறு புரட்சிகளைப் பாரதியார் கீதம் செய்திருக்கிறது. ஒவ்வொரு பாட்டையும் அவர் எந்தச் சந்தர்ப்பத்தில் எழுதினார்; என்ன நோக்கத்துடன் எழுதினார் என்பதை நாம் நிச்சயமாகக் காண முடியாது. ஆனால் அவர் எழுதிய பாட்டுக்கள் என்றென்றும் எந்தச் சந்தர்ப்பத்திற்கும்

உபயோகப்பட்டு வருவது அவருடைய தீர்க்கதரிசனத்தையும் அவர் கவிதைகளின் சிரஞ்சீவித்துவத்தையும் காட்டுகிறது. இன்றைய தமிழ்நாட்டு இலக்கிய வளர்ச்சிக்குப் பாரதிதான் விதை ஊன்றினார். இன்று தமிழ்நாட்டில் அரசியல் பிரசாரத்திற்கு அவருடைய பாட்டுக்கள் வசீகரம் அளித்து வருகின்றன. சுதந்திர இந்தியாவிலும் அவற்றுக்கு எதிர்பாராத எத்தனையோ உபயோகங்கள் ஏற்படக்கூடும். பாரதியார் கீதங்கள் இந்தியா சுதந்திரம் பெற்றவுடன் மறைந்துவிடக் கூடியவை அல்ல. அவை சாகாவரம் பெற்றவை.

சக்தி மாத இதழிலிருந்து எடுத்து,
சங்கநாதம் மாத இதழ்
1940 செப்டம்பர் மலரில்
வெளியிடப் பெற்றது.

பாலைவனத்தைச் சோலையாக்கிய பாரதி

தொ.மு. பாஸ்கரத் தொண்டைமான்

"உலகக் கவிஞர் வரிசையிலே வைத்து எண்ணத் தகுந்த தமிழ்க் கவிஞன் கம்பன் ஒருவனே. ஆனால் கம்பனுக்குப் பின் தமிழ்க் கவி உலகம் ஒரு வறண்ட பாலையாக மாறி இருக்கிறது ... அந்த வறண்ட பாலைவனத்திலே ஒரு குளிர் சோலைத் தடமாகப் பாரதி தோன்றியிருக்கிறான்" என்று கூறும் தொ.மு. பாஸ்கரத் தொண்டைமான் (1904–1965), சென்னை பாரதியார் சங்கத்து பாரதி விழாவில் 11 – 9 – 1959 அன்று தலைமை வகித்துச் செய்த தலைமையுரை கீழே உள்ளது.

பாஸ்கரத் தொண்டைமான் இலக்கியப் பற்றும் கலைப் பற்றும் தெய்வப் பற்றும் நிறைந்த அறிவாளர். தென்னாட்டுக் கோயில்களைப் பற்றி அவர் எழுதிய கட்டுரைத் தொடர் சிறப்பானது.

பாரதியின் பெருமையை, அவர் கவி பாடிய திறமையைப் பற்றி எல்லாம் விரிவாகத் தெரிந்து கொள்ளத் தமிழ் இலக்கியச் சரிதத்தையே ஒரு திருப்புத் திருப்ப வேணும். தமிழ்க் கவி உலகத்தில் ஒரு பொற்காலத்தை உண்டாக்கிய பெருமை கவிச் சக்கரவர்த்தி கம்பனையே சாரும். உலகக் கவிஞர் வரிசையிலே வைத்து எண்ணத் தகுந்த தமிழ்க் கவிஞன் கம்பன் ஒருவனே என்று கருதுபவன் நான். அவனுக்கு முன்னாலே தொல்காப்பியர், சங்கப் புலவர்கள், வள்ளுவர், இளங்கோ, திருத்தக்கதேவர் முதலியவர்களோடு தேவார திருவாசகம் பாடிய நால்வர், திவ்யப் பிரபந்தம் பாடிய பன்னிருவர் எல்லாம் தமிழ்க் கவிதையை வளப்படுத்தி இருக்கிறார்கள். கருவிலே வாய்த்த திருவுடைய

கம்பன் அத்தனை கவிஞர்களது கவிதையிலும் ஊறித் திளைத்து வடமொழிக் கவிஞரான வால்மீகி, காளிதாஸன், பாஸன் முதலியவர்களது காவியங்கள், நாடகங்கள் எல்லாவற்றையும் முறையாகக் கற்று, அந்த இலக்கியங்களால் தான் பெற்ற இன்பத்தை எல்லாம் நன்றாகப் பயன்படுத்தி, ஒரு அற்புதமான காவியமாக அவனது ராமாவதாரத்தைப் பாடி இருக்கிறான். ஆயிரம் ஆயிரம் வருஷங்களாகத் தமிழ்த் தாய் செய்த தவம் பலித்தே ஒரு கம்பன் தோன்றி இருக்க வேண்டும். தமிழ்த் தாய் கம்பனைப் போன்ற ஒரு கவிஞனைப் பெற்றெடுக்க எவ்வளவோ காலம் காத்திருக்க வேண்டி இருந்திருக்கிறது. ஆனால் கம்பனுக்குப் பின் தமிழ்க் கவி உலகம் ஒரு வறண்ட பாலையாக மாறி இருக்கிறது. கவித்துவத்தைவிடப் புலமைக்கு மதிப்புக் கொடுத்திருக்கிறார்கள் அறிஞர்கள். படாடோபத்திற்கும் வின்னியாசத்திற்குமே முதல் இடம் கிடைத்திருக்கிறது புலவர் களிடையே. அறிவை வளர்ப்பதில் காட்டிய அக்கறை இதயத்தைத் தொடுவதில் காட்டவில்லை கவிஞர்கள். ஏதோ தலபுராணம் தலபுராணமாக எழுதிக் குவிக்கும் வள்ளன்மையும், யமகம் திரிபுகளோடு மல்யுத்தம் புரிந்து வெற்றி காணும் ஆற்றலும் நிறைந்திருக்கிறது இத்தமிழகத்திலே. இந்த நிலையிலே அந்த வறண்ட பாலைவனத்திலே ஒரு குளிர் சோலைத் தடமாகப் பாரதி தோன்றியிருக்கிறான். அத்தகைய கவிஞன் ஒருவன் பிறக்க இருப்பதை அறிவிக்கும் முன்னோடியாகவே அந்தத் திக்கெலாம் புகழும் திருநெல்வேலியிலே ஒரு குமரகுருபரர், ஒரு திரிகூடராஜப்பர், ஒரு என்னயினாப் புலவர், ஒரு அழகிய சொக்கநாத பிள்ளை போன்ற கவிஞர்கள் பிறந்து வளர்ந்து நல்ல கவிதைகள் பல எழுதியிருக்கிறார்கள். அவற்றைப் பண்டிதர் மாத்திரம் அல்ல; பாமரரும் பாடி மகிழ்ந்திருக்கிறார்கள்.

சிங்கமும் வெங்களிறும் உடன் விளையாடும் ஒருபால்,
சினப்புலியும் மடப்பிணையும் திளைத்திடும் அங்கொருபால்,

வெங்கரடி மரையினொடும் விளையாடும் ஒருபால்,
விடஅரவும் மடமயிலும் விருந்தயரும் ஒருபால்.

என்றும் பொதிய மலையில் அகத்தியர் முன்னிலையில் நடந்த சத்திய யுகத்தையே குமரகுருபரர் உருவாக்கிக் காட்டினார் என்றால், மிகவும் பாமர ரஞ்சமாக,

பந்தடிக்கு மேடையிலே
    வந்துவிளை யாடையிலே
பார்த்துநின்ற ஜாடையிலே
    பறிகொடுத்தேன் என்மனசை

என்று காதலன் ஒருவன் உள்ளத்தையே படம் பிடிக்கிறார் அழகிய சொக்கநாத பிள்ளை.

இந்தக் கவிஞர்களிடையே பிறந்து வளர்ந்தவன் பாரதி. எளிமையும் இனிமையும் நிறைந்து உள்ளத்தைக் கொள்ளை கொள்ளும் முறையில் அமைகின்றன அவன் பாடல்கள். அதனால், பாரதியை மகாகவி என்போரும், தேசீய கவி என்போரும், இல்லை புரட்சிக் கவிஞன் என்போரும் முதலில் உணரவேண்டுவது அவன் ஒரு நல்ல கவிஞன் என்பதையே. அவனுடைய பிரபலமான தேசீய கீதங்களுக்கு எல்லாம் நாடு சுதந்திரம் பெற்றபின் அதிக 'கிராக்கி' இல்லை என்று அறிவோம்.

என்று தணியும் இந்த சுதந்திர தாகம்?
என்று மடியும் எங்கள் அடிமையின் மோகம்?

என்ற பாடலும்,

ஆடுவோமே பள்ளுப் பாடுவோமே
ஆனந்த சுதந்திரம் அடைந்துவிட்டோமென்று
ஆடுவோமோ பள்ளுப் பாடுவோமே

என்ற பாடலும் பன்னிரண்டு வருஷங்களுக்கு முன் பாடப்பட்ட உத்வேகத்தில் இன்று தமிழ்நாட்டில் பாடப்படவில்லை. இன்னும் பன்னிரண்டு வருஷங்கள் கழிந்தால் மறந்தேபோனாலும் அதிசயம் இல்லை. ஆனால்,

பிள்ளைக் கனியமுதே கண்ணம்மா!
பேசும்பொற் சித்திரமே
அள்ளி அணைத்திடவே என்முன்னே
ஆடிவருந் தேனே

கன்னத்தில் முத்தமிட்டால் உள்ளந்தான்
கள்வெறி கொள்ளுதடி
உன்னைத் தழுவிடிலோ கண்ணம்மா
உன்மத்த மாகுதடி

என்று கண்ணம்மாவை முன்னிலைப்படுத்திப் பாடிய கண்ணிகளும்,

ஆற்றங்கரை தனிலே, தனி
ஆனதோர் மண்டபம் மீதினிலே – தென்றல்
காற்றை நுகர்ந்திருந்தேன் – அங்கு
கன்னிக் கவிதை கொணர்ந்து தந்தாள்

என்று விரிக்கும் சுய புராணமும் தமிழ்க் கவி உலகிலே என்றுமே நிலைத்திருக்கும். இவை போன்று எண்ணரிய பாடல்கள் கவி

உலகிலே அவனுக்கு ஒரு நித்யத்துவத்தையே அளித்திருக்கின்றன. பாரதி பாடலைப் பாடி அனுபவித்த இன்றைய இளங்கவிஞன் ஒருவன்,

கவிஎன்றால் இன்னதென்று காண அறியாது
தவிக்கின்ற நாளில் எனைத் தடுத்துஆட் கொண்டவனும்
உள்ளத்தில் எழுகின்ற உணர்ச்சியினை உருவாக்கி
தெள்ளத் தெளிந்த தமிழ் தேன்பாகில் ஊறவைத்து

இன்பச் சுவை உணரும் இனிதான வாய்ப்பு உணர்த்தி
இன்னிசையில்: பாடியவன் எங்களவன் பாரதிதான்
அன்னவன்றன் பாட்டினிலே அறியாப் பருவமதில்
கன்னல் சுவை அறியும் கனிவை நான் பெற்றிருந்தேன்

அத்தோடு,

குயில்வந்து கொம்பிருந்து கொஞ்சி இசைப்பதையும்
மயிலாடி நடம்புரிந்து மனம் மகிழ வைப்பதையும்
தேனோடு தினைமாவும் தித்திக்கும் முக்கனியும்
கானக் குழலிசையும் களி வண்டின் ரீங்காரம்

எல்லாம் கலந்ததொரு இனிய கலவையைப்போல்
சொல்லாலும் இசையாலும் சொக்க வைப்பான் பாரதியே.
பாப்பாவின் பாட்டினிலே பறிகொடுத்த நெஞ்சுடனே
சாப்பாட்டை யும் மறக்கும் சாதனையைப் பெற்றவன் யான்

என்று பாரதியாரோடு தன்னையும் சேர்த்து அறிமுகப்படுத்திக் கொள்வதே பாரதியின் பாடல்கள் இலக்கிய உலகில் செய்துள்ள அற்புதங்களை விளக்கப் போதியதாகும்.

பாரதி பெரிய காவியங்கள் எழுதவில்லைதான். அவனது குயில் பாட்டும், பாஞ்சாலி சபதமும் ஏதோ மிகச் சிறிய அளவில் எழுதப்பட்ட காவியங்களே. ஒன்று புத்தம் புதிதான கற்பனை. ஆங்கிலத்தில் *(satire)* என்று சொல்லும் அங்கத்தைச் சேர்ந்தது. மக்கள் இனத்தில் உள்ள குறைகளை, மாக்கள் இனத்தைக் கொண்டே எடுத்துச் சொல்வதாக அமைந்தது குயில் பாட்டு. தங்குதடை இல்லாமல் ஆற்றொழுக்கின் கதியினிலே அணி சிறந்த இசைபேசி உள்ளத்திலும் உவகை ஊட்டும். பாஞ்சாலி சபதம் பழைய கதை; புதிய மெருகுடன் எழுதப்பட்டிருக்கிறது. அறம் வெல்லும், பாவம் தோற்கும் என்ற கொள்கையிலே அழுத்தமான நம்பிக்கையோடு,'தருமத்தின் வாழ்வதனைச் சூது கவ்வும், தருமம் மறுபடியும் வெல்லும்' எனும் இயற்கை மருமத்தை நம்மாலே உலகம் கற்கும் என்று அர்ச்சுனன் சொல்வதில்தான் எத்துணை வேகம். பாண்டவர்களும் பாஞ்சாலியும் செய்யும் சபதத்தோடு காவியம் முடிந்தாலும் அவை வீண் போகவில்லை. சபதங்கள் நிறைவேறின பின்னால் என்பதை அறிவோம் நாம்.

தேசீயப் போராட்டத்தையும், அதில் ஏற்பட்ட இன்னல்களையும், கடைசியில் வெற்றி கண்டதையும் ஞாபகத்தில் வைத்துக்கொண்டு காவியத்தைப் படித்தால் உணர்ச்சி பொங்கும், உள்ளம் விம்மிப் பெருமிதம் கொள்ளும். பாரதியார் பாடல்களிலே ஊழிக் கூத்து ஓர் அற்புதமான படைப்பு. அது படிப்பதற்காக எழுதப்பட்டதல்ல. பாடி நடிப்பதற்காகவே எழுதப்பட்டிருக்க வேண்டும். பாடத் தெரிந்தவர்கள் பாடலாம்; ஆடத் தெரிந்தவர்கள் ஆடலாம்.

பாரதியின் வேதாந்தப் பாடல்களைப் பற்றியோ அவனது வசன கவிதைகளைப் பற்றியோ, உரைநடை, சிறுகதை இவைகளைப் பற்றியோ நான் ஒன்றும் கூற விரும்பவில்லை. அது எல்லாம் விவாதத்திற்கு உரிய விஷயம். அவன் முழுக்க முழுக்க கவிஞனே. 'அதிலும் உள்ளமாம் வீணைதனில் உள்ள வீடு அத்தனையையும் விள்ள ஒலிக்கச் செய்யும்' திறம் படைத்தவன். இன்னிசைக்குப் பிரதான்யம் கொடுத்து *Lyric charm* என்று ஆங்கிலத்தில் சொல்லும் தனிநிலை இசைக் கவிதையையே உருவாக்கியவன். இந்தப் பெருமை ஒன்றே போதும். இது ஒன்றுக்கே அவனுக்குத் தமிழர்கள் என்றும் தலை வணங்கக் கடமைப்பட்டவர்கள்.

பாரதியின் கவிதா சக்திக்குத் துணை நின்றது அவன் உள்ளத்தில் நிறைந்திருந்த பக்தி. ஆம், பக்தி என்றால் தெய்வ பக்தியைத்தான் குறிப்பிடுகிறேன்.

ஓம்சக்தி, ஓம்சக்தி ஓம்
பராசக்தி
ஓம்சக்தி ஓம்சக்தி ஓம்

என்று உச்சத் தொனியிலே ஒலிக்கும் அவன் பாடல் நாம் வணங்கும் தெய்வங்களிடம் அவனுக்கு இருந்த நம்பிக்கையை வலியுறுத்தும். நல்ல இசையோடு, நல்ல நல்ல கருத்துக்களை மாத்திரம் அல்ல, நல்ல பக்தியையுமே கலந்து குழைத்து மக்களுக்கு ஊட்டிவிடுகிறான் அவனது கண்ணன் பாடல்களிலே. காக்கைச் சிறகினிலே கண்ணனின் கரிய நிறத்தைக் கண்டு, பார்க்கும் மரங்களில் எல்லாம் அவன் பசுமையை உணர்ந்து, கேட்கும் ஒலியில் எல்லாம் அவன் தெய்வ கீதத்தைக் கேட்டு, தீக்குள் விரலை வைத்தபோதும் அவனைத் தீண்டும் இன்பத்தையே பெறுகிறவன் அவன். கண்ணனைத் தந்தையாக, தாயாக, தோழனாக, மன்னனாக, குருவாக, சீடனாக எல்லாம் கண்டவனே அவனைக் காதலனாகவும், ஏன்? காதலியாகவுமே காண்கின்றான்; சேவகனாக மதிக்கின்றான். அத்தனை உரிமை இறைவனிடத்தே அவனுக்கு. மற்றவர்களும் இப்படியே பாவனை பண்ணி இறைவனை அணுக வகை வகுத்துக் கொடுக்கிறான்.

இப்படி நல்ல கவிஞனாகவே பிறந்து, தெய்வ பக்தனாகவே வளர்ந்தவன். பின்னர் சிறந்த தேச பக்தனாக உருவாகி இருக்கிறான். அவன் உள்ளத்திலே என்றுமே சுதந்திர வேட்கை நிறைந்திருக்கிறது. அந்த வேட்கையே நாட்டில் உருவான சுதந்திர எழுச்சியில் பாய்ந்து பெருகியிருக்கிறது. அயர்ந்து கிடந்த தமிழகத்தை, தமிழ் மக்களை எல்லாம் தட்டி எழுப்ப உதவியிருக்கிறது. அவர்களிடை ஒரு ஆவேசத்தையே உருவாக்கி இருக்கிறது. எண்ணிறந்த தேசபக்தர்கள் செய்த வீராவேசப் பிரசங்கங்களை எல்லாம் பாரதியாரின் ஒரே பாடல் தூக்கி அடித்திருக்கிறது. நாட்டுப் பற்றும் மொழிப் பற்றும் கலந்துகலந்து அவனுக்கு ஒரு வெறியையே ஊட்டியிருக்கிறது. ‘சொல்லில் உயர்வு தமிழ்ச் சொல்லே; அதைத் தொழுது படித்திட வேண்டும்’ என்று சொன்னவன், ‘தாய்த் திருநாடு தன்னைப் பெற்ற தாயென்று கும்பிட வேண்டும்’ என்று பாடி இருக்கிறான். ‘செந்தமிழ் நாடெனும் போதினிலே இன்பத் தேன் வந்து பாய்ந்திருக்கிறது’ அவன் காதுகளில். தந்தையர் நாடென்ற பேச்சிலே ஒரு சக்தியே பிறந்திருக்கிறது அவன் மூச்சிலே. நாட்டிலே சுதந்திர வாஞ்சையை நாட்டியவர்கள் பலர் என்றால் மக்கள் உள்ளத்திலே சுதந்திரக் கனலையே மூட்டியவன் இவனாக இருந்திருக்கிறான்.

சொந்த நாட்டில் பிறர்க்கடிமை செய்தே
துஞ்சிடோம், இனி அஞ்சிடோம்

என்று கட்டியம் கூறிக்கொண்டு முன் நடந்தவன், வந்தே மாதரம் என்று உயிர் போகும்வரை வாழ்த்தவும் முடி தாழ்த்தவும் தெரிந்திருக்கிறான். இப்படி எல்லாம் கவிஞனாக, பக்தனாக, தேசீய வெறியே உடையவனாக வாழ்ந்திருக்கிறான். அதனாலேதான் அவன் அமரன் ஆன தினத்திலே அவனுக்கு விழாக் கொண்டாடுகிறோம். அவனை வந்தித்து வணங்குகின்றோம்.

பாரதி கண்ட கனவுகள் எத்தனை எத்தனையோ. வீடு தோறும் கலையின் விளக்கமும், வீதிதோறும் இரண்டொரு பள்ளியும் இருத்தல் வேண்டும் என்பது ஒரு கனவு. நிமிர்ந்த நன்னடை, நேர்கொண்ட பார்வை, நிலத்தினில் யார்க்கும் அஞ்சாத நெறி, திமிர்ந்த ஞானச் செருக்கு எல்லாம் உடையவளாகப் புதுமைப் பெண் வளரவேண்டும் என்று ஆசி கூறி இருக்கிறான். ஆணும் பெண்ணும் நிகர் எனக் கொண்டு, அறிவில் ஓங்கி வையம் தழைக்க வேண்டும் என வாழ்த்தி இருக்கிறான். இம்மட்டோ? கூனிக் குறுகிய சிறிய தமிழ்நாட்டையோ அல்லது அதனிலும் பெரிய தக்ஷிணப் பிரதேசத்தையோவிட அகண்ட பாரதமே அவனுடைய லக்ஷியக் கனவாக இருந்திருக்கிறது.

> சிந்து நதியின்மிசை நிலவினிலே
> சேர நன்னாட்டு இளம் பெண்களுடனே
> சுந்தரத் தெலுங்கினில் பாட்டிசைத்து
> தோணிகள் ஓட்டி விளையாட

வேண்டும். அப்படி விளையாடுபவன் தமிழ் மகனாக இருக்க வேண்டும்; இருப்பான் என்றே நினைத்திருக்கிறான். அத்தகைய தமிழ் மகனையே, 'சென்றிடுவாய் எட்டுத் திக்கும் கலைச் செல்வங்கள் யாவும் கொணர்ந்திங்கு சேர்ப்பாய்' என்று கூவி அழைத்துக் கட்டளை இட்டிருக்கிறான். இத்தோடு விடவில்லை அவன். பிற நாட்டுச் சாத்திரங்களைத் தமிழ் மொழியில் இயற்ற வேண்டும். இறவாத புகழுடைய புது நூல்கள் தமிழ் மொழியில் இயற்ற வேண்டும் என்றும் வேண்டியிருக்கிறான்.

இது போன்ற இவன் கண்ட கனவுகளில் ஒரு சிலவற்றையாவது நனவாக்க நாம் பல துறைகளிலும் முயன்று வந்திருக்கிறோம். என்றாலும் தமிழ் மொழியின் பெருமையைத் தமிழ்நாட்டுக் கலைகளின் அருமையை எல்லாம் வெளிநாட்டார் இன்னும் நன்றாகத் தெரிந்துகொள்ளவில்லை. அதற்கெல்லாம் வேண்டுவன செய்ய முனைவதே இனித் தமிழ் அறிஞர்கள் கடமையாக இருத்தல் வேண்டும். பிற நாட்டு நல்லறிஞர் சாத்திரங்களைத் தமிழ் மொழியில் பெயர்ப்பதோடு தமிழ் மொழியில் உள்ள இலக்கியங்களை உலக மொழிகளில் எல்லாம் மொழிபெயர்க்கவும் வேண்டும். தமிழ்நாட்டுக் கலைகளைப் பற்றிப் பிற நாட்டார் அறிந்துகொள்ளும் வகையில் பிற பாஷைகளில் எல்லாம் எழுத வேண்டும். எழுதியதை எடுத்துச் சென்று அவர்களிடம் எல்லாம் சொல்லத் தெரிய வேண்டும். அவர்கள் தமிழுக்கும், தமிழனுக்கும், அவன் வளர்த்த கலைகளுக்கும் தக்க மரியாதை கொடுக்க வேண்டும். ஊமையராய் வாழ்ந்த காலம் போதும்; இனித் தமிழனது குரல் திக்கெட்டும் ஒலிக்கும்வண்ணம் பணி செய்வோம். திறமான தமிழ்ப் புலமைக்கு, தமிழ்க் கவிதைக்கு, தமிழர் கலைகளுக்கு வெளிநாட்டார் வணக்கம் செய்யட்டும். அதற்கு ஆவன எல்லாம் செய்வோம்.

பாரதியார்

தென்னாப்பிரிக்கா, டர்பன்
ச. முனுசாமிப் பிள்ளை

பாரதியார் வாழ்ந்த காலத்திலேயே தென்னாப்பிரிக்காவில் அவருக்கு நல்ல புகழ் இருந்தது. பாரதியார் *இந்தியா* முதலிய பத்திரிகைகள் நடத்திய காலத்தில் தென்னாப்பிரிக்கா வாழ் இந்தியர்கள் பிரச்சனைகளில் தீவிர கவனம் செலுத்தினார். அது மட்டுமன்று; தென் ஆப்பிரிக்கா இந்தியர்கள் நடத்திய போராட்டங்கள் பற்றிச் செய்திகள் வெளியிட்டு ஆதரித்து எழுதுவதோடு நில்லாமல், நிதி திரட்டி, தாமே நிதிக்குத் தம்மாலான சிறுதொகை அளித்து இந்தியர்களது போராட்டங்களுக்கு நேரடியாக உதவவும் செய்தார் பாரதி.

அவர் தென்னாப்பிரிக்க இந்தியர்களிடம் ஈடுபாடு கொண்டது போலவே தென்னாப்பிரிக்க இந்தியர் களும் பாரதியின் பாடல்களில் நல்ல ஈடுபாடு கொண்டிருந்தார்கள். 1908, 1909இல் பாரதியின் 'ஸ்வதேச கீதங்கள்', 'ஜன்ம பூமி' என்ற முதல் இரண்டு பாடல் தொகுதிகள் வெளிவந்ததைத் தொடர்ந்து, 1914இல் தென்னாப்பிரிக்கப் பாரதி அன்பர்கள் 'மாதா மணி வாசகம்' என்ற பெயரில் ஒரு நூலை வெளியிட்டார்கள். இந்த நூலை வெளியிட்ட தென்னாப்பிரிக்கத் தமிழ் அன்பர்கள் விவரம் தெரியவில்லை. ஆனால் டர்பன் நகரில் தமிழ்ச் சங்கம் நடத்தி, அதன் தலைவராக விளங்கியவரும், தென்னாப்பிரிக்காவிலிருந்து தமிழ் நாட்டின் தமிழ்ப் பத்திரிகைகளுக்கு இலக்கியக் கட்டுரை கள் அனுப்பிவந்தவருமான ச. முனுசாமிப் பிள்ளைக்கு இந்நூல் வெளியீட்டில் நிச்சயம் தொடர்பு இருந்திருக்கும்.

பாரதியாரைப் பற்றித் தென்னாப்பிரிக்கப் புலவர் முனுசாமிப் பிள்ளை எழுதிய இக்கட்டுரை, திருச்சி *சிவாஜி* வாரப்பதிப்பில் 1954 மே 2 இதழில் வெளியாயிற்று.

பாரதியாரைப் பற்றி எழுதாத பத்திரிகைகளே தமிழில் இல்லையென்று சொல்லிவிடலாம். பாரதியார் தம் வீட்டில் – வெளியில் எப்படியெல்லாம் நடந்துகொண்டார் என்பது முதல், பரமாண்டங்களைப் பற்றி அவர் கொண்டிருந்த கொள்கைகள் வரை எல்லாவற்றையும் அவரது பாடல்களின் மேற்கோள்களைக் கொண்டே தமிழ் எழுத்தாளர்கள் பக்கம்பக்கமாக எழுதி வருகிறார்கள்.

அவர் பெண்ணைப் பற்றி என்ன கூறினார் என்று கொஞ்சங் கூட உள்ள உணர்ச்சியின் சம்பந்தமின்றி வார்த்தைச் சித்திரங்கள் கட்டுகிறார்கள். ஆனால் இதுவரை அவர்களே பாரதியாரின் பாடல்களால் ஒரு சாதியடையக் கூடிய நன்மை ஏதாவது உண்டானால் அதற்குப் பெரியதாய் வழிகோலியிருக்கிறார்களா? எட்டயபுரத்தில் நிறுவியுள்ள ஒரே ஒரு பாரதி மண்டபத்தைக் காண்பிப்பாரோ?

இனி, பாரதியாரின் தேசீய கீதங்களைத் தவிர, இலக்கிய உலகில் சேரவேண்டிய அவருடைய கவிதைகள் அநேகம் இருக்கின்றனவல்லவா? இன்று தமிழ் படித்தவர்களிடையே அழகு வளர்ச்சி கொஞ்சமேனும் உள்ளவர்கள் பாரதியாரின் இந்த இலக்கிய மணிகளைப் படித்து மெய் சிலிர்க்காமலிருக்க மாட்டார்கள்.

இங்கிலீஷ் படித்து, அந்தப் பாஷையிலுள்ள அற்புதமான கவிதைகளை ரஸித்தவர்கள் பலர். பாரதியார் கவிதைகளைப் படித்து உண்மையாக உள்ளம் நெகிழ்கிறார்கள். ஆனால் அவர்கள், நமது ஜாதீய இயற்கைப்படி அப்படி சந்தோஷப்படுவதுடன் நின்றுவிடுவதுதான் பரிதாபம். அன்னிய பாஷைக் கவிஞர்களின் அழகு கொஞ்சும் கவிதைகளைப் படித்து மெய்மறந்து நிற்கும் தமிழர்கள், தங்கள் சொந்த பாஷையில் பிறந்த அத்தகைய ஒரு மகாகவியைப் பற்றி அன்னியர்களுக்குச் சொல்ல உற்சாகமற்றவர் களாக இருக்கிறார்கள். இதற்குக் காரணம் என்ன என்பதைப் பற்றி இங்கு விவாதிக்க வேண்டியதில்லை.

அவர்களுக்கு அடுத்தபடியாக, தமிழ் மாத்திரம் படித்தவர் களிலும் அநேகர் பாரதியாரின் கவிதைகளின் உயர்வை நன்குணர்ந்திருந்தும் வெளிப்படையாக அதை ஒப்புக்கொள்ள மறுக்கிறார்கள். எனக்குத் தெரிந்த இந்நாட்டுத் தமிழறிஞர் ஒருவர் பாரதியாரின் குயிலைப் படித்தார். பிறகு என்னிடம் அதைப் பற்றிப் பேசியபொழுது அதன் கவிதை அழகுகளைப் பற்றி விஸ்தரித்தார்.

ஆனால் அந்த விஸ்தரிப்பிற்குள் கண்ணுக்குத் தெரியாத ஒரு உணர்ச்சிச் சரடு ஓடிக்கொண்டிருந்தது. தன் காலத்தில் பிறந்த ஒருவனைத் தன்னிலும் உயர்ந்தவன் என்று ஒப்புக்கொள்ள அவருடைய ஆண்மை இடங்கொடுக்கவில்லை.

இந்த இரண்டு கூட்டத்தாரும் என்ன காரணங்களால் இப்படிப் பாராமுகமாக இருக்கிறார்கள் என்பதை விவரிக்க இதை நான் எழுதவில்லை. இவர்கள் இவ்வாறு அலட்சியம் செய்வதின் பலன்களைப் பற்றித்தான் சொல்ல முயல்கிறேன்.

தமிழ் சாதி நீண்டகாலம் உறங்கிக் கிடந்துவிட்டு, இப்போது தான் மறுமலர்ச்சி பெறுகிறது. இன்று தமிழரின் வாழ்க்கை யிலும் மனப்போக்கிலும் மகத்தான ஒரு மாறுதல் ஏற்பட்டுக் கொண்டிருக்கிறது. புகழேந்தி சொல்வதுபோல இது பூக்கும் பிராயம்; பிஞ்சுவிடும் காலம். இந்தச் சமயத்தில் இந்த வளர்ச்சிக்கு எவ்வளவு உற்சாகம், பலம், ஊக்கம் கொடுக்க முடியுமோ, அவ்வளவையும் தன்னாலியன்ற வரையில் முயன்று கொடுப்பது ஒவ்வொரு தமிழனுடைய கடமையல்லவா?

இன்னொன்று இங்கிலீஷ் படித்த ஒரு தமிழன், தான் வாழும் தேசத்திலேயே பிற மாகாணங்களுக்கோ அல்லது வேறு நாடுகளுக்கோ சென்றால் அங்குள்ளவர்களுக்குத் தமிழ் நாட்டினரைப் பற்றி என்ன சொல்ல முடியும்? தமிழரின் நாகரீகம், கலாபாவம், அறிவு முதிர்ச்சியைப் பற்றி எப்படி எடுத்துச் சொல்ல முடியும்? அதற்காகவாவது நமது தமிழ்க் கவிஞர்களில் பிற பாஷைக் கவிஞர்களுக்குச் சமமாக வைக்கப்படக் கூடியவர்களது கவிதைகளைப் பிற பாஷைகளில் மொழிபெயர்த்துக் கொடுக்க வேண்டியது அவசியமல்லவா? இந்த அவசியத்தை வேறு நாடுகளுக்குப் போய் வந்துள்ள தமிழர்கள் அறிந்திருக்கிறார்கள்.

ஒருவனது உண்மையான திறமையை, யோக்கியதையை அண்டை அயலார் சரியாக அறிந்து கௌரவிக்காவிட்டால் எந்த மனிதனானாலும் ஏமாற்றமும் துக்கமும் அடைவது சகஜம். ஒவ்வொருவனும் தன்னுடைய நிலைமை வரை சிந்தித்துப் பார்த்தால் இது விளங்காமற் போகாது. அப்படியிருக்க நமது சமூகத்திற்கே பொதுவாகவுள்ள கவிதைகளின் பெருமையைப் பிறர் அறிந்து, அதற்குத் தக்கபடி நம்மைக் கௌரவிக்கவில்லையே என்ற துக்கமும் ஏமாற்றமும் ஒவ்வொரு தமிழனுக்கும் ஏற்படுவது நியாயம். ஆனால், பிறர் அவற்றை அறிவதற்கு இந்தச் சமூகத்திலுள்ளவர்கள் என்ன செய்திருக்கிறார்கள்?

கடந்த மாதம் இங்கு நடந்த ஓர் நிகழ்ச்சியில், “இந்தியாவின் கவிஞர் மூவர் என்பதைப் பற்றி ஆங்கிலங் கற்ற தமிழன்பர்

ஒருவர் பேசினார். கவி டாகூர், ஸ்ரீமதி சரோஜனி தேவி, சர் மகம்மத் இக்பால் ஆகியவர்களைப் பற்றி ஆங்கிலத்தில் அழகாக எடுத்துரைத்தார். இவர்கள் மூவரும் நமது பாரத நாட்டின் கவிகள் என்ற பெருமையுடன், ஆத்மாபிமானத்துடன் அவர் பேசியிருக்கிறார். அவர் இந்தக் கவிஞர்களைப் பற்றி பெருமைப்படுவதும் முற்றிலும் நியாயம். அவர்கள் நமது நாட்டின் பொதுவான பெருமை. ஆனால் பாரதியாரின் கவிதைகளில் சில அம்மூவருடைய கவிதைகளுக்குச் சமமாகவும் உயர்ந்தவையாகவும் உள்ளன. ஆயினும் பாரதியாரைப் பற்றி மேற்கூறிய தமிழன்பர் கேள்விப்பட்டிருப்பரோ என்பதுகூடச் சந்தேகம்!

இந்தப் பரிதாபகரமான நிலைமைக்கு யார் பொறுப்பாளிகள்? இங்கிலீஷ் இலக்கியம் படித்து ரஸிக்கும் தமிழரைக் கேட்டால் இதற்குச் சரியான பதில் கிடைக்குமா? அப்படி யாராவது உங்கள் கண்ணில் பட்டால் அவரிடம் கேட்டுப்பாருங்கள்.

பாரதி – வீரன், கவிஞன்

ந. சிதம்பர சுப்பிரமண்யன்

1933 காலத்தில் *மணிக்கொடி* பத்திரிகை மூலம் தமிழ் மறுமலர்ச்சி ஏற்பட்ட காலத்தில் புகழடைந்த சிறுகதை எழுத்தாளர்களில் ந. சிதம்பர சுப்ரமண்யன் ஒருவர். லலிதமான கதைக் கருத்து, நயமான நடை, சுகமான போக்கு, இதயம் தொடும் மென்மையான கவர்ச்சி – இவை சிதம்பர சுப்ரமண்யத்தின் சிறப்புக்கள். இசைப் பற்றும் பயிற்சியும் உள்ள சிதம்பர சுப்ரமண்யன் 'இதய நாதம்' என்ற நாவலில் இசைக் கலையை இணைத்து அரிய கதை வழங்கியுள்ளார்.

தொழிலில் ஆடிட்டராக இருந்த சிதம்பர சுப்ரமண்யன் வாஹினி சினிமா ஸ்தாபனத்தில் முக்கியப் பதவி வகித்து வந்தார்.

பிரசங்க மேடைகளிலும் தேசிய பஜனைகளிலும் தேசிய விழாக்களிலும் நாம் பாரதி பாட்டுக்களைக் கேட்காமலிருப்பதில்லை. வீரம் செறிந்த அவருடைய பாக்கள் தமிழரின் பொங்கி வரும் தேசிய உணர்ச்சி யைப் பலப்படுத்தித் தைரியமூட்டின. தமிழ்நாட்டின் தேசிய வளர்ச்சியிலே பாரதிக்குக் கட்டாயம் பங்கு உண்டு. அவர் நமது தேசிய கவி மாத்திரமல்ல. அவருடைய தேசிய கீதங்கள் நெடுநாள் வரை இருக்கலாம் அல்லது மறைந்து போகலாம். அவர் செய்திருக்கின்ற குயில், கண்ணன், தோத்திரப் பாடல்கள், பாஞ்சாலி சபதம் முதலியவை என்றைக்கு மிருக்கக்கூடிய இலக்கியங்கள். சுமார் ஆறு ஏழு நூற்றாண்டுகளாக வறண்டு தரிசாகக் கிடந்த தமிழ் இலக்கியத்திற்குத் தண்ணீர் பாய்ச்சி பயிர் செய்து பலனும் கொடுத்த கவி பாரதியே! தமிழ் இலக்கியத்தின் ஒரு பகுதி பாரதியாரிடமிருந்துதான்

ஆரம்பமாகிறது. தமிழ் மறுமலர்ச்சியின் தந்தையென்று பாரதியைச் சொல்வோமானால் அது வெறும் அர்த்தமற்ற தோத்திரமாகாது. கவிதை உலகில் ஒரு சகாப்தத்தை ஏற்படுத்திய கவிஞன் பாரதி.

கார்லைல் என்ற பேரறிஞர் பலரால் கொண்டாடப்படும் வீர புருஷனை அவதார புருஷனாகவும் தீர்க்கதரிசியாகவும் கவிஞனாகவும் விவரித்து எழுதியிருக்கிறார்.

அதில் கவிஞன் எப்படி வீரனாகக் கொண்டாடப்படுகிறான் என்பதை நன்கு விளக்கியிருக்கிறார். நமது பாரதியும் ஒரு வீரக் கவிஞன். அவனுடைய கவிதைகள் மூலம் பார்க்கும்போது ஒரு பெரிய வீரனைக் காண்கிறோம். ஒவ்வொரு கவியின் மனோபாவத்தையும் அந்தந்த தேசத்து தேசிய வாழ்வோ சமூகமோ அல்லது மகத்தான சம்பவங்களோ ஒருவாறு பாதிக்கின்றன. அவ்வாறே நமது அடிமை வாழ்வும் கவியின் உள்ளத்தைக் கொதிக்கச் செய்தது. அவருடைய எந்தப் பாடலிலும் அதனால் தான் ஒரு தட்டி எழுப்பும் சக்தியைக் காண்கிறோம். உள்ளக் கொதிப்பிலிருந்து வரும் வீரமொழிகள்தான் ஜனங்களுக்கு ஆவேசத்தைக் கொடுக்கக்கூடியதாயிருக்கின்றன.

"ஜயமுண்டு பயமில்லை—மனமே" என்றும், "அச்சமில்லை அச்சமில்லை அச்சமென்பதில்லையே" என்றும் வீரமொழிகளைப் பாரதி போன்ற வீரக் கவிஞனால்தான் சொல்ல முடியும்.

உலகம் க்ஷேமமாயிருக்க வேண்டும்; எல்லோரும் சுகப்பட வேண்டுமென்று எந்தக் கவிஞனும் எண்ணாதிருக்க மாட்டான். "எல்லோரும் இன்புற்றிருக்க நினைப்பதுவே யல்லாமல் வேறொன்றறியேன் பராபரமே" என்பதுதான் இந்தியர்களின் தர்மம், ஹிந்துக்களின் கொள்கை. ஆனால் அதே தாத்பர்யங்களைப் பாரதி சொல்லும்போது அதில் ஒரு பரபரப்பையும் துடிதுடிப்பையும் காண்கிறோம். எங்கும் ஜனங்களை எழுப்ப வேண்டியிருக்கிறபடியால் 'சுடச்சுட'ச் சொல்லுகிறார் பாரதியார்:

> இல்லையென்ற கொடுமை – உலகில்
> இல்லையாக வைப்பேன்.
>
> தனி ஒருவனுக்கு உணவில்லை யெனில்
> ஜகத்தினை அழித்திடுவோம்.

நெற்றிக் கண்ணைத் திறந்தால் வரும் பொறிகளையொத்த பாக்கள் இவை!

தேடு கல்வியிலாத தோரூரைத்
    தீயினுக் கிரையாக மடுத்தல்

என்னும்பொழுது அதில் நாம் சந்தேகப்பட வேண்டியதில்லை.

ஒரு வீரக் கவிஞன் கட்டுப்பாட்டிற்கு அடங்காமல் போனால் நாம் ஆச்சரியப்படக் கூடியது ஒன்றுமில்லை. பாரதி ஒரு புரட்சிக்கவி. அதாவது, தமிழ் இலக்கியத்தில் புதுமைக் கவியென்றும் சொல்லுவர்; நாம் அவரைப் புரட்சிக் கவிஞர் என்றும் சொல்லலாம். அந்த மாதிரி எண்ணங்களை ஒரு புரட்சிக்காரனால்தான் வெளியிட முடியும்.

செத்த பிறகு சிவலோகம் வைகுந்தம்
    சேர்ந்திட லாமென்றே யெண்ணியிருப்பர்
பித்த மனிதர் சொலுஞ் சாத்திரம்
    பேயுரையா மென்றில் கூதேடா சங்கம்!

இத்தரை மீதினில் யிந்த நாளிலே
    இப்பொழுதே முக்தி சேர்ந்திட நாடிச்
சுத்த அறிவு நிலையிற் களிப்பவர்
    தூயவரா மென்றிங் கூதேடா சங்கம்!

என்று சங்கநாதம் செய்யும் போதும்,

தேடிச் சோறு நிதந் தின்று – பல
    சின்னஞ் சிறு கதைகள் பேசி – மனம்
வாடித் துன்பமிக வுழன்று – பிறர்
    வாடப் பல செயல்கள் செய்து – நரை
கூடிக் கிழப்பருவ மெய்தி – கொடுங்
    கூற்றுக் கிரையெனப் பின் மாயும் – பல
வேடிக்கை மனிதரைப் போல – நான்
    வீழ்வே னென்று நினைத்தாயோ ?

என்று சொல்லும்போதும் அவர் எவ்வளவு தூரம் வேடிக்கை மனிதரிலிருந்து வேறுபட்டவராயிருக்கிறார் என்பது நன்கு தெரிகிறது. ஒரு வீரக் கவிஞன் மற்றவர்களிடமிருந்து முற்றிலும் வேறுபடாமல் எப்படி இருக்க முடியும்?

“காக்கை, குருவி யெங்கள் ஜாதி” என்பதையும், “இந்த ஜன்மத்திலே விடுதலையுண்டு நிலையுண்டு” என்பதையும் வேறு யார் சொல்லக்கூடும்?

அவன் எந்த விஷயத்தைச் சொல்லும்போதும் வீரக் கவிஞனைத்தான் காண்கிறோம். நெருப்புப் பொறி கலக்காத பாக்கள் அவனிடம் காண்பது அரிது. பெண்மையைப் பற்றிப் பேசும்போதும் ஒரு உண்மை வீரனைத்தான் காண்கிறோம். பழைய

காலத்தில் வீரர்கள் எப்படி ஸ்திரீகளிடம் மரியாதையாகவும் கௌரவமாகவும் நடந்துகொண்டார்களென்பதைக் கதைகளில் படிக்கிறோம். நமது கவி வீரன் பெண்மைக்குக் காட்டும் கௌரவத்தைக் கவனியுங்கள்:

காற்றி லேறி யவ் விண்ணையும் சாடுவோம்
காதற் பெண்கள் கடைக்கண் பணியிலே.

அன்ன முட்டிய தெய்வ மணிக் கையின்
ஆணைக் காட்டில் அனலை விழுங்குவோம்!

அப்பா! எவ்வளவு சக்தியும் ஆவேசமும் மிகுந்த மொழிகள் இவை!

தன் பலத்தை நன்கு அறிந்த ஒருவன் கொஞ்சம் இறுமாப்பு அடைவதில் ஆச்சரியமில்லை; வீரனுக்குச் சில சமயங்களில் அந்த அகம்பாவம் அவசியமாகக்கூட ஆகிவிடுகிறது. அந்தப் பெருமை கலந்த ஒரு அகம்பாவம் நமது கவிக்கும் இல்லாமலில்லை.

நல்ல தோர் வீணை செய்தே – அதை
நலங் கெடப் புழுதியிலெறிவதுண்டோ ?

என்று கவி சொல்லும்பொழுது 'புழுதி'யிடம் எவ்வளவு அவமதிப்பு என்பது நன்கு விளங்குகிறது.

சுற்றி நில்லாதே போ – பகையே
துள்ளி வருகுது வேல்

என்றும்,

கைதன்னில் வில்லும் உண்டு
காண்டீவ மதன் பேர்

என்று சொல்லும்போதும் தன் சக்தியிடம் எவ்வளவு நம்பிக்கை; எவ்வளவு செருக்கு!

எல்லாமாகிக் கலந்து நிறைந்தபின்
ஏழைமை உண்டோடா

என்று சொல்லி,

தேன்மடை யிங்கு திறந்தது கண்டு
தேக்கித் திரிவமடா

என்று முடிக்கும்போது அலக்ஷ்யமாகத்தான் தேன்மடையைத் தேக்குகிறார்.

கடைசியாக, அவர் தமிழ்நாட்டையும் தமிழ் நாட்டாரையும் பற்றிப் பெருமையடையும்போது நாமும் அவருடன் சேர்ந்து பெருமை கொள்ளாமலிருக்க முடியாது.

வட மாலவன் குன்றம் இவற்றிடையே – புகழ்
மண்டிக் கிடக்கும் தமிழ்நாடு

– நல்ல
பலவிதமாயின சாத்திரத்தின் மணம்
பாரெங்கும் வீசுந் தமிழ் நாடு

என்ற புகழ்மொழிகளைக் கேட்கையில் ஒவ்வொரு தமிழர் காதிலும் இன்பத் தேன் பாயாமல் என்ன செய்யும்?

. . . . அவர்
சிந்தையி லாயிரம் எண்ணம் வளர்ந்து
சிறந்ததும் இந் நாடே

என்றும்,

தங்க மதலைகளீன் றமுதூட்டித்
தழுவிய திந் நாடே

என்றும் நம் முந்தையர்களைப் பற்றிக் கவி பெருமையடித்துக் கொள்ளும்போது ஒவ்வொரு தமிழனும் பெருமை கொள்வதில் ஆச்சரியமில்லை.

பாரதி நமது தேசியக் கவி, புதுமைக் கவி, புரட்சிக் கவி. அவர் விதவிதமான இலக்கியங்கள் அனேகம் வெகு அழகாகச் செய்திருந்தாலும் அவை யெல்லாவற்றிலும் நெருப்புப் போன்ற வீரமொழிகளை அங்கங்கே காண்கிறோம். அந்த வீரமொழிகள் மங்கிக் கிடந்த தமிழ் இலக்கியத்தையும் தேசியத்தையும் துலக்கிப் பிரகாசிக்கச் செய்தன. தமிழின் வளர்ச்சிக்கும் தமிழரின் புது வாழ்விற்கும் விதை விதைத்தவர் பாரதி. வாழ்க பாரதி!

_ஜெயபாரதி_ நாளிதழ், சென்னை,
பாரதி மலர், 11–9–1935

உணர்ச்சியளிக்கும் உயரிய கவிதைகள்

வை.மு. கோதைநாயகி அம்மாள்

'ஜகன்மோகினி' நாவல் மாதப் பத்திரிகை வை.மு. கோதைநாயகி அம்மாளை (1901–1960) அறியாத தமிழ்ப் பெண் வாசகர் முப்பதாண்டுகளுக்கு முன் இருந்திருக்க மாட்டார். தம்முடைய நாவல்களைத் தொடர்கதையாகப் பிரசுரிப்பதற்கென்றே அவர் ஆரம்பித்தது 'ஜகன்மோகினி' மாதப் பத்திரிகை. அதன் மூலம் அவர் பல்லாயிரக்கணக்கான வாசகர்களின் நன்மதிப்பைப் பெற்றிருந்தார்.

வை.மு. கோதைநாயகி அம்மாள் தீவிர தேசபக்தி கொண்டவர். தமிழ்நாட்டில் காந்திய இயக்கங்களை முன்னின்று நடத்திய பத்துப் பதினைந்து வீராங்கனை களில் கோதைநாயகியும் ஒருவர். இவரும் சிறைவாசம் அனுபவித்த தேச பக்தையாவர். தேசபக்திப் பாடல்களை, முக்கியமாகப் பாரதி பாடல்களை இனிய குரலில் பொதுக்கூட்ட மேடைகளில் பாடிப் புகழ் பெற்றவர் இவர். ஏ.கே. செட்டியார் அவர்கள் 1940இல் தயாரித்தளித்த 'மகாத்மா காந்தி' டாகுமெண்டரி படத்தில் குரல் கொடுத்தவர்களில் இவரும் ஒருவர்.

திருவல்லிக்கேணியில் வாழ்ந்து மறைந்த வை.மு. கோதைநாயகி அம்மாள் எல்லார்க்கும் இனியர்; பொது நலத் தொண்டில் பற்றுள்ளவர். சென்னை மாதர் சங்க நடவடிக்கைகளில் ஈடுபட்டவர்.

உலகத்தில் பாரதியாரையோ பாரதியாரின் பொன்னே போன்ற கவிகளையோ அறிந்த யாவரும் இம்மாதம் (செப்டம்பர்) 11ஆம் தேதி சோக தினத்தை நினைக்காமலிருக்க முடியாது. உத்தமக் கவியரசன் பாரதி வள்ளல், தாம் வறுமைச் சாகரத்தில் மிதந்து தத்தளிக்கும் போதே நம் நாட்டு அடிமைத்

தளையகற்றும் வீரம் பொருந்திய பாடல்களைப் புதையல் போல் தந்துதவினார். அன்னார் ஜீவிய காலத்தில் அவர் சிறப்புறச் செல்வத்துடன் திட சரீரியாயிருந்திருப்பாரேயானால் இன்னும் எத்தனையோ அருமைக் கவி மாரிகளைப் பொழிந்திருப்பார்! நம் நாடு செய்த பாக்கியத்தால் கவியரசர் தோன்றினார். நாம் செய்த பாவத்தினால் அகாலத்திலேயே மறைந்துவிட்டார்.

பாரதியாரின் கவிதைகள் மக்கள் மனத்தைத் தன் வயப் படுத்தி தேசபக்தியையும் தெய்வபக்தியையும், இவை போன்ற இன்னும் பல உயரிய அம்சங்களில் வீர உணர்ச்சியையும் உற்சாகத்தையும் புதிய சக்தியையும் உண்டாக்குவது போல வேறு எந்தக் கவிதைகளிலும் மக்கள் கண்டிருக்கமாட்டார்கள் என்பது எனது அனுபவமாகும்.

தேசபக்தியற்றோரையும் தேசபக்தி மிக்கோராகச் செய்யும் தனிச் சிறப்பு கவியரசர் பாரதிக்கே உரித்தானது. 1931ஆம் வருடத்தில் கதர் விற்பனைக்கு வீடுவீடாக நானும் சில சகோதரி களும் செல்லுகையில், கதரை முகங் கொடுத்தும் பாராது வேற்று முகமாகப் பேசிய ஒரு பெரிய மனிதரை (பெயர் கூற விரும்பவில்லை) பாரதியாரின் 'வீர சுதந்திரம்' என்ற பாடலின் அர்த்தமும் வீரவாக்கும் கவர்ந்து, அவருடைய மனதைத் திருப்பி, அரை மணிக்குள்ளாக ஐம்பது ரூபாய் கதர் வஸ்திரங்களை எடுக்கச் செய்த உண்மை நேரில் கண்டறிந்ததாகும்.

இதேபோன்று பல இடங்களில் பல சந்தர்ப்பங்களில் 'என்று தணியும் இந்த சுதந்திர தாகம்', 'வெள்ளிப் பனி மலையின் மீதுலாவுவோம்', 'பாரத சமுதாயம்', 'நெஞ்சிலுரமுமின்றி', 'வாழிய செந்தமிழ்', 'எங்கும் சுதந்திரம் என்பதே பேச்சு', 'இதந்தரு மனையினீங்கி', 'தண்ணீர் விட்டோ வளர்த்தோம்', 'சொந்த நாட்டில் பிறர்க் கடிமை செய்தே', 'ஒன்று பட்டாலுண்டு வாழ்வே' முதலிய இன்னும் பல கீதங்களைப் பாடக் கேட்டதும் மக்கள் அடைந்த ஆனந்தமும் புதிய உணர்ச்சியும், அதன் பலனாக தேச நிலைமைகளை அறிந்துகொண்டதையும் நேரில் கண்ட பாக்கியம் எனக்குக் கிடைத்ததைப் பெருமையுடன் கூறுகிறேன்.

இத்தகை அருமையான பாடல்களைக் காங்கிரஸ்காரர்கள் தான் பாட வேண்டும், மற்றையோர் பாடக்கூடாது என்ற நோக்கம் சிலருக்கு இருப்பதையும் நாம் அறிகிறோம். அது சுத்த பிசகு. உணவுப் பொருள்கள் மக்கள் எல்லோருக்கும் எவ்விதம் உரிமையாகின்றனவோ அவ்வாறே பாரதியின் கவிதைகள் சகலருக்கும் உரிமையாகும். ஒவ்வொரு வீட்டிலும் பாடக்கூடியவை. எல்லோரும் பாரதி பாடல்களைப் பாடிப் பயனடைய வேண்டும்.

முக்கியமாக, பாடகர்களெல்லாரும் பாரதியாரின் கீதங் களைத் தமது சங்கீதத்துடன் இசைத்து வெகு அருமையாகப் பாடக்கூடிய மகிமை அப்பாடல்களுக்கிருக்கின்றன. இதற்கு ஆதாரம் சங்கீத வித்வான்கள் ஸ்ரீமான்கள் செம்மங்குடி ஸ்ரீநிவாஸ ஐயரும் முசிறி சுப்பிரமணிய ஐயருமாவார்கள். 'என்று தணியும்' என்ற பாடலை செம்மங்குடியிடம் கேட்ட ஒவ்வொரு அன்பரும் அதன் ருசியை நன்கறிவார்.

பொதுமக்கள் பாரதியாருக்குச் செய்யும் பக்தியும் கடமையும் அவருடைய அருமையான கீதங்களை உலகமெலாம் பரவச் செய்வதேயாகும். 'யாமறிந்த புலவரிலே' என்ற பாடலில் தெருவெல்லாம் தமிழ் முழக்கம் செழிக்கச் செய்வீர் என்று தமிழின் பெருமையை ஆர்வத்துடன் எடுத்துக் கூறும் கவியின் கவிதைகளை உலகெல்லாம் பரவச் செய்து எங்கும் சுதந்திர உணர்ச்சியைக் கிளப்புவதுதான் மக்கள் செய்யும் கைம்மாறாகும்.

ஒவ்வொரு பள்ளிக்கூடத்திலும் இப்பாடல்கள் மாணவ மாணவிகளுக்குப் பயிற்றுவிக்க வேண்டும். ஒவ்வொரு கச்சேரி யிலும் வித்வான்கள் இப்பாடல்களைப் பாட வேண்டும். ஒவ்வொரு கிராமபோன் கம்பெனியாரும் இப்பாடல்களை ரிகார்டு செய்து தமிழ்நாடெங்கும் பரப்ப வேண்டும். ஒவ்வொரு நாடகக்காரர்களும் சித்திரக்காரர்களும் சினிமாக்காரர்களும் இப்பாடல்களைத் தத்தம் கலையின்மூலம் பரப்பிப் பாமர மக்களின் மனத்தில் பதியச் செய்ய வேண்டும்.

கலைஞானம், சங்கீத ஞானம், தேசிய உணர்ச்சி, தெய்வ பக்தி, இயற்கை ஆனந்தத்தில் விருப்பம், கவிநயமறியும் தன்மை முதலிய பலவிதச் சிறந்த நன்மைகளை அடைவதற்குச் சாதகமாக வுள்ளவை பாரதி பாடல்களேயாகும். இத்தகைய பெருமை பொருந்திய கவிகளைச் செய்த பாரதியின் புகழும் பாடலின் பலன்களும் உலகமெங்கும் பிரகாசிக்க இறைவனருள் புரிவாராக!

_ஜெபாரதி_ நாளிதழ், சென்னை,
பாரதி மலர், 11–9–1935

பாரதியின் 'பாஞ்சாலி சபதம்'

ந. சுப்பு ரெட்டியார்

ஒரு மொழியின் வளத்தை அம்மொழியிலுள்ள காப்பியங்களே புலப்படுத்தும். பண்டைக் காலந் தொட்டு வளமலிந்த நம் தமிழ் மொழியில் அளவிறந்த காப்பியங்கள் உண்டாயின. காப்பியங்களை இலக்கண நூல்கள் 'பொருட்டொடர் நிலைச் செய்யுட்கள்' என்று குறிப்பிடும் தமிழர்களின் தலைசிறந்த இலக்கணமாகிய தொல்காப்பியத்தில் தோல் விருந்து போன்ற பெயர்களாற் குறிப்பிடப் பெறும் காப்பியங்கள் இன்று வழக்காற்றில் இல்லை. அவை உரையாசிரியர்களின் காலத்தே வழக்கு வீழ்ந்தமையின் அவர்கள் அவற்றைக் கூறாமல் இலக்கணத்தை விளக்குவதற்குத் தத்தம் காலத்து வழங்கிய நூல்களை மேற்கோள் காட்டிச் சென்றனர். நம்மிடையே இன்று பயின்றுவரும் சிலப்பதிகாரம், மணிமேகலை, பெருங்கதை, சிந்தாமணி, கம்பராமாயணம், பெரிய புராணம், கலிங்கத்துப்பரணி, தலபுராணங்கள் போன்ற காப்பியங்களையும், பிற சமய அறிஞர்கள் அண்மையில் இயற்றிய தேம்பாவணி, இரட்சண்ய யாத்திரிகம், சீறாப் புராணம் போன்றவைகளையும் வரலாற்று வரிசையில் வைத்து எண்ணிப் பார்த்தால் அவற்றினிடையே உள்ள பொதுத் தன்மை எளிதில் புலனாகும். கி.பி. ஏழாம் நூற்றாண்டு வரையில் தோன்றிய காப்பியங்களில் பெரும்பாலும் அகவல் நடை (blank verse) கையாளப்பட்டிருப்பதையும், அதற்குப் பிறகு தோன்றிய காப்பியங்களில் பாவினங்கள் பயின்று வருவதையும் காணலாம். சிந்தாமணிதான் விருத்த யாப்பில் தோன்றிய

முதற் காப்பியம். அதையொட்டியே கம்பராமாயணம், பெரிய புராணம் போன்ற காப்பியங்கள் விருத்த யாப்பில் எழுந்தன. காப்பிய நடையில் எழுந்த தலபுராணங்களில் ஒன்றிரண்டைத் தவிர அனைத்தும் வெறும் செய்யுட் குவியல்களாகக் காட்சி யளிக்கின்றனவேயன்றி அவற்றில் கவிதை நயமும் இல்லை; காப்பியச் சுவையும் இல்லை. கிறித்தவக் கவிஞர்களும், முகம்மதியப் புலவர்களும் இயற்றியுள்ள காப்பியங்களில் ஓரளவு இவை நன்கு அமைந்திருக்கின்றன. இவர்கள் யாவரும் பழைய முறையினையே கையாண்டிருக்கின்றனர். சிந்தாமணிக்குப் பிறகு எழுந்த காப்பியங்கள் யாவும் அதையே முன்மாதிரியாகக் கொண்டு யாக்கப்பட்டன என்று கூறுவதில் தடையொன்றும் இராது. கலிங்க நாட்டுப் படையெடுப்பைப் பொருளாகக் கொண்டு தாழிசையில் எழுதப்பெற்ற முதற் காப்பியமான கலிங்கத்துப் பரணியை முன்மாதிரியாகக் கொண்டு பின்னர் எழுந்த பரணி நூல்கள் யாவும் அதனைப் போல் சிறப்பாக அமையவில்லை.

மேனாட்டார் பெருங்காப்பியங்களை இரண்டு வகையாகப் பிரித்திருக்கின்றனர். முதல் வகையைத் தேசீய காப்பியங்கள் *(national or authentic Epics)* என்று குறிப்பிடுவர். பெரும்பாலும் இவை கவிஞரின் நாட்டைச் சார்ந்த ஒரு வீரனின் வீரச் செயல்களையும் வெற்றிச் சிறப்புகளையும் பற்றிக் கூறிச் செல்லும். ஏராளமான கட்டுக் கதைகள் *(legends)* அவ்வீரர்களைச் சுற்றி இயங்கும். கவிஞன் அவற்றிற்குத் தன் காவியத்தில் அழியாத் தன்மையை அளித்து அவற்றினைப் பாதுகாக்கிறான். இவற்றிற்கு உதாரணமாக இலியட் *(Iliad)*, நிபுலன் ஜென்லைட் *(Nibulengenlied)*, பியோவொல்ப் *(Beowulf)* என்பவற்றைக் குறிப்பிடலாம். இரண்டாவது வகையை இலக்கியக் காப்பியங்கள் *(literary or artificial Epics)* என்று வழங்குவர். பெருங்காப்பியங்களுக்குரிய பண்புகள் யாவும் கொண்டிலங்கினும் கவிஞன் தன் நாட்டைப் பற்றியோ தன் நாட்டைச் சார்ந்த வீரனொருவனைப் பற்றியோ சிறப்பிக்க வேண்டுமென்ற கவலை கொள்ளுவதில்லை. ஏதாவது ஒரு புராணக் கதையிலுள்ள *(mythology)* வீரனைக் காப்பியத் தலைவனாகக் கொண்டு காவியத்தைப் படைக்கலாம். மில்டனின் சுவர்க்க நீக்கத்தை *(Paradise Lost)* இதற்குச் சான்றாகக் கொள்ளலாம். நம் நாட்டு காவியங்களாகிய சிலப்பதிகாரம், கம்பராமாயணம் போன்றவைகள் மேனாட்டு முதல்வகைக் காவியங்களுள் அடங்குமாயினும் அவற்றிற்குத் தனிச் சிறப்புக்கள் உள. இவை வெறும் நாட்டினையோ வீரனையோ சிறப்பிக்காது மன்பதைக்கு என்றும் அழியாத உண்மைகளை வழங்கிவரும் இலக்கியக் கருவூலங்கள் என்று சொல்லலாம். மன்பதைக்கு

என்றுமே ஒரு கலங்கரை விளக்கம் போன்ற ஒன்றினைப் படைக்க வேண்டும் என்று பல ஆண்டுகள் கனவு கண்ட மில்டனைப் போலவே இளங்கோவும் கம்பனும் சாவா இலக்கியங்களைப் படைத்திருக்கின்றனர்.

பாரதி இயற்றிய 'பாஞ்சாலி சபதம்' இருபதாவது நூற்றாண்டில் உருவான ஒரு தமிழ்க் காப்பியம். தருமன் இந்திரப்பிரத்தத்தில் இராசசூய யாகம் செய்து முடித்த பிறகு துரியோதனன் முதலிய கௌரவர்கள் அத்தினாபுரத்தில் மண்டபம் ஒன்று சமைத்து பாண்டவர்களுக்கு அழைப்பு அனுப்பி அவர்களை வரவழைத்து, வஞ்சகமாக சூதுக்கிழுத்து, அவர்களை அவமானப்படுத்திய கதைப் பகுதியைக் காப்பியப் பொருளாகக் கொண்டு ஆக்கப் பெற்றது. பழைய கதையைக் கையாண்டு அதற்குப் புது உருவமும் புதிய உயிரும் கொடுத்துக் காவியப் படைப்பு செய்வது கவிஞனின் தனிச் சிறப்பாகும். பழைய கதையைப் புதிய காப்பியமாக வார்ப்பது நாம் நினைப்பது மாதிரி அவ்வளவு எளிதல்ல. உயிரொளி வீசும் கவிதா சக்தியைப் பெற்ற பெரிய கவிஞர்களால்தான் அவ்வாறு செய்ய முடியும். விவிலியத்தில் *(Bible)* காணப்படும் சாத்தானின் வீழ்ச்சி *(Fall of Satan)*யைக் குறித்து அழியாப் புகழுடன் விளங்கும் சுவர்க்க நீக்கம் போன்ற காவியப் படைப்பும், மேனாட்டு வரலாற்று நூல்களில் காணக்கிடக்கும் ஒரு சில செய்திகளைக் கொண்டு ஜூலியஸ் சீஸர் *(Julius Caesar)*, நான்காம் ஹென்றி *(Henty IV)*, ஐந்தாம் ஹென்றி *(Henry V)*, இரண்டாம் ரிச்சர்டு *(Richard II)* போன்ற இறவாத புகழுடைய நாடக இலக்கியங்களின் படைப்பும் ஒப்புயர்வற்ற ஒரு மில்டன், ஒரு செகப்பிரியர் போன்ற பெருங் கவிஞர்களால்தான் ஆக்க முடியும். அது போலவே பாரதியின் படைப்பும் கவிதைச் சுவையுடனும், நாடகப் பண்புகளுடனும், புதிய கருத்துக்களுடனும் இலங்குகிறது. சுமார் இரண்டாயிரத்து ஐந்நூற்றுக்கு மேற்பட்ட வரிகளையுடைய 'பாஞ்சாலி சபதம்' காவியப் படைப்பில் பாரதியின் சிறந்த வெற்றியென்று சொல்வது எள்ளளவும் மிகையாகாது.

பாரதியின் 'பாஞ்சாலி சபதம்' ஒரு காவியமாகுமா? காவியத்திற்குரிய இலக்கணம் இதற்குப் பொருத்துகிறதா? எந்தெந்த முறைகளில் பாரதி தன் திறமையைக் காட்டுகிறார்? என்பன போன்ற விஷயங்களை ஆராய்வதே இக்கட்டுரையின் நோக்கம். நமது மொழிக்குரிய பெருங்காப்பிய இலக்கணத்தையும் மேனாட்டார் காப்பியங்களைப் பற்றிக் கூறும் சில கருத்துக்களை யும் முன் நிறுத்தி ஆராயத் தொடங்குவோம். பெருங்காப்பிய இலக்கணத்தைப் பற்றிக் கூறும் தண்டியலங்காரம்,

பெருங்காப் பியநிலை பேசுங் காலை
வாழ்த்து வணக்கம் வருபொருள் இவற்றினொன்(று)
ஏற்புடைத் தாகி முன்வர இயன்று
நாற்பொருள் பயக்கும் நடைநெறித் தாகித்
தன்நிகர் இல்லாத் தலைவனை யுடைத்தாய்
மலைகடல் நாடி வளநகர் பருவம்
இருசுடர்த் தோற்றம் என்(று) இனையன புனைந்து
நன்மணம் புணர்தல் பொன்முடி கவித்தல்
பூம்பொழில் நுகர்தல் புனல்விளை யாடல்
தேம்பிழி மதுக்களி சிறுவரைப் பெறுதல்
புலவியிற் புலத்தல் கலவியிற் களித்தல் என்(று)
இன்னன புனைந்த நன்னடைத் தாகி
மந்திரம் தூது செலவு இக(ல்) வென்றி
சந்தியில் தொடர்ந்து சருக்கம் சிலம்பகம்
பரிச்சேதம் என்னும் பான்மையின் விளங்கி
நெருங்கிய சுவையும் பாவமும் விரும்பிக்
கற்றோர் புனையற் பெற்றிய தென்ப

என்று கூறுகிறது. மற்றும்,

கூறிய உறுப்பில் சிலகுறைந்து இயலினும்
வேறுபா(டு) இன்(று) என விளம்பினர் புலவர்

என்ற ஒரு புறனடையும் *(exception)* தந்து, காப்பியங்களின் யாப்பை *(form)* குறித்து,

ஒருதிறப் பாட்டினும் பறதிறப் பாட்டினும்
உரையும் பாடையும் விரவியும் வருமே

என்றும் கூறுகிறது. உரைநடையும் பாநடையும் விரவி வரும் காப்பியத்தைத் தொல்காப்பியம் 'தொன்மை' என்ற பெயரால் குறிப்பிடும். வடநூலார் இதனைச் 'சம்பு' என்று குறிப்பிடுவர்.

மேனாட்டு இலக்கிய வரலாற்றைப் பார்த்தால் அங்கும் இந்தப் பெருங்காப்பிய நடை காலத்துக்கேற்றவாறு மாற்றம் அடைந்து வந்திருக்கிறது. மேனாட்டு ஆசிரியர்கள் அனைவருமே ஹோமரையும் *(Homer)* வர்ஜிலையும் *(Virgil)* தமக்கு முன் மாதிரியாகக் கொண்டு காப்பியங்களை இயற்றியிருக்கிறார்கள். ஆங்கில மகா கவிஞரான மில்டன் மேற்கூறிய இருவரைப் பின்பற்றியே தமது காவியமாகிய சுவர்க்க நீக்கத்தை எழுதினாரெனினும், அவருக்கு முன்னிருந்த கவிஞர்களைவிடத் தமது காவியப் படைப்பால் அதிகமாக அழியாப் புகழ்பெற்றார். சுவர்க்க நீக்கத்தின் தலைவனாகிய சாத்தானின் விடாப்பிடியான தீவிரமான மனோவேதனை *(unyielding agony)* தற்கால மாந்தரின் அறநெறி பற்றிய கருத்தினை *(profound antinomy of modern consciousness)* எடுத்துக்காட்டும்படியாக அமைந்துள்ளது.*

---

* *Lascelles Abercrombie : The Epic* பக்கம் 105

இதுகாறும் பெருங்காப்பியத் தலைவர்கள் மனிதரில் ஒரு தேவன் போல் (super human) இருந்தனர். ஆனால் மில்டனின் காவியத் தலைவன் ஒரு தேவனாகவே (supernatural) இருக்கிறான். எந்தக் காலத்திற்கும் பொருந்தும்படியான பல அரிய கருத்துக்களைக் கொண்டு காவியத்தை ஆக்கியிருக்கிறார் மில்டன். மேனாட்டு அறிஞர் பெருங்காப்பியங்கள் பற்றிக் கூறியிருக்கும் கருத்துக்களை ஆறு பகுதியாகப் பிரித்து வைத்துக்கொண்டு அவை எவ்வாறு பாரதியின் காவியத்திற்குப் பொருந்துகின்றன என்பதைப் பார்ப்போம்.

முதலாவது: தேர்ந்தெடுக்கும் கதைப்பொருள் ஒரு காவியத்துக் கேற்றவாறு சிறப்புடையதாக இருக்க வேண்டும். அது வாழ்க்கையின் உயிர் நாடியாகவுள்ள தவிர்க்க முடியாத ஊழினை (some great aspect of vital destiny) உணர்த்தவல்லதாக இருப்பதுடன் மனித அனுபவத்தையொட்டி இருக்க வேண்டும். இவ்விடத்தில் ஆங்கில அறிஞர் லாஸ்லெஸ் அபெர்குரோம்பி (Lascelles Abercrombie) என்பார் கூறியிருப்பது கவனித்தற்குரியது. "கதை உண்மையானதாக இருத்தல் வேண்டும். இக்கதையை நடுவாக அமைத்து வேறுபல நிகழ்ச்சிகளை இத்துடன் சேர்த்து இணைக்கப்படலாம். இவை எவ்வளவு சிறந்தவையாக இருப்பினும் இவையாவும் முதற்கதையைச் சிறப்பித்து அதன்மீது நம்பிக்கை உண்டுபண்ணக் கூடியதாக இருத்தல் வேண்டும். இவ்விடத்தில் கதையின் உண்மைப் பொருள் என்ன என்பதைப் பரந்த பார்வையால் காணவேண்டும். அஃதாவது கதை பொது மக்கள் நன்றாக அறிந்து அவற்றில் தோய்ந்ததாக இருத்தல் வேண்டும். மானிட வாழ்க்கையின் உண்மைகள் அடங்கிய ஒரு கட்டுக்கதை (legend) காவியத்திற்குச் சிறந்ததாக அமையலாம். ஜூலியஸ் சீஸர் என்ற பெயரை எண்ணும்போதே மக்கள் மனத்தில் எழும் கருத்துக்கள் யாவும் மக்களுக்கு மிகமிக முக்கியமானவைதாம். அதுபோலவே சாத்தானைக் கருதும்போது மனத்தில் எழும் கருத்துக்களும் முக்கியமானவையே. இம்முறையில் சாத்தான் சீஸரைப் போலவே உண்மையான பாத்திரந்தான். ஆகவே மானிட வாழ்வின் அனுபவ சம்பந்தப்பட்ட ஒரு கதையைக் கற்பனை செய்வது ஒரு கவிஞனால் சாத்தியப்படக்கூடியதே. அவன் கொள்ள வேண்டியதெல்லாம் மனித அனுபவமே; ஒவ்வொருவரும் அறிந்து விவாதிக்க முடியாததும் யாவரும் ஒத்துக்கொள்ளக் கூடியதுமான வாழ்க்கை அனுபவமே.* இந்த முறையில் பார்த்தால் பாரதி எல்லோருக்கும் தெரிந்த ஒரு இதிகாசக் கதையைத்தான் தேர்ந்தெடுத்திருக்கிறார். இக்கதையின்

---

* Lascelles Abercrombie: பக்கம் 55 – 56

மூலம் மக்களுக்கு உணர்த்த வேண்டிய உண்மைப் பொருள் அறம் வெல்லும், பாவம் தோற்கும் என்பதுதான். தொடக்கத்தில் தீயவர்கள் வெற்றியடைவது போல் காணப்படினும் இறுதியில் நல்லவர்கள்தாம் கட்டாயம் அறத்தின் பயனை அனுபவிப்பார்கள் என்பது பாரதி காட்ட வந்த உண்மை. காவியத்தில் இதனை அர்ச்சுனன் வாய்மொழியாக,

'தருமத்தின் வாழ்வதனைச் சூது கவ்வும்;
தருமம் மறுபடி வெல்லும்' எனும் இயற்கை
மருமத்தை நம்மாலே உலகம் கற்கும்
வழிதேடி விதிஇந்தச் செய்கை செய்தான்
கருமத்தை மேன்மேலும் காண்போம், இன்று
கட்டுண்டோம் பொறுத்திருப்போம்; காலம் மாறும்
தருமத்தை அப்போது வெல்லக் காண்போம்

என்று கவிஞர் கூறுவதைக் காண்க. விதுரன் கொண்டுவந்த அழைப்பை ஏற்று தீங்கதனைக் கருதாத தருமக் கோமான் தம்பியர், பாஞ்சால விளக்கு, பரிசனங்கள், படை முதலியவர்களோடு 'நெடுங்கரத்து விதிகாட்டும் நெறியில்' தீயோரூர்க்குப் பயணமாகிறான். பின்னால் வரப்போவதைக் கவிஞர் உணர்ந்து தாம் அது குறித்துப் பச்சாதாபப்படுவதைப் போல்,

நரிவகுத்த வலையினிலே தெரிந்து சிங்கம்
நழுவிவிழும், சிற்றெறும்பால் யானை சாகும்,
வரிவகுத்த வுடற்புலியைப் புழுவுங் கொல்லும்
வருங்காலம் உணர்வோரும் மயங்கி நிற்பார்,
கிரிவகுத்த வோடையிலே மிதந்து செல்லும்,
கீழ்மேலா மேல் கீழாய் கிழக்கு மேற்காம்,
புரிவகுத்த முந்நூலார் புலையர் தம்மைப்
போற்றிடுவார் விதிவகுத்த போழ்தி னன்றே

என்று தன் கூற்றாகவும் ஊழின் ஆற்றலை உணர்த்தியிருப்பது கருதத்தக்கது. இவற்றைத் தவிர வேறுபல உண்மைகளையும் கவிஞர் ஆங்காங்கு உணர்த்திச் செல்வதைக் காவியத்தில் பல இடங்களில் காணலாம்.

இரண்டாவது: ஒரு காவியத்திற்குச் சிறப்பு அளிப்பது கதையின் புணர்வு. பாண்டவர்கள் இராசசூய யாகம் செய்து பெற்ற பெரும்புகழ் துரியோதனன் மனத்தில் பொறாமைத் தீயை மூட்டுகிறது.

காண்டகு வில்லுடை யோன் – அந்தக்
காளை யருச்சுனன் கண்களிலும்
மாண்டகு திறல் வீமன் – தட
மார்பிலும் எனதிகழ் வரைந் துளதே

என்று துரியோதனன் மனநிலையைப் புதிய அழகுடன் கூறும் கவிஞரின் திறன் எண்ணிஎண்ணி மகிழ்வதற்குரியது. இந்தக் கட்டத்தில் பாரதி துரியோதனன் மனநிலையைக் காவியத்திற்கேற்ற விரிவுடன், மக்கள் மனோதத்துவ உண்மைகள் தெளியுமாறு, புனைந்து காட்டுவது நம்மைச் சுவையின் சிகரத்திற்குக் கொண்டு செலுத்துகிறது. துரியோதனின் பொறாமைத் தீ,

நீள்வதால் உள்ளம் நெக்கிருகிப் போய்,
மஞ்ச னாண்மை மறந்திண்மை மானம்
வன்மை

யாவற்றையும் மறக்கும்படி செய்து,

யாது நேரினும் எவ்வகை யானும்
யாது போயினும் பாண்டவர் வாழ்வைத்
தீது செய்து மடித்திட

எண்ணும்படி செய்யத் தூண்டுகிறது. அந்தப் பொறாமைத் தீதான் 'சூதும் பொய்யும் உருவெனக் கொண்ட துட்ட மாமனுடன்' ஆலோசனை செய்து பாண்டவர்களை வஞ்சனையாகச் சூதுக்கிழுக்கத் தூண்டுகிறது. சூதின் முடிவுதான் பாஞ்சாலியின் சபதத்திற்கு வித்திடுகிறது. அதிலிருந்து பாரதப் போர் முளைத்து வளரத் தொடங்குகிறது.

– ஓம்
தேவி பராசக்தி யாணை உரைத்தேன்;
பாவி துச்சாதனன் செந்நீர் – அந்தப்
பாழ்த் துரியோதனன் ஆக்கை இரத்தம்
மேவி யிரண்டுங் கலந்து – குழல்
மீதினிற் பூசி நறுநெய் குளித்தே
சீவிக் குழல் முடிப்பேன் யான்; – இது
செய்யு முன்னே முடியேன்

என்பது திரௌபதி உரைத்த சபதம். இதுவே காவியத்தின் மகுடமாகவும் திகழ்கிறது. காவியத்தின் இறுதி பாகமாகிய துகிலுரிதல் சருக்கமும், சபதச் சருக்கமும் அதியற்புதமான படைப்புகள் என்றே சொல்ல வேண்டும். இந்தக் கட்டங்களில் பாரதியையும் வில்லியையும் ஒப்பிட்டு நோக்கினால் பாரதியின் பேராற்றல் புலனாகும். பாண்டவர்கள் அனைத்தையும் தோற்ற பிறகு துரியோதனனுடைய அவையில் நடைபெறும் அக்கிரமங்கள் வில்லி பாரதத்தில் சாதாரண முறையில்தான் சித்தரிக்கப் பட்டிருக்கின்றன. பாரதியின் காவியத்தில் இக்கட்டங்கள் உயர்ந்த சோக நாடகத் தன்மையுடன் கையாளப்பட்டிருக்கின்றன. கேட்டவுடன் நெஞ்சு பொறுக்க முடியாத பல அக்கிரமங்கள் அரசவையில் நடைபெறுகின்றன. அவையிலிருந்த 'கேள்விபல

உடையோர், கேடில்ல நல்லிசையோர், வேள்வித் தவங்கள் மிகப்புரிந்த வேதியர்கள், மேலோர்' முதலிய யாவரும் அவ்வடாதச் செயல்களைத் தடுக்க முடியாது மனஞ்சோர்ந்து மூங்கையர் போல் இருக்கின்றனர். அறமே வடிவெடுத்தாற் போன்ற தருமன் அனைத்தையும் பொறுத்துக்கொண்டு 'சும்மா' இருக்கிறான். துரியோதனன் முதலிய தீயவர்கள் தங்கள் சூழ்ச்சி பலித்ததென்று கொக்கரித்துக் கொம்மாளம் அடிக்கின்றனர். அண்ணன் ஏது சொன்னாலும் மறுத்திடாதவனும் தீமையில் அண்ணனை வென்றவனுமான துச்சாதனன் திரௌபதியைப் பலாத்காரமாக இழுத்துவந்து உலகில் எங்கும் கேட்டிராத முறையில் அவமானப்படுத்துகிறான். இதைக் கண்ணுற்ற வீமன் குமுறியெழும் தன் வெஞ்சினத்தை அடக்க முடியாது அண்ணனைப் பழித்துப் பேசுகிறான். 'எல்லாவற்றையும் இழக்கப் பொறுத்திருந்தோம். துருபதன் மகளையும் இழந்து அவளை இவர்க்கு அடிமை செய்தாய்' என்று கூறி சகோதரனைப் பார்த்து,

இது பொறுப்ப தில்லை, – தம்பி!
எரி தழல் கொண்டு வா
கதிரை வைத் திழந்தான் – அண்ணன்
கையை எரித் திடுவோம்

என்று கூறுகிறான். இதனைக் கேட்ட வீரமே உருவெடுத்த அருச்சுனன் இவ்வளவு கொடுமைக்கிடையிலும் தன் மனநிலையைக் காத்து,

மனமாரச் சொன்னாயோ ? வீமா! என்ன
வார்த்தை சொன்னாய் ? எங்குசொன்னாய் ? யாவர்முன்னே ?
கனமாருந் துருபதனார் மகனைச் சூதுக்
களியிலே இழந்திடுதல் குற்றம் என்றாய்;
சினமான தீயறிவைப் புகைத்த லாலோ
திரிலோக நாயகனைச் சினந்து சொன்னாய்

தருமத்தின் வாழ்வதனைச் சூது கவ்வும்
தருமம் மறுபடி வெல்லும் என்னும் இயற்கை
மருமத்தை நம்மாலே உலகம் கற்கும்
வழிதேடி விதி இந்தச் செய்கை செய்தான்,
கருமத்தை மேன்மேலும் காண்போம், இன்று
கட்டுண்டோம், பொறுத்திருப்போம்; காலம் மாறும்,
தருமத்தை அப்போதும் வெல்லக் காண்போம்
தனுவுண்டு காண்டீவம் அதன்பேர்

என்று கூறி வீமன் சினத்தைத் தணிவிக்கிறான். கண்ணன் அருளால் திரௌபதி மானங்காக்கப்படுகிறாள். வீமன், அருச்சுனன், பாஞ்சாலி ஆகிய மூவரும் சபதம் செய்வதுடன் காவியம் முடிவடைகிறது. மேனாட்டு அறிஞர் கருத்துப்படி

கதையின் புணர்ப்பு (plot) நோக்கத்தின் பெருமையாலும் நிகழ்ச்சியின் மேம்பாட்டாலும் சிறப்படைகிறது. ஒரு துன்பியல் நாடகத்திற்குக் (tragedy) கொடுக்கப்படாத காலக் கட்டுப்பாடு இதற்கு இல்லை. இதில் தொடர்ந்தாற்போல் முழு வளர்ச்சியைப் பார்ப்பதற்கு மனிதக் கற்பனைக்கு இடம் உண்டு. சிறு நிகழ்ச்சிகள் கூடியவரை நீக்கப்படினும் அவை பெரு நிகழ்ச்சிக்குத் துணை புரியுமானால் ஏற்றுக்கொள்ளப்படும். இந்த முறையில் பாஞ்சாலி சபதத்தின் கதைப் புணர்ப்பு நன்கு அமைந்திருக்கிறது என்றுதான் சொல்ல வேண்டும்.

மூன்றாவது: காவியத்தின் சிறப்பாகக் கருதப்படுவது அதன் ஒருமைப்பாடு (the ideal of unity). அரிஸ்டாட்டில் காலத்திலிருந்து இவ்விதியை மேனாட்டார் சிறப்பாகப் போற்றி வருகின்றனர். துன்ப நாடகத்தைப் போலவே காவியத்திலும் ஒரே தொடர்ந்த செய்கை (organic action) வளர்ச்சி பெற வேண்டும். அது சாதாரணமான ஒரு சந்தர்ப்பத்தின் விளைவாகத் தோன்றி, வளர்ந்து, தெளிந்த அமைதியுடன் முடிவடைய வேண்டும். அரிஸ்டாட்டில் கருத்துப்படி ஒரு காவியத்திற்கு தொடக்கம், நடு, முடிவு (beginning, middle, and end) இருத்தல் வேண்டும்.* இராமாயணம் போன்ற ஒரு இதிகாசக் காவியத்தில் ஒரு தனிச்செயல் (one single action) எண்ணற்ற கிளைக் கதைகளை (episodes) அவை பொருந்தும் அளவுக்கு (relevent) நுழைக்கப்படும். ஆனால் அவையனைத்தும் காவியத் தலைவனைப் பற்றியே கூறுவனவாக இருக்கும். பெரும்பாலும் இக்காவியம் பேரெடுப்பாகத் தொடங்குவதற்கும் இவ்விணைப்புக்கள் தெளிவாக இருப்பதற்கும் ஏதோ செயல், நடுவில் ஓரிடத்தில் தொடங்கி விளக்கத்திற்குப் (exposition) பின்னால் இடம் இருக்குமாறு அமையும்.

பாரதியின் காவியம் அழைப்புச் சருக்கம், சூதாட்டச் சருக்கம், அடிமைச் சருக்கம், துகிலுரிதல் சருக்கம், சபதச் சருக்கம் என்ற ஐந்து சருக்கங்களாக அமைந்திருக்கிறது. தண்டியாசிரியர் இலக்கணப்படி சருக்கம், இலம்பகம், பரிச்சேதம் என்னும் பான்மையின் விளங்கி அமைந்திருக்கிறது என்று சொல்லலாம். அழைப்புச் சருக்கத்தில் காவியத்தின் கதை தொடங்குவதற்குக் கருக்கொள்கிறது; துரியோதனன் பொறாமையே கதையின் தொடக்கத்திற்கு வித்திடுகிறது. அவனைச் சூழ்ந்துள்ளோர் அதனை நீர் வார்த்து வளர்க்கின்றனர். சூதாட்டச் சருக்கத்தில் கதை தொடங்குகிறது. அரிஸ்டாட்டில் கூறும் 'தொடக்கம்' இங்கு அமைந்துள்ளது என்று சொல்லலாம். இது அடிமைச் சருக்கத்தில் நன்கு வளர்ச்சி பெருகிறது. கதையின் 'நடுவை' இங்கு காணலாம்.

---
* இவற்றை வடநூலார் உபக்ரமம், மத்திய பாகம், உபசம்ஹாரம் என்று கூறுவர்.

துகிலுரிதல் சருக்கத்திலும் சபதச் சருக்கத்திலும் கதையின் உச்சநிலையைக் (climax) காண்கிறோம். கண்ணன் திருவருளால் துகில் வளரத் தொடங்கும் வரையிலும் கதையின் சிகரத்தைக் காணலாம். திரௌபதி கண்ணனைத் துதிசெய்தல், வீமன், அருச்சுனன் முதலியோர் சபதம் செய்தல் ஆகிய நிகழ்ச்சிகளில் கதையின் 'முடிவு' தென்படுகிறது. சபதங்களினால் கதையின் விளக்கம் தெளிவாகப்படுகிறது.

நான்காவது: *கதையில் வரும் நிகழ்ச்சிகளின் உயர்வு (exaltation) பாத்திரங்களினாலும் சிறப்படையக் கூடியதாக இருக்கும். பாரதத்திலுள்ள பாத்திரங்களின் குணநலன்களைப் பற்றி நாம் ஓரளவு நன்றாகவே அறிந்துள்ளோம். ஆனால் பாஞ்சாலி சபதத்தில் பாரதி அவர்களைப் படைத்திருப்பதில் ஒரு தனிப்பட்ட உயிர்த்தத்துவம் மிளிர்கிறது. துரியோதனன் தீய குணங்களை யுடையவன் என்பது நாம் அறிந்ததே; என்றாலும் பாரதி அவனை ஒரு வெறும் அயோக்கியனாகப் படைக்கவில்லை. பாரதியின் துரியோதனன் ஒரு சிறந்த லட்சியவாதி போல் காட்சியளிக்கிறான். தனது தீச் செயல்களும் பாண்டவர்கள்பால் தான் கொண்டுள்ள பொறாமைக்கும் ஓர் அரசியல் தத்துவத்தை அடிப்படையாகக் கொண்டே செயலாற்றுகிறான். அந்த லட்சியத்தை நிறைவேற்ற 'சூதும் பொய்யும் உருவெனக் கொண்ட துட்ட மாமன்' சகுனி துணை செய்கிறான். திருதராட்டிரன் துரியோதனனுக்குப் பலவிதமாகப் புத்திமதிகள் கூறுகிறான். அவற்றைச் செவிமடுத்த அரவக்கொடியோன் பாம்பு போல் சீறி பதில் கூறும்போது,*

மன்னர்க்கு நீதி ஒருவகை – பிற
மாந்தார்க்கு நீதி மற் றோர் வகை,

குழைதல் என்பது மன்னவர்க் கில்லை;
கூடக் கூட்டபின் கூட்டுதல் வேண்டும்;
பிழையொன்றே யரசர்க் குண்டு, கண்டாய்;
பிறரைத் தாழ்த்து வதற்சலிப் பெய்தல்.

வெல்வதெங் குலத்தொழிலாம்; – எந்த
விதத்தினி லிசையினுந் தவறில்லை காண்!
நல்வழி – தீயவழி என
நாமதிற் சோதனை செயத் தகுமோ ?

என்று தன் கொள்கைத் துளிகளைச் சிதறவிடுகிறான், இக் காலத்தில் மெக்கிதல்லி, ஹிட்லர் போன்ற அரசியல்வாதிகளை நன்கு அறிந்த நமக்கு 'இவர்களும் துரியோதனனுக்கு எம்மாத்திரம்?' என்று எண்ணும்படி தோன்றுகிறது. துரியோதனனுடன் ஒத்துஊதும் சகுனியும் திருதராட்டிரனிடம் துரியோதனனின் உட்கிடக்கையைச் சொல்லும்போது,

நீ பெற்ற புத்திரனே யன்றோ? மன்னர்
நீதி யியல்பி லறிகின்றான், – ஒரு
தீபத்திற் சென்று கொளுத்திய – பந்தத்
தேசு குறைய வெரியுமோ? செல்வத்
தாபத்தை நெஞ்சில் வளர்த்திடல் – மன்னர்
சாத்தி ரத்தேமுதற் சூத்திரம்; – பின்னும்
ஆபத் தரசர்க்கு வேறுண்டோ – நம்மில்
அன்னியர் செல்வமிகுதல் போல்?

என்று வரும் பகுதியில் துரியோதனனின் அரசியல் தத்துவத்தின் 'வாடை' வீசுகிறது.

வில்லி திருதராட்டிரனைக் கிட்டத்தட்ட வயது சென்ற ஓர் அயோக்கியனாகவே காட்டுகிறார் என்று சொல்ல வேண்டும். 'வீரகினுக்கோர் வீடு போல்வான்' என்பது வில்லி காட்டும் திருதராட்டிரனது ஓவியம். இங்கு தந்தையைக் கேட்காமலேயே துரியோதனன் மண்டபம் சமைத்துவிடுகிறான். கட்டிய பின் தன் மனக் கருத்தைத் தந்தையிடம் வெளியிடுகிறான். அதனைக் கேட்டத் தந்தை மகிழ்வடைவதுபோல் காட்டுகிறார் வில்லி.

மகன்மொழி நயந்து கேட்டு வாழ்வுறு தந்தை தானும்
மிக நயந்துருகி நல்ல விறகினால் வெல்ல லுற்றீர்
அகநெடும் போர் செய்தாலும் ஐவரை அடக்கொணாது
சகுனியை யன்றி வேறார் தரவல்லார் தரணி என்றான்

என்று கூறும் தந்தையைக் காண்கிறோம். இங்கு சகுனியின் சூழ்ச்சியைத் திருதராட்டிரன் மெச்சுகிறான். மைந்தன் கருத்துப்படியே பாண்டவர்களைக் கூட்டிவருமாறு விதுரனை இந்திரப்பிரத்தத்துக்கு அனுப்பி வைக்கிறான். ஆனால் பாரதி காட்டும் திருதராட்டிரனோ ஓர் உத்தமன். தனது மைந்தன் மனக்கருத்தைச் சகுனிமூலம் அறிந்த திருதராட்டிரனுக்குக் கோபம் பொங்கி எழுகிறது. வாழ்வதனை,

– அட,
பிள்ளையை நாசம் புரியவே – ஒரு
பேயென நீவந்து தோன்றினாய்; – பெரு
வெள்ளத்தைப் புல்லொன் றெதிர்க்குமோ? – இள
வேந்தரை நாம் வெல்ல லாகு மோ?

என்று கூறுகிறான். மற்றும் அவன்,

சோதரர் தம்முட் பகையுண்டோ? – ஒரு
சுற்றத்திலே பெருஞ் செற்றமோ?

என்று கேட்கிறான். இதற்கு முன் ஆயிரம் சூழ்ச்சியால் பாண்டவரை அழிக்க முயன்றதையும், அவை யாவும் அந்தச் சீதரன் தன்னருளாலும், பாண்டவர் சீலத்தாலும் புயவலியாலும்

பயன்படாது போனமையையும் எடுத்துக்காட்டுகிறான். இவர்கள் செய்வதெல்லாம் வீணாக முடியுமென்றும், அவை சான்றோர் கருத்துக்கு மாறானவை யென்றும் கூறுபவன்,

நொள்ளைக் கதைகள் கதைக்கின்றாய் – பழ
நூலின் பொருளைச் சிதைக்கின்றாய்

என்கிறான்.

கவலை வளர்த்திடல் வேண்டுவோர் – ஒரு
காரணங் காணுதல் கஷ்டமோ ?

என்று கேட்கிறான். ஆதிப் பரம்பொருள்தான் கண்ணன் வடிவில் வந்துள்ளான் என்பது அவன் கண்ட உண்மை. அவன் துணை இருக்கும்வரை பாண்டவர்களை ஒன்றும் செய்ய இயலாது என்பது அவனுக்குத் தெரியும். கண்ணனைப் பற்றி சகுனியிடம் தான் கூறுவது ஒரு பேய்க்கு வேதம் உணர்த்துவது போலாகும் என்று பேசுகிறான். அருகிலிருந்து கேட்ட துரியோதனனுக்குக் கோபம் உச்சநிலைக்குச் செல்லுகிறது. பலவிதமாகப் பேசியவன்,

– என்னைக்
கொல்லினும் வேறெது செய்யினும், – நெஞ்சிற்
கொண்ட கருத்தை விடுகிலேன்; – அந்தப்
புல்லியப் பாண்டவர் மேம்படக் – கண்டு
போற்றி உயிர்கொண்டு வாழ்கிலேன்

என்று தன் நெஞ்சுறுதியைக் காட்டுகிறான். தன் விருப்பத்தைத் தந்தை நிறைவேற்றாவிட்டால் தந்தையின் முன்னர் தான் ஆவியை விட்டுவிடுவதாகக் கூறுகிறான்.

ஐய, சூதிற் கவரை யழைத்தால்
ஆடி உய்குதும்; அஃதியற்றாயேல்

நைய நின்முனர் என் சிரங் கொய்தே
நானிங் காவி யிறுத்திடுவேனால்;

என்ற தனயன் சொற்களைக் கேட்ட திருதராட்டிரன்,

விதி செயும் விளைவுனுக்கே – இங்கு
வேறு செய்வர் புவி மீதுளரோ ?

என்று விதியின் வலியை நினைந்து வழியுங் கண்ணீரோடு சபையை நிறுவ விடைகொடுக்கிறான். தூது செல்லும் விதுரனிடம் விருந்துபற்றிக் கூறும் பேச்சினிடையில்,

சகுனி சொற் கேட்டே
பேயெனும் பிள்ளை கருத்தினிற் கொண்ட
தீயசெய லிஃதொன் றதையும் குறிப்பாற்
செப்பிடு வாய்

என்று சொல்லும்படி கூறும் திருதராட்டிரனது நல்ல பண்புகளையும் அவன் தம்பி மக்கள் மீது கொண்ட அன்பையும் பரிவையும் காண்கிறோம்.

மற்றும் துச்சாதனன், கர்ணன், விகர்ணன், தருமன், வீமன், அருச்சுனன், விதுரன் முதலிய பாத்திரங்களின் படைப்பில் பாரதிக்கும் வில்லிக்கும் அதிக வித்தியாசம் இல்லை. 'சொல்லிடை நஞ்சு கக்கும் துன்மதியுடைய தம்பி' என்று வில்லி காட்டும் துச்சாதனனைப் பாரதி 'தீமையில் அண்ணனை வென்றவன்' என்று கூறுகிறார். வில்லியின் 'வென்திறல் விதுரன்' பாரதியிடம் 'மெய்ந்நெறி விதுரன்' ஆகிறான். 'ஞானக் கஞ்சுகன்' (ஞானத்தையே கவசமாகக் கொண்டவன்) என்று வில்லி கூறும் தருமனை,

நூல்வகை பல தேர்ந்து தெளிந்தோன்
மெய்ய றிந்தவர் தம்முள் உயர்ந்தோன்

என்று பாரதி காட்டுகிறார்.

எப்பொழுதும் பிரமத்திலே – சிந்தை
ஏற்றி உலகமொ ராடல்போல் – எண்ணித்
தப்பின்றி யின்பங்கள் துய்த்திடும் – வகை
தானுணர்ந்தோன்.

என்பது பாரதி படைத்துக் காட்டும் சகாதேவனின் சித்திரம். இங்ஙனம் ஒன்றிரண்டு சொற்களால், சொற்றொடர்களால் காவிய மாந்தர்கள் மிக அற்புதமாகப் படைத்துக் காட்டப் பெற்றிருப்பது படிப்போர்க்கு இன்பம் பயக்கிறது.

காவியத் தலைவியாகிய பாஞ்சாலியைக் கூறும் சொல் லோவியங்கள் மிக அற்புதமாக அமைந்திருக்கின்றன. பாஞ்சால நாட்டினர் தவப்பயன், ஆவியில் இனியவள், உயிர்த்து அணிசுமந்து உலவிடுசெய் அமுது, ஓவியம் நிகர்த்தவள், அருள் ஒளி, கற்பனை உயிர், கிடைப்பருந் திரவியம், படி மிசையிசையுற நடைபயின்றிடும் தெய்விக மலர்க்கொடி, கடி கமழ் மின்னுரு, கமனியக் கனவு வடிவுறு பேரழகு, இன்ப வளம் என்பவை அவளைக் குறிக்கும் சொற்சித்திரங்கள். இவற்றைப் போலவே நூலின் தொடக்கத்தில் சரசுவதியை வருணிக்கும் சொற்கள் பாரதியின் கற்பனையுலகில் வெடித்த முத்துக்கள்; அவை நம் உள்ளத்தில் சிதறும்போது எல்லையற்ற இலக்கிய இன்பத்தையளித்து பாரதியின் கவித்துவத்தைப் புலப்படுத்து கின்றன. பாரதி படைத்துக் காட்டும் பாத்திரங்கள் யாவருமே மேனாட்டறிஞர்கள் காவிய மாந்தர்களைப் பற்றிக் கூறும் கருத்துக்களுக்கிணங்கவே அமைந்திருக்கின்றன.

ஐந்தாவது: தெய்வீக சம்பந்தமான செயல்கள் கலந்து இருப்பது பெருங்காப்பியங்களின் ஓர் அம்சமாகும். சிலப்பதிகாரம் முதல் பாஞ்சாலி சபதம் ஈறாகவுள்ள எல்லாக் காப்பியக் கவிஞர்களும் இந்த அம்சத்தைக் கலக்காது காவியங்களை இயற்றவில்லை. மேனாட்டுக் காப்பியங்களில்கூடப் பெரும்பாலானவற்றில் இந்தத் தெய்வீக அம்சங்கள் *(supernatural elements)* கலந்தேயிருக்கின்றன. இராமாயணத்தில் பெரும்பாலும் தேவர்கள் மானிடர்களின் செயல்களில் தலையிடுவதில்லை. மனிதர்களுக்கும் அவர்கள் உதவிசெய்வதில்லை. அவர்கள் பூவுலகில் *(terrestial stage)* நடைபெறும் செயல்களை மேலிருந்துகொண்டே *(skies)* கவனித்து வந்ததாகவே காவியத்தில் கூறப்பட்டிருக்கிறது. சிந்தாமணியில் காந்தருவதத்தையார் இலம்பகத்தில் மக்களுடன் விஞ்சையரின் தொடர்பு நேரிடுகிறது. வேறு சில சம்பந்தங்களையும் சிந்தாமணியில் ஆங்காங்கு காணலாம். பெரிய புராணத்திலும் திருவிளையாடற் புராணத்திலும் கடவுள் சம்பந்தப்படாத நிகழ்ச்சிகளே இல்லை.

பாரதியின் பாஞ்சாலி சபதத்தில் கண்ணன் இத்தெய்விக சக்தியாகக் காட்சியளிக்கிறான். மனித ஆற்றலுக்கப்பாற்பட்ட செயல்கள் யாவும் கண்ணன் அருளால்தான் நடைபெறுகின்றன. இராமாயணத்திலுள்ள நிகழ்ச்சிகள் போலன்றி இங்குள்ளவை தெய்விக சக்திகளால்தான் நடைபெறுகின்றன. கண்ணன் பரம்பொருளின் அம்சம் என்று எல்லோரும் உணரும்படி மக்களுடன் கலந்து பழகுகிறான். திருதராட்டிரன், விதுரன், வீட்டுமன், துரோணர் போன்ற பெரியோர்கள் கண்ணனை நன்கு அறிந்திருக்கின்றனர். துச்சாதனன் திரௌபதியின் துகிலுரிதலை அவையிலுள்ளோர் தடுக்கவில்லை; தடுக்கும் ஆற்றலின்றி 'வாளா' இருக்கின்றனர். "பாஞ்சாலி 'எவ்வழியுய்வோ' மென்றே இயங்கினாள், இணைக்கை கோத்தாள்." துச்சாதனன் மன்றிடை துகிலுரிகையில், திரௌபதி,

உட்சோதியிற் கலந்தாள்; – அன்னை
உலகத்தை மறந்தாள், ஒருமையுற்றாள்.

கண்ணபிரான் அருளால் திரௌபதியின் சேலை வண்ணப் போற் சேலைகளாக வளர்கின்றன. கொடியவன் துச்சாதனனும் கைசோர்ந்து வீழ்ந்து விடுகிறான்.

வில்லி இக்கட்டத்தை மிக நன்றாகக் கையாண்டிருக்கிறார். திரௌபதி கண்ணபிரானைத் துதிசெய்வதை,

ஆறாகி இருதடங்கண் அஞ்சனவெம் புனல்சோர, அளகம் சோர,
வேறான துகில் தகைந்த கைசோர, மெய்சோர, வேறோர் சொல்லும்
கூறாமல் 'கோவிந்தா! கோவிந்தா!!' என்(று) அரற்றிக் குளிர்ந்து நாவில்
ஊறாத அமிழ்தூற, உடல்புளகித் துள்ளமெலாம் உருகி னாளே.*

என்று மிக அழுகாகக் காட்டுகிறார். உளநூல் உண்மைப்படி
ஒரு பெண் இம்மாதிரியான சந்தர்ப்பத்தில் இவ்வாறுதான்
செய்ய முடியும். ஆனால் பாரதியில் இக்கட்டம் நன்றாக
அமையவில்லை. அவள் கண்ணனைத் துதிசெய்யும் பகுதி சற்று
நீளமாக அமைந்திருக்கிறது. படிப்பதற்கும் சற்று விரசமாய்த்தான்
இருக்கிறது; உளநூல் உண்மைக்கு மாறாக, அநுபவத்திற்கு
விரோதமாக இருக்கிறது என்றுதான் சொல்ல வேண்டும்.
அருச்சனை பாணியில் அமைந்திருக்கிறது இப்பகுதி.

ஆறாவது: காவியத்தைப் படைக்கும் கவிஞன் கையாளும்
நடையும் காவியத்திற்குச் சிறப்பளிக்கும். மேனாட்டு இலக்கிய
வரலாற்றைக் கவனித்தால் பற்பல காலங்களில் காவியத்தில்
கையாளும் பா நடை மாறிமாறித்தான் வந்திருக்கிறது. மில்டன்
சுவர்க்க நீக்கத்தை எழுதின பிறகு அகவல் நடை தான் (blank verse)
காவியத்திற்கு ஏற்றது என்ற கொள்கை நிலவி வருகிறது. தமிழ்
இலக்கிய வரலாற்றிலும் பெருங்காவியத்தை இயற்றினவர்கள்
பற்பல நடையினைத்தான் கையாண்டிருக்கின்றனர். கி.பி. ஏழாம்
நூற்றாண்டிற்கு முன்னர் எழுந்த காவியங்கள் யாவற்றிலும்
பாக்கள் (சிறப்பாக அகவற்பா) பயின்று வந்திருத்தலையும்,
அதற்குப் பின்னர் எழுந்த காவியங்களில் பாவினங்கள் (தாழிசை,
துறை, விருத்தம்) பயின்று வந்திருத்தலையும் அறியலாம். ஆகவே
'இம்மாதிரிதான் காப்பிய நடை இருத்தல் வேண்டும்!' என்ற
கட்டுப்பாடு என்றும் இருந்ததில்லை; இருக்கவும் முடியாது
என்பதை நாம் அறிகிறோம்.

ஆனால் பாரதியின் காவியத்தில் பயின்று வந்திருக்கும்
யாப்பிலக்கணத்திற்குப் புறம்பான நொண்டிச் சிந்து போன்ற
சாதாரணமான நடை சரியான இலக்கியக் கருவியாகுமா என்று
சிலர் கேட்கலாம். ஆம், சரியான கருவிதான். தொல்காப்பியத்தில்
கூறப்பட்டிருக்கும் 'விருந்து' என்ற தலைப்பில் இவற்றினை
அடக்கி இலக்கண அமைதியும் கூற முடியும்.

விருந்தே தானும்
புதுவது கிளந்த யாப்பின் மேற்றே.**

---

* வில்லிபாரதம்; தூதுப்போர் சருக்கம், 400
** தொல் – பொருள் – செய். சூத் 239

என்பது தொல்காப்பியம். உரை எழுதிய பேராசிரியரும் 'புதிதாகத் தாம் வேண்டியவாற்றாற் பல செய்யுளுந் தொடர்ந்துவரச் செய்வது' என்று கூறியிருப்பதும் இதனை வலியுறுத்துகிறது. தவிர, கடந்த பல நூற்றாண்டுகளாகச் சில சில்லறைப் பிரபந்தங்களைத் தவிர முக்கியமான நூல்கள் யாவும் விருத்தப் பாக்களில் செய்யப் பட்டுக் கவிஞர்கள் அவற்றின் பரப்புக்கும் ஆற்றலுக்கும் ஓர் எல்லை கண்டுவிட்டனர் என்று சொல்லலாம். இதை நன்கு அறிந்த பாரதி தமது காவியத்திற்குப் புது யாப்புக் கருவிகளைத் தேடிக்கொண்டார். விருத்த யாப்பைக் கையாண்டால் அளவைக் கருதி அனாவசியமான சொற்களையும் பாவங்களையும் கையாள நேரிடும் என்றுதான் அதனைக் கையாளவில்லை என்றாலும் அதனை அடியோடு நீக்கிவிடவும் இல்லை. ஓரிரண்டு இடங்களில் புதிய முறையில் எண்சீர் விருத்தங்களைக் கையாண்டுதான் இருக்கிறார். புதிய கற்பனைகளையும் தற்காலத்திற்கேற்ற கருத்துக்களையும் அழகுறப் பொதிய வேண்டுமானால் புதிய யாப்பு முறைகள் கட்டாயம் வேண்டும். இந்த யாப்பு முறைகளில் பாரதி வங்கக் கவிஞர் தாகூரைப் போலவே ஒரு புரட்சியையே உண்டுபண்ணிவிட்டார். அவர் ஒரு சொல் அல்லது சொற்றொடரில் மேகத்தினிடையே தோன்றும் மின்வெட்டுப்போல் கூறும் காட்சிகளைப் பழைய முறைப்படி ஒரு செய்யுளால் கூடக் கூற முடியாது. கலைமகளைக் கூறும் 'வேதத் திருவிழியால்', 'கற்பனை தேனிதழாள்', 'சுவைக் காவியம் எனுமணிக் கொங்கையினால்' என்றவையும், அத்தினாபுரத்துப் பெண்களைச் சுட்டும் 'மலர்விழிக் காந்தங்கள்' என்பதுவும் நல்ல சான்றுகள். காவியத்தின் நடை கரடுமுரடாய்த்தான் இருக்க வேண்டும் என்று கருதும் அன்பர்கள் பாஞ்சாலி சபதத்தின் சிறப்பை அறிய முடியாது. இம்மாதிரியான புதிய யாப்புக்களைக் கையாண்டால்தான் பாமர மக்கள் மனத்திலும் இலக்கிய வானம் கவிந்து அவர்களும் கவிதைகளைச் சுவைக்க முடியும் என்ற நிலை ஏற்பட்டது; ஏற்பட்டு வளர்ந்தும் வருகிறது. இந்த முறையில் பாரதி தமிழ் இலக்கிய உலகில் ஒரு புதிய சகாப்தத்தையே துவக்கியிருக்கிறார் என்றுகூடத் துணிந்து கூறிவிடலாம்.

தண்டியாசிரியர் கூறும் இலக்கணப்படிப் பார்த்தாலும் பாரதியின் 'பாஞ்சாலி சபதம்' ஒரு காவியம் என்றுதான் சொல்ல வேண்டும். அவர் பெருங் காப்பியத்திற்கு இன்றியமையாதவை என்று கூறும் கடவுள் வாழ்த்து, தன்னிகர் இல்லாத் தலைவன் அல்லது தலைவி, நாடு, நகர் இவற்றின் வருணனைகள், சூரியன் சந்திரன் இவற்றின் காட்சிகள், மந்திரம், தூது, செலவு, இகல் போன்ற அம்சங்கள் முதலியவை யாவும் பயின்று சருக்கங்களாகக்

காவியம் ஆக்கப்பெற்றிருக்கிறது. காவியத்தை ஒருமுறை பயில்வார் இவ்விலக்கணங்கள் யாவும் செம்மையாக அமைந்திருப்பதை அறிவார்கள். எந்த முறையில் பார்த்தாலும் 'பாஞ்சாலி சபதம்' ஓர் உயர்ந்த காவியம் என்ற உண்மை எளிதில் புலனாகும். எவ்வித உளத் தடிப்பும் (petty prejudice) இன்றிக் காவியத்தைச் சுவைப்பவர்தாம் பாரதியின் பேராற்றலை உணர முடியும்.

பாரதி கையாண்டிருக்கும் சில அபூர்வ கற்பனைகள் கல்விச் செருக்குடைய புலவர்களையும் களிப்பிக்குமாறு அமைந்திருக்கின்றன. இனிய, எளிய சொற்களைப் பயன்படுத்திக் கவிதைகளைச் சுவையூட்டுவதில் பாரதி ஒரு சிறந்த நிபுணர். நூலின் தொடக்கத்தில் கலைமகள் வணக்கத்தில் அக்கடவுளை,

வேதத் திரு விழியாள், – அதில்
மிக்கபல் லுரையெனும் கருமை யிட்டாள்.
சீதக் கதிர் மதியே – நுதல்
சிந்தனை யேகுழல் என்று டையாள்
வாதத் தருக்க மெனுஞ் – செவி
வாய்ந்தநற் றுணிவெனுந் தோடணிந்தாள்.
போதமென் னாசியினால் – நலம்
பொங்குபல் சாத்திர வாயு டையாள்

கற்பனைத் தேனித ழாள் – சுவைக்
காவியம் எனுமணிக் கொங்கை யினாள்

என்று கூறியிருப்பது புரட்சிகரமான முறையில் புதிய கற்பனை களைக் கையாண்டு வெற்றி பெற்றதாகும். தெருவில் ஊசிகளும் பாசிமணிகளும் விற்றும் பிச்சையெடுத்தும் திரிகிற பெண்கள், 'மாயக்காரனம்மா – கிருஷ்ணன் – மகுடிக்காரனம்மா' என்ற நடையில் சில இடங்களில் காவியத்தை அமைத்திருப்பது காவியத்தை மிகவும் சுவையாக்கியிருக்கிறது. 'மாயச் சூதி னுக்கே – ஐயன் – மனமி ரங்கி விட்டான்' என்று தொடங்கும் சூதாட்ட வருணனைப் பகுதிகள் மிகவும் கனிந்த நாடகத் தன்மையுடன் மிளிர்கின்றன.

சில இடங்களில் காவியத்தில் அமைந்துள்ள வருணனைப் பகுதிகள் மிக அற்புதமாக அமைந்திருக்கின்றன. 'அத்தினபுர முண்டாம்' என்று தொடங்கும் அத்தினாபுரத்தின் வருணனை, திருதராட்டிரன் விதுரனைத் தூது சொல்ல வேண்டும் என்று கேட்டபோது,

போச்சுது! போச்சுது பாரத நாடு!
போச்சுது நல்லறம்! போச்சுது வேதம்!
ஆச்சரியங் கொடுங்கோலங்கள் காண்போம்;
ஐய, இதனைத் தடுத்த லரிதோ?

என்று நினைந்து வருந்தி 'அடவிமலை யாறெல்லாம் கடந்து' செல்லும்போது தனக்குள்ளே சொல்லிக்கொள்ளும் 'நீல முடி தரித்த பல மலைசேர் நாடு' என்று தொடங்கும் நாட்டின் வருணனை, பாண்டவர்கள் அத்தினாபுரத்துக்கு வரும் வழியில் மாலை நேரத்தில் பார்த்தன் பாஞ்சாலிக்குப் பரிதியின் எழிலை விளக்குவதாக அமைந்த சூரிய அத்தமன வருணனை, துரியோதனன் திரௌபதியை மன்றுக்கு அழைத்து வரும்படி சொன்னபோது சகத்தில் உண்டான குழப்பத்தைக் கூறும் பகுதி போன்றவை பன்முறை படித்துப்படித்து இன்புறத்தக்கவை.

சாதாரண மக்களின் பேச்சுக்களில் வரும் சொற்களைக் கூடக் கையாண்டு சுயம்புவான இலக்கியச் சுவை துளிர்க்கும்படி செய்துள்ள பல இடங்களைக் காவியத்தில் காணலாம். அத்தினாபுரத்து வீரர்களைப் பற்றிக் கூறும் 'கரி, நூறினைத் தனி நின்று நொறுக்கவல்லார்' என்ற வரியும், திருதராட்டிரன் சகுனியைக் கடிந்து கூறும்போது,

– வெறும்
நொள்ளைக் கதைகள் கதைக்கிறாய், – பழ
நூலின் பொருளைச் சிதைக் கிறாய்.

என்று சொல்லும் வரிகளும், தந்தையின் மீது சினங்கொண்டு துரியோதனன் கூறும்,

– கெட்ட
வேம்பு நிக ரிவனுக்குநான் – சுவை
மிக்க சருக் கரை பாண்டவர்;

என்ற வரிகளும், விதுரனைப் பாண்டவர்கள் வரவேற்ற பகுதியில் வரும் 'மதுர மொழியில் குசலங்கள் பேசி' என்ற வரியும் இதற்குச் சான்றுகளாக உள்ளன. இம்மாதிரியான வரிகள் பல சூதாட்ட வருணனைப் பகுதியிலும் இருக்கின்றன. துரியோதனன் விதுரனை ஏசிப் பேசும் பகுதியில் வரும்,

நன்றி கெட்ட விதுரா, சிறிதும்
நாண மற்ற விதுரா
தின்ற உப்பினுக்கே, நாசந்
தேடுகின்ற விதுரா,

ஐவருக்கு நெஞ்சும், எங்கள்
அரமனைக்கு வயிறும்
தெய்வ மன்றுனக்கே, விதுரா,
செய்து விட்டதே யோ?

கன்னம் வைக்கிறோமோ? – பல்லைக்
காட்டி யேய்க்கிறோமோ?

பாரதியின் 'பாஞ்சாலி சபதம்'

என்ற அடிகளும் இதற்கு நல்ல உதாரணங்கள். திரௌபதியை அவமானப்படுத்தும்போது கடுங்கோபம் கொண்ட பீமன் பேச்சிலும் இதற்குச் சான்றுகள் உள.

ஆகவே, எந்தக் கோணத்தில் ஆராய்ச்சிப் பார்வையைச் செலுத்தினாலும் பாரதியின் 'பாஞ்சாலி சபதம்' ஓர் உயர்ந்த காவியம் என்ற உண்மைதான் பெறப்படும். அது இக்காலத்து சுவைக்கேற்றவாறு எவரும் எளிதில் சுவைக்கும்படி எழுதப்பெற்ற ஒரு தமிழ்க் காப்பியம். 'பாட்டுத் திறத்தாலே – இவ்வையத்தைப் – பாலித்திட வேணும்' என்று கனவு கண்ட பாரதி புரட்சிகரமான முறையில் ஒரு காப்பியத்தைப் படைத்திருக்கிறார்.

> இறவாத புகழுடைய புது நூல்கள்
> தமிழ் மொழியில் இயற்றல் வேண்டும்

என்ற தமது எண்ணத்திற்கேற்ற ஒரு புதுமுறைக் காப்பியத்தைத் தமிழன்னையின் திருவடியில் காணிக்கையாக வைத்திருக்கிறார். தமிழர்களாகிய நாம் அதனை எடுத்துப் படித்துச் சுவைப்பது கடமையாகும்.

குமரி மலர், சென்னை,
ஜனவரி 1951

பாரதியின் ‘குயில்’ பாட்டு

அ.ந. மகரபூஷணம்

பாரதியின் முப்பெரும் படைப்புகளில் ஒன்றான ‘குயில்’ பாட்டு பல்வித நயங்கள் கொண்ட உயரிய படைப்பு. “பாரதி காவியங்களில் ‘குயில்’ பாடலே மிகச் சிறந்தது என்பது பலரது கொள்கை” என்பார் *கலைமகள்* ஆசிரியர் கி.வா. ஜகந்நாதன். அத்தகைய சிறந்த காவியத்தை நான்கு அறிஞர்கள் வெவ்வேறு காலகட்டங்களில் பரிசீலனை செய்து விவாதிப்பதை இங்கே காணலாம்.

1926இல் தமிழறிஞர் அ.ந. மகரபூஷணம் அவர்களும், 1935இல் பேராசிரியர் கே. ஸ்வாமிநாதனும், 1941இல் ‘மாரார்’ எற்ற புனைபெயர் கொண்ட ஒரு புலவரும், 1954இல் *மணிக்கொடி* கு. ஸ்ரீநிவாசனும் ‘குயி’லை ஆராய்ந்து கூறியுள்ள கருத்துகளை நாம் ரசிக்கலாம்.

மகரபூஷணம் அவர்களின் கட்டுரை ப. ராமஸ்வாமி ஐயங்காரை ஆசிரியராகக் கொண்ட *உதயபாரதி* மாதப் பத்திரிகையில் 1926 டிசம்பர் இதழில் வெளிவந்தது.

பேராசிரியர் கே. ஸ்வாமிநாதன் (1896–1994) சட்டப் படிப்பு படித்துக் கல்வித் துறைக்கு வந்தவர். ஆங்கில இலக்கியத்தில் வல்லுநர். சென்னை மாநிலக் கல்லூரியில் பேராசிரியராகவும், கலைக்கல்லூரியின் முதல்வராகவும் இருந்து, பின்னர் *இந்தியன் எக்ஸ்பிரஸ்* நாளிதழின் பொறுப்பாசிரியராகப் பணிபுரிந்தவர். காந்தியடிகளின் எழுத்துகளைத் தொகுக்கும் பெரும் பணியை டெல்லியில் இருந்து செய்துமுடித்தவர்.

பேராசிரியர் ஸ்வாமிநாதனது கட்டுரை சென்னை *கலைமகள்* பத்திரிகையில் 1935ஆம் ஆண்டு பிற்பகுதியில் வெளியாயிற்று.

‘மாரார்’ என்ற புனைபெயர் கொண்ட அறிஞர் யாரென்று அறிய இயலவில்லை. திறனுடன் விமர்சனம் செய்துள்ள இந்த அறிஞரது கட்டுரை *கலைமகள்* பத்திரிகையில் 1941 ஜூன் இதழில் வெளிவந்தது.

மணிக்கொடி கு.ஸ்ரீனிவாசன் (1899–1975) தமிழ்நாட்டின் சிறந்த இலக்கிய அபிமானிகளில் முக்கியமான ஒருவராவர். வாய்ச்சொல் பயனிலது என்று எப்போதும் செயலில் துடித்து நிற்கும் இயல்பு கொண்ட கு. ஸ்ரீனிவாஸனது தூண்டுதலினாலும் பொருளுதவியினாலுமே *மணிக்கொடி* என்ற உயர்தர தமிழ்ப் பத்திரிகை 1934இல் வ.ரா.வை ஆசிரியராகக்கொண்டு வெளியாயிற்று. இப்பத்திரிகை வ.ரா. காலத்திலும், பின்னர் பி.எஸ். ராமையாவின் ஆசிரிய நிர்வாகத்திலும் தற்காலத் தமிழிலக்கியத்திலேயே ஓர் ஒப்பற்ற மறுமலர்ச்சியை உண்டாக்கியது யாவரும் அறிந்ததே.

ஆங்கிலப் பத்திரிகைத் துறையில் பல பெரிய பத்திரிகைகளின் ஆசிரியராக இருந்து, பின்னர் இந்திய அரசாங்கத்தின் மாநிலப் பேசும் படத் தணிக்கை அதிகாரியாகப் பல்லாண்டுகள் சிறப்புடன் பணிபுரிந்தார்.

நுண்ணிய சிந்தனையாளரான ஸ்ரீநிவாஸனுடைய ‘குயில்’ கட்டுரை கல்கத்தா பாரதி தமிழ்ச் சங்கத்தின் 1954 *பாரதி ஜயந்தி* மலரில் பிரசுரமாயிற்று.

மேற்புலக் கலைகளின் கூட்டுறவின் பெரும் பயனாகப் பாரத தேசமும் தான் நெடுங்காலமாக ஆழ்ந்திருந்த பெருந்துயிலிலிருந்து படிப்படியாக விழித்துக்கொள்ள ஆரம்பித்தது. தேசம் எங்கும் புத்துணர்ச்சியும் புது நோக்கங்களும் பரவலாயின. தமிழ்நாடும் இந்த நவ வேகத்தைத் தன் இதயத்திலே பெற்றுத் தமிழ் மக்களிடம் சுதந்திர தாகத்தையும் பாஷாபிமானத்தையும் பொழுதொரு வண்ணமாக வளரச் செய்தது. இத்தமிழ் புது வாழ்வை ஒளிரச் செய்த அறிஞர் ஒரு சிலர். இவர்களில் தலைசிறந்தவர் சுப்பிரமணிய பாரதி. பாரதி தமிழ்ப் பெரும் புலவர் வரிசையிலே முன்னணியில் இடம்பெறும் தகுதியுடையவர்.

பாரதியாரின் இன்சுவை விந்தைப் பாக்களில் ‘குயில் பாட்டு’ என்பது ஒன்று. இக்குயிலின் அற்புதக் காதற் கதை, ஆசிரியன்,

முன்னிக் கவிதை வெறி மூண்டே நனவழியப்
பட்டப் பகலிலே பாவலர்க்குத் தோன்றுவதாம்
நெட்டைக் கனவின் நிகழ்ச்சியிலே…

கண்டதோர் மோகனக் கனவாகும். உண்மைக் காதல் எத்துணை இடையூறுகள் நேரிடினும் அவற்றையெல்லாம் தொலைத்து வெற்றி பெறும் என்பதே இக்கவிக்கனவின் உபதேசமாகும். ‘காதல் வழிதான் கரடு முரடாமென்பர்’ ஷேக்ஸ்பியர் என்னும் கவிச் சக்கரவர்த்தியும் “The course of true love never runs smooth” என்கிறார். ஆனாலும் காதலின் சாசுவதமான வெற்றியைப் பற்றிச் சிறிதும் ஐயமுற வேண்டுவதில்லை.

காதல், காதல், காதல்,
காதல் போயிற், காதல் போயிற்
சாதல், சாதல், சாதல்.

என்ற காதல் கானத்தின் பல்லவி வாசகரின் உள்ளத்திலே இடையீடின்றி ஒலிக்கத் தொடங்கிவிடுகிறது. காதலர் இருவர், ரோமியோ ஜூலியத் என்னும் பெருங் காதலரைப் போல் அதிர்ஷ்டமற்றவர் தங்கள் பேரின்பக் காதல் வாழ்வின் ஆரம்பத்திலேயே மரணத்தால் இணை பிரிகின்றனர். காதலன் இறக்குந் தறுவாயில்,

சாவிலே துன்பமில்லை. தையலே இன்னமும் நாம்
பூமியிலே தோன்றிடுவோம். பொன்னே நினைக்கண்டு
காமுறுவேன். நின்னைக் கலந்தினிது வாழ்ந்திடுவேன்
இன்னும் பிறவியுண்டு, மாதரசே இன்பமுண்டு
நின்னுடனே வாழ்வேனினி நேரும் பிறப்பினிலே

என்று கூறும் மொழிகள் காதலின் நிலைபெற்ற ஜெயத்தின் முரசொலியாகும். அடுத்த பிறப்பிலும் அவ்வுண்மைக் காதலரைத் துன்புறுத்தும் பேய்களும் மாயங்களும் பல. இப்பொய்மைப் பிரகாசங்களையும் மாயைகளையும் கிழித்துக்கொண்டு காதல் கதிரவன் ஒளி செய்கிறான். இதுவே 'குயில் பாட்'டின் கதையாகும்.

காளை யிளம் பரிதி வீசுங் கதிர்களிலே
நிலக் கடலோர் நெருப்பெதிரே சேர்மணி போல்
மோகனமாஞ் சோதி பொருந்தி முறை தவறா
வேகத் திரைகளினால் வேதப் பொருள் பாடி
வந்து தழுவும் வளஞ்சார் கரையுடைய

என்று காம்பீரியத்துடனும் பேரழகுடனும் தொடங்கி,

நாசக் கதையை நடுவே நிறுத்தி விட்டுப்
பேசுமிடைப் பொருளின் பின்னே மதி போக்கிக்
கற்பனையும் வர்ணனையும் காட்டிக் கதை வளர்...

தலின்றி, ஆசிரியன் கதை நடத்திச் செல்லும் சிறப்பு நம் மனத்தை ஆகர்ஷித்து விடுகிறது. கதை முடிவில் கவிஞனின் 'சோலை – குயில் – காதல்' கனவெல்லாம் திடீரென்று மறைந்துவிட விழிதிறந்து பார்க்கையிலே,

சூழ்ந்திருக்கும் பண்டைச் சுவடி எழுதுகோல்
பத்திரிகைக் கூட்டம் பழம்பாய் வரிசை யெல்லாம்
ஒத்திருக்க 'நாம் வீட்டில் உள்ளோம்' எனவுணர்ந்தேன்

என்ற கனவு நீக்கம் பரிதாபகரமாக இருக்கிறது. கவியும் சிறிது மனந்தேறி தன் பகற்கனவு,

மாலையழகின் மயக்கத்தால் உள்ளத்தே
தோன்றியதோர் கற்பனையின் சூழ்ச்சி

யென்று கண்டுகொள்ளுகிறான்.

கதையும் கதை சொல்லும் முறையும் இவ்வாறாகக் 'குயில் பாட்டின்' கவிதை நம்மைப் பிரமிக்கச் செய்து உள்ளத்தை அடிமை கொண்டு விடுகிறது. கதை நடத்தும் முறைச் சிறப்பிற்காகவன்று; மனிதர் உணர்ச்சிகளையும் எண்ணங்களையும் பெயர்த்துச் சொல்லும் திறமைக்காகவும் மன்று; மற்றுக் கவிதை என்ற முறையிலேயே இக் 'குயில் பாட்டை' இங்கு நாம் எடுத்துக் கொண்டது. இவ் 'இன்னிசைத் தீம்பாடலிசைத்திருக்கும் விந்தைதனை'யே இங்கு நாம் மதிப்பிடப் புகுந்தது.

கானப் பறவை கலகலெனு மோசையிலும்
காற்று மரங்களிடைக் காட்டு மிசைகளிலும்
ஆற்றுநீ ரோசை, அருவி யொலியினிலும்
நீலப்பெருங்கடலெந் நேரமுமே தானிசைக்கும்
ஓலத்திடையே யுதிக்கு மிசையினிலும்

மானுடப் பெண்கள் வளருமொரு காதலினால்
ஊனுருகப் பாடுவதி லூறிடுந்தேன் வாரியிலும்
ஏற்றநீர்ப் பாட்டுனிசையினிலும் நெல்லிடுக்குங்
கொற்றொடியார் குக்குவெனக் கொஞ்சுமொழியினிலும்
சுண்ணமிடிப்பார்தஞ் சுவைமிகுந்த பண்களிலும்
பண்ணை மடவார் பழகுபல பாட்டினிலும்
வட்டமிட்டுப் பெண்கள் வளைக்கரங்கள் தாமொலிக்கக்
கொட்டி யிசைத்திடுமோர் கூட்டமுதப் பாட்டினிலும்

... ...நெஞ்சைப் பறிகொடுத்தேன் பாவியேன்

என்ற குயிலின் அமுத மொழிகள், நமது கவிஞன் பிரகிருதியின் பேரெழில்களிலும், மனிதர்களின் இன்பக்களியாட்டின் மோகனத்திலும் ஈடுபட்டு கவிதையுள்ளம் எத்துணை அழகுடனும் இனிமையுடனும் சித்திரிக்கின்றன! இவ்வாறு கவிதை பயின்ற இதயம், பிரகிருதியின் பேரதிசயங்களிலே முதன்மைத்தான சூரியோதத்தைப் பாடுகையில் காலைக் கதிரழகின் கற்பனைகளிலே பொருந்தி,

தங்கமுருக்கித் தழல் குலைத்துத் தேனாக்கி
எங்கும் பரப்பியதோர் இங்கிதமோ?...

என்றும்

புல்லை நகையுறுத்திப் பூவை வியப்பாக்கி
மண்ணைத் தெளிவாக்கி நீரில் மலர்ச்சிதந்து
விண்ணை வெளியாக்கி விந்தைசெயுஞ் சோதியினை

என்றும் கூறும் பூர்ணமான கவிதை தமிழிலக்கியத்தையே என்றும் ஒளி செய்து நிற்கும். இன்னும் குயில் புள்ளுரு நீங்கிப் பெண்ணுரு வெய்திய ஆச்சரிய மாயையை,

கோகிலத்தைக் காணவில்லை!
விண்டுரைக்க மாட்டாத விந்தையடா! விந்தையடா!
ஆசைக்கடலின் அமுதடா! அற்புதத்தின்
தேசமடா! பெண்மைதான் தெய்விகமாங் காட்சியடா!

என்று கவிபாடிச் செல்கிறார். அப்பெண்ணரசியின்,

மீள வழியில் மிதந்த கவிதை யெல்லாம்
சொல்லி லகப்படுமோ? … …

கவிதைக் கனிபிழிந்த சாற்றினிலே பண்,
கூத்தெனு மிவற்றின் சாரமெல்லாம்
ஏற்றியதனோடே யின்னமுதைத் தான்கலந்து
காதல் வெயிலிலே காயவைத்த கட்டியினால்
மாதவளின் மேனி வகுத்தான் பிரமனென்பேன்

என வரும் அடிகளை ரஸம் சொட்டும் கவிதையின் எல்லை யென்றே சொல்லிவிடலாகும்.

'குயில் பாட்'டில் கவிதாரஸமே பிரதானமாவது என்று சொன்னோம். இதன் அற்புதக் கவிதையையும் செஞ்சொல் இன்பத்தையும் கானத்தையும் பருகிய நாம், இப்பாட்டின் மற்றைய அழகுகளை மறந்துவிடக் கூடாது. குயிலின் விந்தைக் குரலிலும் இன்னிசைப் பாட்டிலும் பரவசமான காதல் கவிஞன்,

மனிதவுரு நீங்கிக் குயிலுருவம் வாராதோ?
இனிதிக் குயிற்பேட்டை யென்றும் பிரியாமல்
காதலித்துக் கூடிக் களிப்புடனே வாழாமோ?
நாதக் கனலிலே நம்உயிரைப் போக்காமோ?

என்று ஏங்குதல் எத்தனை பொருத்தமாக இருக்கிறது!

இனி நமது கவியின் நகைச்சுவையைப் பற்றி ஓரிரண்டு மொழிகள் கூறி நமது வியாசத்தை முடித்து விடுவோம். குயில் குரங்கினிடம் கூறும்,

மேனி யழகினிலும் விண்டுரைக்கும் வார்த்தையிலும்
கூனியிருக்கும் கொலு நேர்த்தி தன்னிலுமே
வானரர்தஞ் சாதிக்கு மாந்தர் நிகராவாரோ?

என்ற காதல் வார்த்தைகள் எத்துணை பெருநகையுண்டு பண்ணுகின்றன. இன்னும், (மனிதர்)

மீசையையும் தாடியையும் விந்தைசெய்து வானரர்தம்
ஆசைமுகத்தினைப் போலாக்க முயன்றிடினும்
ஆடிக்குதிக்கும் அழகிலுமை நேர்வதற்கே
கூடிக்குடித்துக் குதித்தாலும் … …
… … … …

வானரர் போலாவாரோ ? வாலுக்குப் போவ தெங்கே என்றும்
சைவசுத்த போஜனமும் சாதுரிய வார்த்தைகளும்
வானரர்போற் சாதியொன்று மண்ணுலகின் மீதுளதோ

என்று வரும் குயிலின் உரைகள் எத்துனை பரிகாசமும் ஆசியமும் கொண்டு ஒலிக்கின்றன.

'குயில் பாட்டு' பாரதியாரின் இன்னிசை கொட்டும் கவியின்பம் பயின்ற நூல்களிலே சிறந்ததொன்றாகும். கவியின்பத்திலும் கான ரசத்திலும் 'கண்ணன் பாட்டு' ஒன்றனுக்கே இக்குயிற் கதை சிறிது இளைக்கிறதென்று சொல்ல வேண்டும். படிப்பில்லாத தமிழர்களும் பொருள் தெரிந்து மனமுருகுமாறு எளிய பதங்கள், எளிய சந்தங்களைக் கொண்டு உயர்ந்த கவிதை செய்துதந்து சுப்பிரமணிய பாரதி தமிழிலக்கிய மறுமலர்ச்சியைச் சிறந்தொளிரச் செய்தார். தமிழர்கள், அவர் கவிகளைப் பாடியும் படித்தும் தங்கள் வாழ்க்கையைக் கவி மயமாகவும் இன்பமயமாகவும் செய்து கொள்வார்களாக.

உதயபாரதி, டிசம்பர் 1926

பாரதியாரின் 'குயில்'

கே. ஸ்வாமிநாதன்

'குயில்' கற்பிதக் கதை, கவியே கற்பிதக் கதை; பூர்வகதா சம்பந்தமான கற்பிதக் கதையல்ல. இது ஒரு பெரிய சீர்திருத்தமாகும். தமிழ் இலக்கியத்தில் புராணங்களையாவது, சரித்திர நிகழ்ச்சிகளையாவது தழுவாத நூல்கள் வெகு சிலவே. ராமன், கிருஷ்ணன், பிரகலாதன், மார்க்கண்டேயன், சத்யபாமை, வள்ளி முதலிய புராண இதிகாஸப் பிரமுகர்கள் நம்மிடையே படும் பாடு "தாளம் படுமோ, தறிபடுமோ, யார் படுவார்?"

புராணக் கதைகளைத் தழுவிய நூல்களும் நாடகங்களும் டாக்கிகளும் விளைக்கும் கேட்டுக்கு அளவில்லை. அவை நமது தெய்வபக்தியையும் கலை ஞானத்தையும் ஒருங்கே தொலைத்து வருகின்றன; உண்மை மதத்துக்கும், கலைகளின் முன்னேற்றத்துக்கும் சத்ருக்களாய் விளங்குகின்றன. மனத்தில் தியானிக்க வேண்டிய தெய்வத்தைச் சிலையிலும் படத்திலும் மானிட உடலிலும் வரவழைத்தால் அதனிடைய தெய்விக குணங்கள் குன்றி அழிந்துபோகும். இது போதாதென்று செய்யுளுக்கும் நாடகத்துக்கும் தேவர்களையே கதாநாயகர்களாக்கி, லௌகிக குணங்களை அவர்களுக்கும் கற்பித்து, மூர்த்திகள் வாலை முறுக்கி அவர்களிடம் வேலை வாங்கு கிறோம். இவ்விதமாய்ப் பொதுஜனங்களுக்கும் அத்வைதமுணர்ந்த ஞானிகளுக்கும் நடுவில் தாண்ட முடியாத சுவரை எழுப்பி, தாண்டமுடியாத குழியை யும் பறித்துவிட்டோம்.

இக்காலத்திய அறிவுக்கேற்ற, இக்காலத்திய வாழ்க்கை சம்பந்தமான கலைகளை உண்டாக்கி வளர்க்காமல், கவிகளும் பொது ஜனங்களும் முன்னோர் தேடிவைத்தப் பொருளைக் கொண்டு பிழைக்கும் சுத்த சோம்பேறிகளாய் விட்டனர். கலைரஸங்களுக்கும் மனோபாவங்களுக்கும் தேவையான கதா சந்தர்ப்பங்களை நாமறிந்த வாழ்க்கையிலே உன்னை என்னைப் போன்ற மனுஷ்ய பாத்திரங்கள் மூலம் கவிகள் தாமே முயன்று இயற்றாமல், மந்திரத்தால் மாமரம் கிளம்புவதுபோல் 'ராமன், கிருஷ்ணன், சாவித்திரி' என்ற பத உச்சாடணத்தால் எழுப்பிப் பாமரரை ஏமாற்றுகிறார்கள். பகுத்தறிவையும் இயற்கை, ராஜீயம், பொருளாதாரம் முதலிய ஞானங்களையும் மறந்து விட்டுத்தான் பாடலையோ நாடகத்தையோ ரஸிக்க முடியும் என்ற நிலைமை வந்துவிட்டது. இம்மாதிரி நிலைமையைப் போக்குவதற்குப் புதிய ரஷியாவில் பெருமுயற்சிகள் நடந்து வருகின்றன. ஆனால் பொதுஜனங்கள் இலக்கியங்களையும் நம்பிக்கைகளையும் மாற்றுவது ஒன்று. கவித்துறைகளையும் பேச்சு முறைகளையும் மாற்றுவது வேறு. இரண்டையும் ஒன்று சேர்த்து ஒரே மூச்சில் மாற்றிவிடப் புதிய ரஷிய நூலாசிரியர்கள் விரும்பினதால்தான் சீர்திருத்தம் சரியாக நடக்கவில்லை.

பாரதியோ என்றால் பழைய சின்னங்களையும் (*symbols*), துறைகளையும், யாப்பிலக்கண விதிகளையும் வைத்துக்கொண்டு அவற்றைப் புதிய விஷயத்துடனும் உணர்ச்சியுடனும் கலந்து கையாண்டு 'குயில்' என்ற பாடலிலே தமிழருக்கு நல்ல வழி காட்டியிருக்கிறார். செய்யுளானது தனது சொந்த பலத்தால் நிற்க வேண்டும். மதம், நெறி அல்லது தேசபக்தி என்ற கோலையூன்றி நிற்கலாகாது. இவ்வித சுயபலத்தையுடையது 'குயில்' பாட்டு. எடுத்துக்கொண்ட விஷயம் புதியதாய் இருந்ததனால்தான் இந்தப் பலம் சித்தித்தது.

உபாக்யானம் அல்லது வரலாற்றுச் செய்யுள் (*narrative poetry*) என்ற வகையில் 'குயில்' ஓர் இலக்ஷியமாய் விளங்குகிறது. கதைப்போக்கின் தொடர்ச்சியும் வேகமும் இந்த வர்க்கத்தின் முக்கிய குணங்கள். செய்யுளைப் படிக்கத் தொடங்கினவன் முடிப்பதற்குமுன் கீழே வைக்க முடியாதவண்ணம் கதை வெகு ஸ்வாரஸியமாய் இருக்க வேண்டும். இவ்விதமான கதை ஸ்வாரஸியம் உண்டாக்க வேண்டுமானால் பாத்திரங்களும் நிகழ்ச்சிகளும் தெளிவாக, அடுக்கடுக்காக, ஒன்றன்பின்னொன்றாகத் தொடரவேண்டும். மேலும் வர்ணனை, உபதேசம் முதலிய நீர்த்தேக்கங்களிலே தங்கவிடாமல் கதை என்ற பிரவாகத்தில் படிப்போரின் மனத்தை அடித்துக்கொண்டு போக வேண்டும்.

இந்த வர்க்கத்திற்கு மற்றும் ஒரு முக்கியமான குணம் உண்டு. அது 'அளவை' *(scale)* என்பது. அளவே ஓர் அழகு, தனித்தனி அவயவங்களோ பகுதிகளோ, எவ்வளவு அழகு வாய்ந்தனவாயிருந்தாலும் யானை பரிமாணமுள்ள குதிரையும் குதிரை பரிமாணமுள்ள யானையும் கோபுரத்தைத் தாங்கும் சிறிய வீடும் கோரக் காட்சிகளே. நூல்களுக்கும் உயிருள்ள ஜந்துக்களுக்குரிய சில குணங்கள் வாய்ந்தால்தான் அழகு. கதைக்கேற்ற பாத்திரங்களும் நிகழ்ச்சிகளும் நீளமும் ஒருங்கே சேர்ந்து ஜனிக்கும் ஜந்துவே நல்ல உபாக்கியானமாகும். பரிமாணம் என்பது மற்றெல்லா அழகுகளையும் தன்னுள்ளடக்கும் பெரிய அழகு. இப்பேரழகில் 'குயில்' மிகச் சிறந்தது.

ஒரே மூச்சில் இந்தப் பாடலைப் படித்து முடிக்கலாம்; அப்படியே படித்து முடிக்கவும் வேண்டும். அப்படிப் படித்து முடித்தால் ஓர் ஏகாங்கமான உருவம் மனத்தில் தோன்றும். 'ஒரு மனிதன்' என்றால் அவனுடைய அவயவங்களின் ஜாப்தா இல்லை; அவனுடைய குணங்களின் ஜாப்தா இல்லை; அவனுடைய அனுபவங்களின் ஜாப்தா இல்லை; இவையெல்லாம் கடந்த ஓர் உருவம் தோன்றுகிறதல்லவா? அம்மாதிரி ஒருமையை ரஸிக்கும்படி உணர இந்தச் சிறிய நூல் இடம் கொடுப்பதுபோல் இக்காலத் தமிழ் நூல்களில் வேறொன்று இருப்பதாக எனக்குத் தெரியவில்லை. இதன் "மேனி நலத்தையும், வெட்டினையும், கட்டினையும் திருத்த நிலையினையும்... சொல்ல வசமாமோ?"

ஆங்கிலத்தில் இந்த வர்க்கத்தில் சாஸருடைய 'சேவலும் நரியும்' *(The Nun's Priest's Tale)* என்பதும், போப்புடைய 'மயிர்ச் சுருட்களவு' *(The Rape of the Lock)* என்பதும் முதன்மையாகக் கருதப்படுவன. இவ்விரண்டிற்குமுள்ள சகல குணங்களும் 'குயில்' என்னும் தமிழ்ப் பாடலில் நன்கு அமைந்துள்ளன. கதை ஸ்வாரஸியத்திலும், ஹாஸ்ய ரஸத்திலும், பாத்திரங்களின் பேச்சின் இயற்கை அழகிலும், மகாகாவிய இலக்ஷணங்களைப் புரளியாய்ப் பிரயோகிப்பதிலும், புதைந்து கிடக்கும் உள்அர்த்தங்களிலும், செய்யுள் அடிகளைப் பொருளுக்கும் பாவத்திற்கும் ஏற்ப மாற்றி மாற்றிக் கையாளும் திறமையிலும் ஆங்கிலச் சிறு காவியங்களைத் தோல்வியுறச் செய்து நிற்கும் தமிழ் நூல் குயிலைத் தவிர வேறொன்றுமில்லை.

பாரதியாரின் சொல்லியலையும் வாக்கிய இயலையும் இந்தப் பாடல் நன்றாக விளக்குகிறது. சாதாரண மொழிகளும் சகவாச புண்ணியத்தால் உயர்ந்து பலப்படுத்துவதற்கு உதாரணம் இவை:

வேடன் வாராத விருந்துத் திருநாளில்...
நெஞ்சத்தை தைக்க நெடுநோக்கு நோக்கிடுவீர்
என்னைப் புதியதோர் இன்பச் சுரங்கவர...
வற்றற்குரங்கு, நாசக்கதை, செத்தைக்குயில்
சொற்றைக்குரங்கு, மாடன் மனம் புகைந்து.

இந்திய சமூகம் நாளுக்குநாள் க்ஷீணிப்பதன் முக்கிய காரணம், ஜாதிக் கொடுமைகள், பாலிய விதவைகளின் வருத்தங்கள், (mortmain) 'செத்தகை'யில் பொருளைப் புதைக்கும் உயில்கள்; இன்னும் எத்தனையோ கஷ்டங்களை அறிஞரின் மனக்கண்ணின் முன்கொணர்ந்து நிறுத்தும் இந்த 1½ வரியைக் கவனிப்போம்:

விதியே! இறந்தவர்தாம் வாழ்வாரை
நின்று துயருறுத்தல் நீதியோ?

குயிற்பெண் மனவருத்தத்துடன் உருக்கமான சன்னி வேசத்தில் சொல்லும் இந்த மொழிகளுக்குள்ள சக்தி நூறு உபன்னியாஸங்களில்கூட இராது.

"சந்திஜபம் செய்யுஞ் சமயமாய்விட்டது" என்று முனிவர் கதையை நிறுத்துவது ஹாஸ்ய ரஸத்தைவிட உயர்ந்த ரஸம் கொண்டிருப்பதாகக் கருத இடமுண்டு. 'எந்தப் பட்டணம் எப்படிக் கொள்ளை போனாலும் சரி, எந்த ஏழை மனம் எப்படிப் பரிதபித்தாலும் சரி, என் அனுஷ்டானத்துக்குப் பங்கம் வராமல் என் ஆத்மாவை நான் பாதுகாப்பேன்' என்னும் பரமசுயநலவாதிகளை இது சவுக்கடி அடிப்பதாகும்.

மற்றும் பல குறிப்புகள் காட்டலாம். ஆனால் இங்கே இடமில்லை.

கலைமகள், 1935

பாரதியாரின் 'குயில்'

மாரார்

'குயிற்பாட்டு' பொருள் மென்மையும் சொல்லினிமையும் செவ்வனே சேர்ந்துள்ள ஒரு நூதனமான ரஸம் பொருந்திய காவியம். அது ஒரு கதாரூபமான காவியமென்பது எல்லோரும் அறிந்த விஷயமே. அக்கதையில் சிருங்கார ரஸமும் ஹாஸ்ய ரஸமும் தேனும் பாலும் போல் வெளிப்படையாகக் கலந்துள்ளன; உட்கருத்தில் சாந்தி ரஸமும் தோன்று கிறது. அது காரணம் பற்றியே அச் செய்யுள் ஒரு நூதன ரஸத்தைச் சுரக்கிறதென்று சொல்லத்தகும்.

கதையுருவ மடைந்த காவியத்தின் முக்கிய லக்ஷணம், படிப்பவர்களுக்கு அக்கதையில் நேரும் சம்பவங்களில் ஒரு ருசியும், அவை மேன்மேலும் எப்படி மாறி முடிவு பெறுமென்று ஆலோசிப்பதில் ஓர் அவாவும் ஏற்படத்தக்க கற்பனைகள் அமைதல். கவிகளில் சிலர் வருணனையில் ஈடுபட்டுக் கதையை மறந்துவிட்டவர் போல் காட்டிவிடுகிறார்கள். இது இவ்வகைக் காவியத்துக்குச் சாதாரணமாக நேரக்கூடிய தோஷம். பாரதியார் அதை நன்கு உணர்ந்தவராதலால் குயிலில்

> நாகக் கதையை நடுவே நிறுத்திவிட்டுப்
> பேசு மிடைப் பொருளின் பின்னே மதிபோக்கிக்
> கற்பனையும் வர்ணனையுங் காட்டிக் கதைவளர்க்கும்
> விற்பனர்தஞ் செய்கை விதமுந் தெரிகிலன்யான்?

என்று கூறியுள்ளார். குயிற் பாட்டில் கதையின் சம்பவங்கள் ஓர் இடத்திலாவது வர்ணனைகளில் மறையவில்லை; அன்றியும் எங்ஙனம் கதை முடியுமென்ற குதூகலம் குறையாமல் வளர்ந்து

எடுத்த காவியத்தை ஒரே மூச்சில் கடைசிவரையில் படித்து முடிக்க அவை தூண்டுகின்றன.

இக்காவியத்தினுள் அடங்கிய கதையைப் பாரதியார் தம் 'பட்டப்பகலில் தோன்றும் நெட்டைக்கனவு' நிகழ்ச்சியென்கிறார். அந்நிகழ்ச்சிகளைச் சுருங்கச் சொல்வது எளிது. ஒரு புருஷன் சோலையொன்றில் ஒரு கருங்குயில் இனிமையாகப் பாடுவதைக் கேட்டு அச்சிறு பறவையைக் கண்ணினால் கண்டு காதலிக்கிறான். பட்சியும் அவனிடம் தன் ஆழ்ந்த காதலைக் கூறிவிட்டுத் தங்கள் இருவரின் காதல் நிறைவேறுவதற்குச் சில இடையூறுகள் இருப்பதைத் தெரிவித்து நான்காம் நாள் மறுபடியும் வந்து தன்னைப் பார்க்கும்படி வேண்டிக்கொள்கிறது. மறுநாள் அப்புருஷன் காதலின் கொடுமையால் மற்ற எல்லாவற்றையும் மறந்து சோலையினுள் பிரவேசித்தவுடன் அக்குயில் ஓர் ஆண் குரங்கை அணுகிப் பதைத்து விம்மித் தன் காதலைத் தெரிவித்துக் குரங்கினழகைப் பலவாறாகப் புகழ்ந்து, மனிதனைக் காட்டிலும் குரங்கின் பெருமையை உயர்த்திக் கூறுவதைக் கேட்கிறான்:

ஆடிக் குதிக்கும் அழகிலுமை நேர்வதற்கே
கூடிக் குதித்துக் குதித்தாலும், கோபுரத்தில்
ஏறத் தெரியாமல் ஏணிவைத்துச் சென்றாலும்,
வேறெத்தைச் செய்தாலும், வேகமுறப் பாய்வதிலே
வானரர்போ லாவாரோ ? வாலுக்குப் போவதேங்கே ?
ஈனமுறுங்கச்சை இதற்கு நிகராமோ ?
பாகையிலே வாலிருக்கப் பார்த்ததுண்டு கந்தைபோல்
வேகமுறத் தாவுகையில் வீசி யெழுவதற்கே
தெய்வங் கொடுத்த திருவாலைப் போலாமோ ?

குயிலின் காதற் பாட்டைக் கேட்டதும் சினங்கொண்டு அப்புருஷன் தன் வாளை அந்தக் குரங்கின்மேல் வீசுகிறான். குரங்கும் குயிலும் மறைந்து ஒளிகின்றன. மறுநாள் காதல் மயக்கங் கொண்டு முன்போலச் சோலை சென்று குயிலைத் தேடுகையில் அது ஒரு கிழக் காளைமாட்டைத் தன் பொன் போன்ற குரலினால் போற்றி அதனிடம் வைத்த தன் காதலைப் புலம்பிக் கூறக்கேட்கிறான். குயில்,

நந்தியே, பெண்டிர் மனத்தை பிடித்திழுக்கும் காந்தமே,
காமனே மாடாகக் காட்சிதரு மூர்த்தியே,
நீளமுகமும், நிமிர்ந்திருக்கும் கொம்புகளும்,
பஞ்சுப் பொதிபோற் படர்ந்த திருவடிவும்,
மிஞ்சும் புறச் சுமையும் வீரத் திருவாலும்,
வானத் திடிபோலே மாவென் றுறுமுவதும்,
ஈனப் பறவை முதுகின்மே லேறிவிட்டால்
வாலைக் குழைத்து வாளைத்தடிக்கும் நேர்மையும்பல
காலநான் கண்டு கடுமோக மெய்திவிட்டேன்

என்று எருதின் எழிலுக்குக் கவிபாடித் தன்னை அடியாளாக அங்கீகரிக்க வேண்டுமென்று வேண்டிக்கொண்டு, தனக்கு அந்தப் பாக்கியம் கிடைத்ததால்தான் தன் அன்பைக் காண்பிக்கும் விதத்தையும் எடுத்துரைக்கிறது.

வந்து முதுகில் ஒதுங்கிப் படுத்திருப்பேன்
வாலிலடி பட்டு மனமகிழ்வேன் மாவென்றே
ஓலிடுநும் பேரொலியோ றொன்றுபடக் கத்துவேன்
மேனியிலே யுண்ணிகளை மேவாது கொன்றிடுவேன்
கானிடையே சுற்றிக் கழனியெலா மேய்ந்துநீர்
மிக்கவுண வுண்டுவாய் மென்றசைதான் போடுகையில்
பக்கத் திருந்து பலகதைகள் சொல்லிடுவேன்
காளை யெருகரே, காட்டிலுயர் வீரரே,
தாளைச் சரணடைந்தேன் தையலெனைக் காத்தருள்வீர்
காதலுற்று வாடுகின்றேன்.

இந்த வார்த்தைகளைச் செவியுற்றதும் அந்தப் புருஷன் முன்போல் கோபம் மிகுந்து, வாளை எடுத்து அந்தக் காளையின் மேல் வீசுகிறான். காளை ஓடி மறைகிறது; குயிலும் மறைகிறது; காதல் வெறிகொண்ட அப்புருஷன் நான்காம் நாள் குயிலைத் தேடி மாஞ்சோலைக்குச் சென்று அங்கே அப்பட்சியைக் கண்டு சொல்லுகிறான்:

நீசக்குயிலே, நிலையறியாப் பொய்மையே,
ஆசைக் குரங்கினையும், அன்பா ரெருதினையும்,
எண்ணிநீ பாடும் இழிந்த புலைப்பாட்டை
நண்ணியிங்குக் கேட்க நடத்தி வந்தாய் போலுமெனை.

அதுகேட்ட குயில் தான் செய்த பிழையை ஒப்புக்கொண்ட போதிலும் பிழை தனதன்றென்றும், எல்லாம் அந்தப் புருஷனது செயலின் பயனென்றும் கூறுகிறது:

என்மேல் பிழையில்லை யாரிதனை நம்பிடுவார்!
நின்மேற் சுமைமுழுது நேராகப் போட்டுவிட்டேன்.

அது எவ்வாறென்று புருஷன் வினவ, குயில் தன் பழைய கதையை விவரித்துரைக்கின்றது. ஒரு முனிவர் தனக்குப் பின்வரும் நிகழ்ச்சிகளைக் கூறினதாகத் தெரிவிக்கின்றது. முன்பிறப்பில் இக்குயில் குயிலி என்ற பெயர் வாய்ந்து ஒரு வேடப் பெண்ணாகப் பிறந்திருந்தது. அவளழகைக் கண்டு மோகித்த மாமன் மகன் மாடனென்றவன் அவளை மணக்க விரும்பிப் 'பொன்னை மலரைப் புதுத்தேனை நித்தங் கொடுத்துச் சித்தம் வருந்தினதால்' அவனுக்கு மாலையிட வாக்களித்தாள். அவனிடம் மையலினால் அங்ஙனம் எண்ணவில்லை. பிறகு,

நாடனைத்து மஞ்சி நடுங்குஞ் செயலுடையான்
மொட்டைப் புலியனுந்தன் மூத்த மகனான
நெட்டைக் குரங்கனுக்கு நேரான பெண்வேண்டிக்

குயிலியை அவள் தகப்பனிடம் வேண்டினான். தகப்பன் மகிழ்ச்சியடையவே 'கண்ணாலம்' நிச்சயமாயிற்று. கல்யாணத்துக்குச் சில நாட்கள் முன் குயிலின் பூங்காவனத்தில் சேரமான் மைந்தன் வேட்டைக்காக வரவும், இருவரும் ஒருவர் கண்டு, "அன்னதொரு நோக்கினிலே ஆவி கலந்துவிட்டார்." மன்னவன் மகனும் குயிலியை மணஞ்செய்து கொள்வதாக வாக்களிக்க, இருவரும் ஆவலுடன் தழுவி நிற்கும் சமயத்தில் மாடனும் நெட்டைக் குரங்கனும் இச்செய்தியை எப்படியோ அறிந்து வெறிகொண்டு காதலர்கள் தேவசுகம் அனுபவிக்குமிடம் சேர்ந்து, கடுஞ்சினத்துடன் அரசகுமாரன் மேல் வாட்களை வீச, அவனும் திரும்பிப் பார்த்துத் தன் வாளையுருவி அவர்களை வீழ்த்தினான். குயிலி மனமழிந்து புலம்பவே அவளைத் தேற்றிப் பின்னொரு பிறப்பில் தாங்களிருவரும் கலந்து வாழ நேரும் என்று உரைத்து மாண்டான். அவன் இப்பொழுது ஒரு மானிடனாகப் பிறந்திருக்கிறான். இறந்த மாடனும் நெட்டைக் குரங்கனும் வன்பேயாகி இப்பிறப்பில் குயிலி மானிடனையே காமுறுவாள் என்று நிச்சயித்து அதைத் தடுப்பதற்காகக் குயிலைச் சுற்றி எங்கும் அது செல்லும் திக்கிலெல்லாம் சென்று அதன் மனத்தைக் கலக்கி வருகிறார்கள். இவ்வாறு முனிவர் சொல்லவும், குயில் அவரைப் பார்த்து "இந்தத் தீய பேய்கள் இப்பிறவியிலும் நான் என் காதலரைச் சேராதபடி தீங்கு இழைத்தால் நான் என்ன செய்வேன்? அவர் மனிதப் பிறப்பினர்; நானோ குயிலுருவங் கொண்டிருக்கிறேன். என்னிடம் அவருக்கு எப்படிக் காதல் இசையும்" என்று வினவ, முனிவர் "இப்பொழுதும் நீ பெண்ணாய்த்தான் பிறந்தாய். அந்தப் பேயிரண்டும் உன்னுருவை மறப்புறுத்தி வருகின்றன. உனக்கும் அம்மானிடனுக்கும் எவ்விதம் காதல் ஜனித்து நீங்கள் சுகம் பெறுவீர்களென்பதை நீயே பின்னறிந்துகொள்வாய்" என்று சொல்லிவிட்டுச் சந்தி ஜபத்துக்குக் காலம் வந்துவிட்டதால் மறைந்துவிட்டார்.

குயில் தன் கதையைச் சொல்லி முடிக்கிறது. உடனே புருஷன் அருங்குயிலை முத்தமிடக் குயிலின் உருவம் மறைந்து அழகுக்கரசியான ஒரு பெண்மணி எதிரில் தோன்றுகிறாள். புருஷன் அவளை அணைத்து ஆனந்தவெள்ளத்தில் அமிழ்ந்து வருகையில் கண்விழிக்க, சோலையும் நங்கையும் மறைந்து, கவி தன் பழம்பாய், பண்டைச் சுவடி, எழுதுகோல் இவற்றைச் சுற்றிலும் பார்க்கிறார், எல்லாம் பகற்கனவென்று அறிகிறார்.

இதுவரையில் கதையின் சுருக்கத்தைப் படித்தவர்களுக்குக் குயிலின் அபூர்வமாயுள்ள ஒரு சுவை நன்கு விளங்கும். உதாரணமாக: மேலே எடுத்துக்காட்டியுள்ள குரங்கின் கௌரவத்தையும் மாட்டின் மகிமையையும் பற்றிக் குயில் புகழ்ந்து பேசிய வார்த்தைகளில் உண்மையான காதல் மொழியென்று வெளிப்படையாகக் காண்கிறவிடங்களில் ஹாஸ்ய ரஸம் உள்ளிருந்து உவப்பை உண்டாக்குகிறதென்பதைச் சொல்ல வேண்டியதில்லை. இவ்வாக்கியங்களில் எதிர்மறை இலக்கணை *(Irony)* யென்று சொல்லத்தக்க ஒரு காவியகுணம் பிரகாசிக்கிறது. மேல்தோன்றும் பொருளுக்கு நேர்விரோதமான பொருள் உள்ளடங்கி நகைச்சுவையை வளர்க்கிறது. இந்த விஷயத்தைப் பற்றி 1935ஆவது வருஷத்திய *கலைமகள்* தொகுதி – அ, 222ஆம் பக்கத்தில், சென்னைப் பிரஸிடென்ஸி காலேஜ் ஆங்கில ஆசிரியரும் காவிய ரஸத்தை ருசிபார்த்து அதன் தாரதம்யத்தை நன்கு உணர்ந்து அனுபவித்துப் பிறர்க்கும் அதை எடுத்துக்காட்டி அவர்களும் அதைப் பருகி ஆனந்திக்கும்படி செய்யும் திறமை பொருந்தியவருமாகிய ஸ்ரீமான் கே. ஸ்வாமிநாதய்யர் அவர்கள், குயில் பாட்டுக் 'காவியத்திலும் ஹாஸ்யத்திலும் மகா காவிய லக்ஷணங்களைப் புரளியாய்ப் பிரயோகிப்பதிலும்' இன்னும் மற்றுமுள்ள குணங்களிலும் ஆங்கிலக் கவி சாஸருடைய 'சேவலும் நரியும்' என்ற காவியத்தையும், போப்பின் 'மயிர்ச் சுருட்களவு' அல்லது 'கசஹரணம்' என்று பிரசித்திப் பெற்ற இதிகாசப் போலிக் காவியத்தையும் ஒத்து விளங்குகிறதென்று காட்டியிருக்கிறார். இதிகாசப் போலி வகையான காவியங்கள் தமிழில் அருமருந்து போல் கிடைப்பது அரிது. இம்முறையைக் குயில் பாட்டில் கைக்கொண்டு அச் சுவையை வெளிப்படுத்தியது பாரதியாரின் கவிநயத்தின் ஒரு மேன்மையான அம்சம்.

பாரதியாரின் செய்யுட் குணங்களில் சிறந்ததொன்றாய்ப் பாராட்டத்தக்கது என்னவெனில்: பண்டிதர்களில் பலர் தமிழ்க் காவியங்கள் இயற்றுங்கால் அவைகளில் சிலேடை, யமகம் முதலிய சொல்லணிகளைக் கையாள்வதும், நாட்டுவழக்கில் காண முடியாது பண்டைக் காவியங்களிலே ஒளிந்து கிடந்து வருகிற மொழிகளைப் பிரயோகித்தலுமே கவியின் சிறப்பென்று நினைத்து வந்தார்கள். உரையாசிரியர் உதவியின்றிப் பொருள் விளங்குமாயின் அது நற்கவியல்ல என்பது அவர்கள் சமயம் போலும். பாரதியார் குயிற் பாட்டிலும் மற்றுமுள்ள செய்யுட்களிலும் இவ்வழக்கத்தைக் கைவிட்டு எளிய நடையில் இனியவோசையுடன் நாட்டில் நன்கு வழங்கும் மொழிகளையே உபயோகித்து, இவைகளால் வரும் கவிநயம் மற்ற காவியங்களிலுள்ள நயத்திலும் சற்றேனும்

குன்றிடாது விளங்குவதை நிதரிசனமாகக் காண்பித்திருக்கிறார். அவர் அபூர்வச் சொற்களை வேண்டித் தியானித்துக் கஷ்டப்பட்டு அவைகளைப் பிரயோகிக்கிறவர் அல்லர். சுலபமான சொற்கள் இனியவோசையுடன் தாமாகவே வாணியின் அநுக்கிரகத்தால் அவர் நாவுக்கு ஓடிவந்து பொருளுக்கு ஏற்ப வாக்கியத்தில் உசிதமான இடங்களில் தாம்தாமே பொருந்தியபடி அமர்ந்து காண்கின்றன. மேலே உதாரணமாகக் கூறப்பட்டுள்ள இடங்களில் இதைக் கண்டுகொள்ளலாம். வேறு உதாரணம் வேண்டுமானால் பின்வரும் அடிகளைக் கவனிக்க:

காட்டில் விலங்கறியும் கைக்குழந்தை தானறியும்
பாட்டில் சுவையதனைப் பாம்பறியு மென்றுரைப்பார்.

எல்லோரும் அறிந்த வடமொழிச் செய்யுளுக்கு இவ்வளவு அழகான எளிய நடையில் வேறு மொழிபெயர்ப்பு அமைய முடியுமோ? குயில் வானரத்தினிடம் தன் சிறுமையை,

பிச்சைப் பறவைப் பிறப்பிலே தோன்றிடினும்
நிச்சயமா முன்புரிந்த நேமத் தவங்களினால்
தேவரீர் காதல் பெருஞ்சீர்த்தி கொண்டேன்; தம்மிடத்தே
ஆவலினாற் பாடுகின்றேன் ஆரியரே கேட்டருள்வீர்

என்று வெகு அடக்கமாய்க் கூறியதில் சொல்லழகும், சற்றேனும் சிரமமின்றி வந்த மோனையினழகும் ஓசையினழகும் யாவரும் மெச்சி மகிழத்தக்கவையல்லவா?

கதா ரஸத்தைப் பிரதானமாகக் கொண்ட இந்தக் காவியத்தில் வருணனைக்கு இடம் அதிகமில்லை என்று பாரதியாரே காட்டியுள்ளாரென்பது முன்னமே சொல்லப்பட்டது. அது உண்மையென்றாலும் ஓர் இடத்தில் கதையின் நிகழ்ச்சியொன்றில் ‘வெள்கி மனம் குலைந்து’ கதாநாயகனான புருஷன் சூரியோதயத்தின் சோதியைப் புகழுகிற முறையைச் சற்று நோக்குவோம்.

மேலைக் கதையுரைக்க வெள்கிக் குலையுமனம்
காலைக் கதிரழகின் கற்பனைகள் பாடுகிறேன்
தங்க முருக்கித் தழல் குறைத்துத் தேனாக்கி
எங்கும் பரப்பியதோ ரிங்கிதமோ? வான்வெளியைச்
சோதி கவர்ந்து சுடர்மயமாய் விந்தையின்
ஓதிப் புகழ்வார் உவமையொன்று காண்பாரோ?
கண்ணையினி தென்றுரைப்பர் கண்ணுக்குக் கண்ணாகி
விண்ணை யளக்குமொழி மேம்படுமோ ரின்பமென்றோ?
மூலத் தனிப்பொருளை மோனத்தே சிந்தைசெய்யும்
மேலவரு மஃதோர் விரியுமொளி யென்பாரேல்
நல்லொளிக்கு வேறுபொருள் ஞாலமிசை யெப்புளதா
மண்ணைத் தெளிவாக்கி நீரில் மலர்ச்சி தந்து
விண்ணை வெளியாக்கி விந்தை செயுஞ் சோதியினைக்
காலைப் பொழுதினிலே கண்விழித்து நான் தொழுதேன்.

சோதியின் துதியெனக் கூடிய இவ்வடிகளைப் படிக்கும் பொழுது ஆங்கில மகாகவியொருவர் கண்ணையிழந்து காண முடியாச் சோதியின் மகிமையைப் புகழ்ந்துள்ள வர்ணனை ஞாபகத்துக்கு வருகிறது. பாரதியின் வருணனை ஆங்கிலத்திலுள்ள வர்ணனைக்குச் சிறிதேனும் அழகில் தாழ்ந்து நிற்கவில்லை.

'குயில்' விஷயமாகக் கவனிக்க வேண்டிய அம்சம் இன்னும் ஒன்று உண்டு. செய்யுளின் முடிவில் கவி,

> ஆன்ற தமிழ்ப் புலவீர், கற்பனையே யானாலும்
> வேதாந்தமாக விரித்துப் பொருளுரைக்க
> யாதானுஞ் சற்றே யிடமிருந்தாற் கூறிரோ ?

என்று கேட்கிறார். சிலர் இவ்விடத்தில் நம் நாட்டிலுள்ள புலவர்கள் எவ்விதமான கதைகளிலும் கவி எண்ணியே இராத வேதாந்தப் பொருள்களைத் தங்கள் மனம்போனபடி கற்பித்துக் கதையின் சுவையை மறந்து சாஸ்திர தத்துவத்தில் ஈடுபட்டு மயங்குகிறார்களே என்று பாரதியார் புரளி பண்ணுகிறார் என நினைக்கிறார்கள். ஸ்ரீமான் ஸ்வாமிநாதையர் மேற்குறிப்பித்த கட்டுரையில், "செய்யுளானது தனது சொந்த பலத்தால் நிற்க வேண்டும். மதம், நெறி அல்லது தேசபக்தி என்ற கோலை யூன்றி நிற்கலாகாது. இவ்விதச் சுய பலத்தையுடையது குயிற்பாட்டு" என்று எழுதியுள்ளார். இதிலிருந்து மதம் நெறி சம்பந்தமான பொருள் குயிலில் இல்லை என்று தீர்மான மாக ஏற்படாவிட்டாலும் அவரது அபிப்பிராயமும் அப்படி யிருக்குமென்று எண்ண இடமுண்டு. ஆதலால் இந்த விஷயத்தைப் பற்றிச் சற்று ஊன்றிப் பார்க்க வேண்டியது அவசியமாகும். காவிய ரஸம் குறைந்துள்ள சமயநூல்களை உள்ளடக்கினாலும் மகாகவியொருவன் தன் மனோபாவத்தின் பெருமையினாலும் வாணியின் அனுக்கிரகத்தாலும் தன் நூலில் சொற்சுவையும் பொருட்சுவையும் மிகுந்து காட்டும்படி அமைக்க முடியுமென்பதற்கு நம் தமிழ்ச் செய்யுட்களிலும் மேல்நாட்டுக் காவியங்களிலும் உதாரணங்கள் அநேகம் விரிந்து கிடக்கின்றன. மேலும் 'குயிலில்' வெளிப்படையாயுள்ள கதையின் போக்கும் அதன் சொல் இனிமையுமே மதிக்கத்தக்கவை. வேறோர் உட்கருத்தும் அறியாமல் அச்செய்யுளின் அழகை அனுபவிக்க முடியுமென்பதும் உண்மைதான். ஆனாலும் கதையின் உள்ளே ஒரு மறைபொருளைக் கவி பதித்திருந்தால் அதை நாம் அறிந்த பொழுதுதான் காவியத்தின் ரஸத்தைப் பூர்ணமாக ருசிக்கலாகும். உட்கருத்தை வெளிக்கதையில் ரஸம் சுரக்குமாறு கவி எவ்விதம் நிகழ்ச்சிகளைக் கற்பித்திருக்கிறார் என்று பார்ப்பதில் மனத்திற்கு ஓர் உல்லாசம் உண்டாகும். இக்காரணங்களைக் கொண்டு

குயிலில் பாரதியாரின் உள்நோக்கமாக வேறு ஏதேனும் விளங்குகிறதாவென்று ஆலோசிப்போம்.

கீழே சொல்லப்பட்ட கதைச்சுருக்கத்தில் சில விநோதமான சம்பவங்களைக் காண்கிறோம். குயிலில் (பூர்வஜன்மத்தில்) தன் மாமன் மகனான மாடனைத் தன்னவன் என்பதற்காக அவனிடம் மெய்க்காதல் இன்றியும் மணம் செய்துகொள்ளச் சம்மதிக்கிறாள்.

பிறகு, "நாடனைத்து மஞ்சி நடுங்குஞ் செயலுடையான்" ஆன மொட்டைப் புலியன் மூத்த மகனான நெட்டைக் குரங்கனுக்கு அவன் அந்தஸ்துக்காக மதித்துக் குயிலின் தகப்பன் அவளைக் கல்யாணஞ் செய்துகொடுப்பதாக நிச்சயமாகிறது. உண்மையான அன்பில்லாமல் இவர்கள் இருவரையும் மணஞ் செய்துகொள்ள ஒப்புக்கொண்ட தோஷத்தினாலே பின் மன்னவன் மைந்தனிடம் காதல் மிக அடைந்தும் அவனுடன் சுகம் அனுபவிக்கத் தடையேற்படுகிறது. இந்தக் கருமத்தின் பாசத்தினால் மறுபிறப்பிலும் குயிலிக்குப் பலவிதக் கேடுகள் விளைகின்றன. அவள் தன் உண்மையான சொரூபத்தை மறந்து தன்னை ஒரு பேதைப் பட்சியென்று நினைக்கும்படிப் பேய்களாய் மாறின மாடனும் குரங்கனும் துன்புறுத்துகிறார்கள். கேவலம் உணவை அசைபோடுவது தவிர வேறொன்றும் அறியாமல் பொதி போல் பருத்துக் குயிலின் காதல் மொழிக்கு யாதொரு பதிலும் சொல்வதற்கு அறிவில்லாத கிழ எருதைக் குயில் நேசித்து அதனிடம் மோகித்துப் புகழ்கிறது. இன்னும் ஒருநாள் குரங்கைப் புகழ்ந்து அதனிடம் அன்பு காட்டியபோது குரங்கு மாட்டைப் போல் சும்மா இராமல்,

தாவிக் குதிப்பதுவும் தாளங்கள் போடுவதும்
கண்ணைச் சிமிட்டுவதும் காலாலுங் கையாலும்
மண்ணைப் பிறாண்டியெங்கும் வாரி யிறைப்பதுவும்
ஆசைக்குயிலே அரும்பொருளே தெய்வதமே
பேச முடியாற் பெருங்காதல் கொண்டுவிட்டேன்

எனப் பேசி குதிக்கிறது. ஒரு பட்சி மாட்டினிடமும் குரங்கினிடமும் காதல் கொள்கிற நிகழ்ச்சி அஸம்பாவிதமென்பது ஒன்று. பின்பு மாடனும் குரங்கனும் பேயாகித் தன்னுருவத்தைக் குயில் மறந்துபோகின்றபடி செய்கின்றனர். பிறகு குயில் முனிவரிடம் பேசின பிறகு ஒரு பெண்ணுருவமடைந்து புருஷனிடம் தன் மெய்க்காதலைச் சொல்லி, இருவரும் ஆவியொன்றாகி ஆனந்திப்பதும் இரண்டாவதாகச் சிந்திக்கத்தக்கது. குயில் சேதனன் அல்லது ஜீவன். தனது என்கிற மமதையினாலும்,

தான் என்ற கர்வ ரூபமான அகந்தையாலும், புருஷன் என்கிற ஆத்மாவினிடம் தனக்கு நேரக்கூடிய மெய்யானந்தத்தை மறந்து, தன் மாமன் மகனான மாடனிடமும் தான் என்ற அகந்தை மிகுந்த குரங்கனிடமும் குயிலி போலியன்பு காட்டுகிறாள். இந்தக் கரும வசத்தால் பின்ஜன்மத்தில் தன் ஸ்வரூபம் மறந்து ஜடமாகிப் பண்டைப் பிரகிருதியின் பரிணாமமாகிற சரீரத்தில் அன்பு வைக்கிறாள். அந்த மயக்கந் தெளிந்தவுடன் சரீரத்தைக் காட்டிலும் சற்று மேலான மனத்தின்மேல் அன்பு காட்டுகிறாள். மனமோ எப்பொழுதும் நிலையின்றி இங்குமங்கும் நம்முள் அடங்காமல் திரிந்து ஒடிக்குதித்துச் சேஷ்டைகள் செய்துவருகிறது. மனத்தையும் இந்திரியங்களையும் குரங்குக்கு ஒப்பிட்டுச் சொல்வது நம் நாட்டவர்க்குச் சாதாரணமான உவமையல்லவா? பிறகு பரமகுருவின் உபதேசம் பெற்று, இந்த இருவகை மயக்கமுந் தெளிந்து, புருஷனென்கிற ஆத்மாவை உள்ளபடி அறிந்து, அவனிடம் மெய்யன்பு வைத்துத் தன் உண்மையான ரூபம் பெற்று, அவ்வாத்மாவினிடம் ஒன்றாகிப் பரமானந்தமடைகிறாள் என்கிற உட்பொருளை இதில் பாரதியார் வைத்துள்ளார் என்பதில் சந்தேகிக்க இடமொன்றுங் காணோம். இதை மனத்திற் வைத்துக்கொண்டு காவியத்தை மறுபடியும் படிக்கும்பொழுது மற்றும் பல பொருத்தங்கள் வெளிப்படையாகப் புலப்படும். பொருளின் மேன்மை உயர்ந்து காட்டலினால் காவியத்தின் சிறப்பும் ஓங்கி விளங்கும் என்பது இக்கட்டுரையின் முக்கியமான கருத்து.

கலைமகள், ஜூன் 1941

பாரதியாரின் 'குயில்'

மணிக்கொடி கு. ஸ்ரீனிவாஸன்

'**கு**யில்' பாட்டு கற்பனைக் காவியம்தானா அல்லது அதில் உள் சரக்கு ஏதாவது உண்டா என்ற கேள்வி அந்தப் பாட்டைப் படித்தவர்கள் ஒவ்வொருவர் மனத்தையும் வாட்டும். பாட்டின் அமைப்பிலிருந்தோ, பாத்திரங்களின் பேச்சு நடத்தையிலிருந்தோ இந்தக் கேள்வி பிறக்கிறது என்று நினைக்க வேண்டாம். பாட்டை முடிக்கும்போது பாரதியே இந்தக் கொக்கியை மாட்டி விடுகிறார்.

மனிதனையும் விலங்குகளையும் பறவையையும் பாத்திரங்களாகக் கொண்ட நான்கு நாள் காதல் நாடகத்தை விஸ்தாரமாக விவரித்துவிட்டு அத்தனையும்,

> மாலை அழகின் மயக்கத்தால் உள்ளத்தே
> தோன்றியதோர் கற்பனையின் சூழ்ச்சி என்றே
> கண்டுகொண்டேன்

என்று தனக்கு சுயநினைவு வந்ததைக் கூறி முடிக்கிறார். சுயநினைவு வந்தது கவிக்குப் பிடித்த மில்லை. தான் கண்டது, நயமாகக் கவிதையில் இசைத்தது அவ்வளவும் வறட்டுக் கற்பனை, பொய் என்று தள்ளிவிட அவருக்கு மனம் வரவில்லை. கற்பனையேயானாலும் அதற்கு உட்பொருள் இருக்க வேண்டும் என்று சூட்சுமமாகத் தெரிவிக்கிறார். ஏன் சூட்சுமமாகத் தெரிவிக்கிறார்? ஏன் வெளிப்படை யாகச் சொல்லவில்லை? எந்தக் கருத்தையும் எளிய தெளிய நடையில் வெளியிட வேண்டும் என்பதை மூலமந்திரமாகக் கொண்டிருந்த பாரதி இந்த சமயத்தில் தன் கருத்தை ஏன் தெளிவாக எடுத்து

உரைக்கவில்லை? புதிர் போட்டு பாட்டை முடிக்கிறாரா? அல்லது சவால் விடுகிறாரா? கவிதையின் கடைசி வரிகளைக் கவனிப்போம்.

ஆன்ற தமிழ்ப்புலவீர், கற்பனையேயானாலும்
வேதாந்தமாக விரித்துப் பொருளுரைக்க
யாதானும் சற்றே இடமிருந்தாற் கூறீரோ

முற்றிலும் கேட்கவில்லை. கற்பனைக் காவியத்திற்கு வேதாந்தப் பொருள் விழைகின்றார் கவி. வேதாந்தப் பொருள் என்பதை இரண்டுவிதமாகக் கொள்ளலாம். சாதாரணமான உட்பொருள் என்று கொள்ளலாம் அல்லது ஆத்மீகமான பொருள் என்றும் கொள்ளலாம். ஒரு பாரதக் கதை. காட்டில் புலியால் துரத்தப்பட்ட மனிதன் பாழுங்கிணற்றில் விழுகிறான். கீழே பாம்பு. கிணற்றில் தொங்கிக்கொண்டிருந்த ஆலம் விழுதுகளைப் பிடித்துக்கொண்டு தொங்குகிறான். ஆலம் விழுதை வெள்ளையும் கருப்புமான எலிகள் கடித்துக்கொண்டிருக்கின்றன. அந்த அபாய நிலையில் மேலிருந்து சொட்டிய தேன்துளிக்கு நாக்கை நீட்டுகிறான் அந்தப் பிராணி. இது உலகவாழ்வை உட்பொருளாகக் கொண்ட கதை. காடு பிரபஞ்சம். துரத்துவது ஆசை. விழுவது ஆபத்தில். பிடித்துக் கொண்டிருப்பது உயிரை. அதை அறுப்பவை இரவு பகல். இந்த நிலையிலும் தேன்சொட்டுக்கு நாக்கு நீட்டல். இத்தகையது வாழ்வின் ருசி என்பது கதையின் உட்பொருள். ராமாயணத்தை எடுத்துக்கொள்வோம். அயோத்தியா ராஜகுமாரன் மனைவியை இழந்து, வானரர்களைத் துணைக்கொண்டு, அரக்கனை மாய்த்து தேவியைச் சிறை மீட்டதாகக் கதை. ராமன் பரமாத்மா, ஸீதை ஜீவாத்மா. சிறை பிடித்துச் சென்றது தச இந்திரியங்கள். ஜீவாத்மாவிற்குத் தேறுதல் கூறியது குரு. கலப்பற்ற பக்தியினால் ஜீவாத்மா இந்திரியங்களாகிற சிறையினின்று மீட்கப்பட்டு பரமாத்மாவைச் சேருகிறது. இது ராமாயணத்தின் ஆத்மீகப் பொருள்; வேதாந்தப் பொருள். இந்த முறையில் குயில் பாட்டிற்கு உட்பொருளோ ஆத்மீக வேதாந்தப் பொருளோ உண்டா? கவி காட்டியிருக்கிறார் உண்டு என்று. அது என்ன என்று அவர் ஏன் சொல்லவில்லை? இந்தக் கேள்வி மீண்டும் பிறக்கிறது.

இரண்டு காரணங்கள் இருக்கலாம். கவியின் கற்பனையில் கருத்துத் தெளிவாக உருவடைந்திருக்காது. கற்பனையில் உட்கருத்து இருக்கிறது என்று மட்டிலும் உணர்ந்திருக்கலாம். அது என்ன என்பது தெளிவாகாமல் இருக்கலாம். அல்லது உட்கருத்தை வெளியிட கவி ஸங்கோசப்படலாம். காதல் கவிதை. அதிலும் தானே கதாநாயகன். தன் காதல் நாடகத்தைப் பகிரங்கமாகச் சொல்ல யாருமே கூசுவார்கள். காதல் நாடகத்தில் உட்பொருள் வேறு இருக்கிறது என்றால் அது அதிக ஸங்கோசத்திற்கு

ஆஸ்பதம். இந்த இரண்டு காரணங்களில் எந்தக் காரணத்தால் பாரதி தனது காவியத்தின் உட்பொருளை விளக்கவில்லை என்பது பாரதியோடு அதிகம் பழகி அவர் மனநிலையை ஆழமாக உணர்ந்தவர்கள்தான் சொல்ல முடியும். மற்றவர்கள் உரைப்பதெல்லாம் மீண்டுமொரு கற்பனையே. கற்பனைக்குக் கற்பனையிலே பொருள் – மண்குதிரைக்குப் புல் ஜேணம்.

காவியத்தின் நிகழ்ச்சிகளை நினைவுபடுத்திக்கொள்ளுவோம். காலை நேரம். சோலையில் குயில் பாடுகிறது. கவி கேட்டு மயங்குகிறார். குயில் பாடுவது காதல் பாட்டு. பாட்டின் முடிவில் காதல் பேச்சு. நான்காம் நாள் சந்திப்பதாகச் சொல்லிவிட்டுக் குயில் போய்விடுகிறது. அடுத்த நாள் அதே சோலை. அதே குயில், குரங்கோடு அதே காதல் நாடகம், கவியின் உள்ளத்தில் தீ. மூன்றாம் நாள் அதே சோலை, அதே குயில், அதே சோர நாடகம். இந்த முறை ஒரு மாட்டுடனே. நான்காம் நாள் கவியின் கோபம், குயிலின் ஸமாதானம். குயில் கவியிடம் அடைக்கலம் புகுதல். உருமாற்றம். மாயையின் வீழ்ச்சி. இன்ப நுகர்ச்சி.

இந்த நிகழ்ச்சிகளைத் தத்வ சாஸ்திரத்திற்கு ஏற்ப கோக்க முடியுமா? வேதாந்த ரீதியில் குயில் யார், மாடன் யார், குரங்கன் யார், நாயகன் யார் என்று குறிப்பிட முடியுமா? ஒருவாறு முடியும். மனத்தின் சஞ்சலத்தையும், மனோ சஞ்சலத்திற்கு முடிவு என்ன என்பதையும் அறிந்த முனிவர்கள் தனிப்பட்ட ஜீவன் பரம்பொருளை அடையச் செய்யும் முயற்சியே அந்தச் சஞ்சலம் என்று துணிந்திருக்கிறார்கள். ஜீவாத்மா, பரமாத்மாவிடம் கொண்டிருப்பது கட்டுக்கடங்காத கவிதைக் காதல். லட்சியக் காதல். அந்தக் காதலுக்கு ஐக்கியத்தில்தான் வெற்றி. காவியத்தில் குயிலின் காதல் மனத்தின் வேட்கை, நாயகனை அடைய வேண்டுமென்ற பேராவல். பிரிவில் துக்கம். கூடுதலில் சுகம். குயில் கவியை நாடித் துன்பமும், கவியைக் கூடி இன்பமும் பெறுவது போல் ஜீவன் பரம்பொருளை நாடித் துன்பமும், பரம்பொருளிடை கலந்து இன்பமும் பெறுகிறது என்று கூறுவது ஒருவாறு பொருந்தும்.

குயிலும் கவியும், ஜீவனும் பரம்பொருளும். ஆனால் கதையில் குரங்கு எதற்கு? இவை யாவை? குயில் இவர்களிடம் ஏன் காதல் நாடகம் ஆடுகிறது? வேதாந்த சாஸ்திரத்தில் மனத்தை அலைக்கும் சக்திகள் இரண்டு என்று காட்டியிருக்கிறார்கள். ஒன்று ஆவரண சக்தி; மற்றொன்று விக்ஷேப சக்தி.

பொருளின் நிஜரூபத்தை மறைப்பது ஆவரண சக்தி. மனம் இதற்கு வசப்பட்டு உறுதி என்னது என்று அறியாமல்

உண்மையை மறந்து, மயங்கி விடுகிறது. ஆவரண சக்தி மனதைத் தடைப்படுத்திப் பரம்பொருளை அடையாமல் தவிக்க விட்டுவிடுகிறது. பரம்பொருளை மறைப்பதை 'மாடு' என்று கூறுவது புதிது அல்ல. 'வழி மறைத்திருக்குது; மலைபோல் ஒரு மாடு படுத்திருக்குது' என்று நந்தனார் பாடவில்லையா? மாடன் குறுக்கிட்டுக் குயிலை மயக்குகிறான். மாயையில் சிக்குண்ட குயில் மாடனோடு காதல் புரிகிறது. மடமைப் பேய்த் தோற்றம்.

மாற்றிமாற்றித் தோற்றமளிப்பது விக்ஷேப சக்தி – ஒரு ஜாலவித்தை. கணத்திற்குக் கணம் வேற்றுமை. இடத்துக்கு இடம் வேற்றுமை. வேற்றுமையில் வேகம். வேகத்தில், வேற்றுமையில் பொய் இன்பம். விக்ஷேப சக்தியால் கட்டுண்ட மனத்தை விவேகிகள் குரங்குக்கு ஒப்பிட்டிருக்கிறார்கள். ஓயாத சேஷ்டை. குரங்கன் குறுக்கிட்டுக் குயிலைத் தடுக்கிறான். விக்ஷேப சக்தியின் வெற்றி குரங்கனோடு சோரக் காதல் நாடகம்.

சரணாகதி மூலம் பரம் பொருளிடம் ஐக்கியம். மெய்க் காதல் வெற்றி. ஆவரண, விக்ஷேப சக்திகளின் ஆட்டம் ஜன்மாந்தர தொடர்பு. இவைகள் அற்றதும் எல்லையற்ற பேரின்பம்.

இவ்வளவு பொருத்தம் காட்டி குயில் பாட்டிற்கு வேதாந்தப் பொருள் கூறலாம். ஆனால் இந்தப் பொருளையா பாரதி குறித்தது என்று கேட்டால் 'ஆமாம்' என்று சொல்லுவதற்கில்லை. 'அனேகமாக அப்படியிருக்கலாம்' என்று சொல்லுவதற்கும் எனக்குத் தைரியமில்லை. பாரதியார் பல வேதாந்தப் பாட்டுகள் பாடியிருக்கிறார். பல வேதாந்தக் கருத்துக்களை ஆண்டிருக்கிறார். ஜீவாத்மா பொய்யுறவாடிக்கொண்டிருக்கும் ஆவரண, விக்ஷேப சக்திகளை அவர் எந்தப் பாட்டிலும் குறிப்பிடவில்லை. மாயையின் இந்தப் பாகுபாட்டை அவர் உணர்ந்திருந்தார் என்று சொல்ல அத்தாட்சி இல்லை. வேதாந்தக் கருத்துக்கும் குயில் பாட்டிற்கும் இவ்வளவு பொருத்தம் இருக்கின்றது என்று காட்டலாமேயன்றி, பாரதியார் குறித்த வேதாந்தப் பொருள் இதுதான் என்று திட்டமாகச் சொல்ல முடியாது.

பாரதியார் குறித்தது இதுவல்லவென்றால் வேறு பொருத்தமுள்ளது காட்ட முடியுமா? முடியும். உட்பொருள் ஒன்று கூறலாம். குயிலைக் கவிதாசக்தி என்று கொள்ளலாம். கவிதாசக்தி கவியை நாடுகிறது. கவி கவிதையிடம் எல்லையில்லாத மோகங்கொள்கிறான். கவிக்கும் கவிதைக்கும் இடையில் குரங்கனும் மாடனும் – சித்திரக்கவி புனையும் வக்கணைப் புலவனும், இலக்கணப் பொதி சுமக்கும் பண்டிதனும் இடர் விளைப்பவர்; போட்டியிடும் போலிகள்.

தமிழ்க் கவிதை வெகுநாள் தன் நாயகனை விட்டுப் பிரிந்திருந்தாள். உண்மைக் கவிஞனிடம் உயிருக்குயிரான நேசம் வைத்திருந்தாள். பண்டிதனுக்கும் கவிதைக்கும் இலக்கணவகையில் ஒரு உறவு உண்டு. கவிதைக்குப் பண்டிதனிடத்தில் பரிதாப முண்டு. வரகவி கவிதையிடம் படாடோபத்துடன் உரிமை கொண்டாடுபவன். அவன் செருக்கில் மயங்கிக் கவிதையின் பெற்றோர் அவனுக்குக் கவிதையை மணம் புரிவிக்க இசைகின்றனர். மாடனும் குரங்கனும்—பண்டிதனும் சித்திரக்கவிஞனும்—குயிலியிடம் போலிக் காதல் நாடகம் நடிக்கின்றனர். உண்மைக்கவி கண்டு நெஞ்சம் குமுறுகிறான். நான்காம் நாள் உண்மை வெளியாகிறது. கவிதை கவியிடம் ஐக்கியமாகிவிடுகிறாள். 'குயில்' காவியம் பிறந்துவிடுகிறது.

உட்பொருள் இதுவாக இருந்தால் கவி இதை ஏன் வெளிப்படையாகக் கூறவில்லை என்ற கேள்விக்குப் பதில் கிடைத்துவிடுகிறது. இதை வெளிப்படையாகக் கூறியிருந்தால் தற்பெருமைத் தம்பட்டம் ஆகிவிடும். காவியத்தின் ரஸனை குறைந்துவிடும். கற்பனைக்கு ஆதாரமாக இருந்த கருத்தைச் சொல்ல வேண்டும் என்று ஆசை. சொல்லுவதில் கூச்சம். இது உண்மையாக இருந்தால் 'குயில்' பாட்டின் கடைசி மூன்று வரிகளின் குறிப்பு தெளிவாகிவிடும்.

இந்த ஜோடனைக்கு ஆதாரமாகப் பாரதியின் வாக்கிலிருந்து இரண்டொரு அடிகளை எடுத்துக் காட்டலாம். கவிதா தேவியின் அருளை வேண்டி நின்ற பாரதி அவளைப் பறவைகளில் குயிலாகப் பாவிக்கிறார். வரிகளைக் கவனிப்போம்.

வாராய்! கவிதையாம் மணிப்பெயர்க் காதலி!
பன்னாள், பன்மதி ஆண்டு பல கழிந்தன
நின்னருள் வதனநானேருறக் கண்டே
அந்தநாள் நீயெனை யடிமையாக்கொள, யாம்
மானுடர் குழாத்தின் மறைவுறத் தனியிருந்
தெண்ணிலா வின்பத் திருங்கடற் றிளைத்தோம்
கலந்துநாம் பொழிலிடைக் களித்த வன்னாட்களிற்
பூம்பொழில் குயில்களின் குரல்போன்ற
தீங்குரலுடைத்தோர் புள்ளினைத் தெர்ந்திலேன்.

கவிதையைப் பெண்ணாகவும், காதலியாகவும், குயிலன்ன தீங்குரல் படைத்தவளாகவும் வர்ணிக்கிறார். இந்தக் கற்பனைக் குயில் பாட்டில் அஸ்திவாரமாக நிற்கிறது. 'குயிலின் எழிலை எற்றே தமிழிலிசைப்பேன்' என்று ஏங்கக்கூடியவர் தமிழ்க் கவி பாரதிதானே? மங்கை வடிவமாய் மாறிநின்ற குயிலைப் பாரதி எப்படி வர்ணிக்கிறார்.

கவிதைக்கனி பிழிந்த சாற்றினிலே
பண்கூத்ததெனு மிவற்றின் சாரமெலாம்
ஏற்றி, அதனோட இன்னமுதைத்தான் கலந்து
காதல் வெயிலிலே காயவைத்த கட்டியினால்
மாதிவளின் மேனி வகுத்தான் பிரமமென்பேன்.

கவிதையில் பெண்ணின்பம் காணுவதும், பெண்மையில் கவிதை உருக்காணுவதும் பாரதியிடம் ஸகஜமான கற்பனை.

'குயில்' பாட்டில் குறுமுனி தோன்றுகிறார் பார்த்தீர்களா! குயிலுக்குப் பூர்வ கதை சொன்னவர் அவர். ஆசை நாயகனை அடைவாய் என்று அருளியவரும் அவரே. தென்பொதிய மலையில் வாழ்ந்த முனிவர் அகஸ்தியர், தமிழின் தெய்வமுனி அல்லவா? புராண மரபில் தமிழ்க் கவிதைக்கு சாப விமோசனம் கூறிச் செல்லுகிறார். குயில் பாட்டின் உட்பொருளுக்குக் குறுமுனி மற்றொரு ஆதாரம்.

பாரதி ஜயந்தி மலர், 1954
பாரதி தமிழ்ச் சங்கம்,
கல்கத்தா